മാത്യു ഡോമിനിക്

എം. ഡോമിനികിന്റെ തൂലികാ നാമമാണ് M.D. കുതിരപ്പുറം. ലാളിത്യത്തിന്റെ പ്രതീകമായ M.D. 'കഴുത'പ്പുറത്തു നിന്നും തുടങ്ങിയ എഴുത്തിന്റെ പ്രയാണം ഇന്ന് കുതിരപ്പുറത്ത് തുടരുകയാണ്.

'ചേട്ടാ ചെറുക്കൻ ITയാ', 'അയ്യോ കുമാരേട്ടാ എല്ലാം പോയി' എന്നീ നർമ്മ കഥകളും 'അൽഗാവിലെ അരളിപ്പൂക്കൾ' എന്ന ചെറുകഥാ സമാഹാരവുമാണ് പ്രസിദ്ധീകരിച്ച കൃതികൾ. ഇവ എല്ലാം ഇ-ബുക്സ് ആയി ആമസോണിലും ലഭ്യമാണ്.

HVAC Static engineer ആയ ഡോമിനിക് ബഹ്റൈനിലാണ് പ്രവാസ ജീവിതം ആരംഭിച്ചത്. കുടുംബത്തിന്റെ പിന്തുണയാണ് ഇദ്ദേഹത്തെ മുന്നോട്ട് കുതിപ്പിക്കുന്ന ഇന്ധനം.

2000 ആണ്ടു ജനുവരി മുതൽ കുടുംബസമേതം ഇംഗ്ലണ്ടിൽ ഹീത്രൂവിനടുത്തുള്ള സ്ലവ് ൽ താമസിക്കുന്നു.

ഭാര്യ : ലില്ലി

മക്കൾ : രോഷ്നി, റോണ.

mdominic99@gmail.com

Malayalam Language
Daivathinte Thamasakal
Chila Manushiaruteyum
(Stories)
by
Mathew Dominic
♦
Published in October 2022
by Kairali Books Private Limited
Thalikkavu Road, Kannur.
Ph : 0497-2761200
E-Mail : kairalibooksknr@gmail.com
♦
Cover Design
Prasanth Mangad
♦
Printed at
Papyrus Printers, Kozhikode

71/22-23/Sl.No.1378/100/NS 18.6
ISBN 978-93-94472-29-7

ദൈവത്തിന്റെ തമാശകൾ, ചില മനുഷ്യരുടെയും

M. D. കുതിരപ്പുറം

കൈരളി ബുക്സ്

സമർപ്പണം

ഈ കഥാ സമാഹാരം എന്നെ ഞാനാക്കിയ ഗുരു കാരണവന്മാരുടെ പാദങ്ങളിൽ സമർപ്പിക്കുന്നു.

ജീവിതമെന്ന പ്രഹേളികയിൽ നാം അനുഭവിക്കേണ്ടിവരുന്ന പലതും നമ്മളുടെ ആഗ്രഹമോ അനുവാദമോ ഇല്ലാതെ കടന്നു വരുന്നവയാണ്. ദുരന്തങ്ങളെ വിധിയുടെ ക്രൂര തമാശകളായിട്ട് വ്യാഖ്യാനിക്കപ്പെടാറുണ്ട്. ദുരന്തങ്ങൾ നമ്മിൽ ഏൽപ്പിക്കാവുന്ന പ്രഹരങ്ങളെ മറക്കാനും മറികടക്കാനും ഈശ്വരൻ മനുഷ്യന് തന്നിട്ടുള്ള അനുഗ്രഹമാണ് നർമ്മബോധം. അതുകൂടി ഇല്ലാതിരുന്നെങ്കിൽ നമ്മുടെ ജീവിതം അമ്പേ വിരസമായിപ്പോയേനെ.

“ജീവിതം പോലെതന്നെ, ഇതിലെ കഥകളെല്ലാം നിങ്ങളിൽ ദുഃഖവും സന്തോഷവുമുണർത്തും.”

ഇത് ഞാൻ മാന്യ വായനക്കാർക്കായി സവിനയം സമർപ്പിക്കുന്നു.

ഉള്ളടക്കം

കാലം കണ്ണാടി നോക്കുമ്പോൾ
ശ്രീകുമാർ എഴുത്താണി

ശ്രീ മാത്യു ഡോമിനിക്കിന്റെ ആദ്യ കഥാസമാഹാരമായ ചെറുക്കൻ IT യാ എന്നതിൽ നിന്നും രണ്ടാമത്തെ കൃതിയായ 'അൽഗാവിലെ അരളിപ്പൂക്കൾ', മൂന്നാമത്തെ നർമ്മകഥാസമാഹാരമായ 'അയ്യോ കുമാരേട്ടാ, എല്ലാംപോയി' എന്നതിനും ശേഷം 'ദൈവത്തിന്റെ തമാശകൾ, മനുഷ്യന്റെയും' എന്ന സൃഷ്ടിയിലേക്ക് വരുമ്പോൾ ശുദ്ധഹാസ്യത്തിൽ നിന്നും ഗൗരവമേറിയ വിഷയങ്ങളിലേക്ക് ഒരു ചുവടു മാറ്റം ശ്രദ്ധേയമാണ്. കഥാസാഹിത്യത്തെ കുറേക്കൂടി ഗൗരവമായി എടുക്കുകയും ജീവിതഗന്ധിയായ സംഭവങ്ങളെ അങ്ങേയറ്റം ആർദ്രമായി അവതരിപ്പിക്കാനുമുള്ള ശ്രമങ്ങൾ ശ്ലാഘനീയമാണ്.

ദുരൂഹത തെല്ലുമില്ലാത്ത സത്യസന്ധമായ ജീവിതചിത്രങ്ങളാണ് ഡോമിനിക്കിന്റെ കഥകൾ. അവ ഇസങ്ങളുടെ പക്ഷമോ കക്ഷിരാഷ്ട്രീയത്തിന്റെ ഭാഗമോ പിടിക്കുന്നില്ല. ലോകകഥാസാഹിത്യത്തിലും ഇത്തരമൊരു മാറ്റം ഇന്ന് കാണാം.

മനുഷ്യപക്ഷമാണ് ഇന്നത്തെ കഥാസാഹിത്യം. അത് ഒറ്റയായിപ്പോയ വ്യക്തികളുടെ വൈയക്തിക ദുഃഖഗാഥയല്ല. ഒറ്റപ്പെട്ടു പോകുന്ന മനുഷ്യസമൂഹങ്ങളുടെ വ്യക്തികളെ ഉദാഹരിച്ചുകൊണ്ടുള്ള ചരിത്രരചന കൂടിയാണ്. കഥാപാത്രങ്ങളുടെ വ്യക്തിത്വത്തിനല്ല, അവർ പ്രതിനിധീകരിക്കുന്ന സമൂഹങ്ങൾക്കാണ് പ്രാധാന്യം. ഒരു വ്യക്തിയുടെ ദുഃഖം അവിടെ ഒട്ടേറെ പേരുടെ ദുഃഖമാകുന്നു. സന്തോഷവും അങ്ങിനെ തന്നെ. മനുഷ്യാവസ്ഥയുടെ ദുഃഖം എന്നതിലുപരി പാർശ്വവൽക്കരിക്കപ്പെട്ടവരുടെ പരാതിയില്ലായ്മയാണ് പ്രതിപാദ്യം. ഈ കാലവും കടന്നു പോകും എന്ന് ചിന്തിക്കാൻ വിധിക്കപ്പെട്ടവർ, ആ ചിന്ത അടിച്ചേല്പിക്കപ്പെട്ടവർ.

ശ്രീ ഡോമിനിക്ക് കഥകൾ കണ്ടെത്തുന്നത് സ്വന്തം ജീവിതത്തിൽ നിന്നും തനിക്കറിയാവുന്നവരുടെ അനുഭവങ്ങളിൽ നിന്നുമാണ്. അത് കൊണ്ട് കഥകളുടെ സംഭാവ്യതയെക്കുറിച്ച് ചോദ്യമില്ല. എങ്കിലും കണ്ടതും കേട്ടതും അതേപടി പകർത്തിവെയ്ക്കുന്നുമില്ല. ഏതേത് കഥകളാണ് പറയേണ്ടത് എന്നതിൽ തുടങ്ങുന്നു ഇദ്ദേഹത്തിന്റെ കലാമർമ്മജ്ഞത.

ഉത്തരാധുനികതയുടെ ഹാങ്ങോവർ മാറിയിട്ടില്ലാത്ത മലയാള കഥാലോകത്തിന് ഇത് പുതുമയില്ലാത്ത കഥകൾ എന്ന് തോന്നാം. പക്ഷെ ലളിതമായ ഇത്തരം കഥകളാണ് ഇപ്പോൾ ലോകശ്രദ്ധ ആകർഷിക്കുന്നതും. ഹലോ ജ്യോതിസ് ആണോ, കൂത്താട്ടുകുളം വഴി വന്ന ജർമ്മൻകാരൻ, ദ ഗ്രേറ്റ് ഇന്ത്യൻ ഹസ്ബൻഡ്സ്, ദി പിങ്ക് ബോൾ, ലീലാവിലാസം, പാറപ്പുറത്തെ വിത്ത്, വഴിയരികില് കൊച്ചു വീട്, അലംഘനീയമായ നിശ്ചയങ്ങൾ, കറി കൊണ്ടുള്ള വറി, ആദ്യരാത്രിയിൽ, താളം തെറ്റിയാൽ, അജി മോൻ ആരാ മോൻ, കുക്കറിമോക്കറി ആയാൽ, ഒരു അറേബ്യൻ ഷീപ്പ് എഞ്ചിനീയർ, ആകസ്മികങ്ങൾ, പാപ്പീസ് ആപ്പ്, മൂല്യവർദ്ധിത ഉൽപ്പന്നം, ബിസിനസ് മാനേജ്മെൻറ്, സ്ത്രീപീഡനം, ഷെർലക് ഹോംലെസ്സ്, എവരി ഹസ്ബൻഡ് ഹാസ് എ ഡേ, ചെറിയവർ വലിയവർ, മുത്തും ചിപ്പിയും, മാൾട്ടയിലെ മൂട്ട കൾ എന്നിങ്ങനെ ഇരുപത്തിനാല് കഥകളാണ് ഈ സമാഹാരത്തിലുള്ളത്.

കൊച്ചുകൊച്ചു കുടുംബവഴക്കുകൾ തൊട്ട്, അടുത്ത സുഹൃത്തിനെ കാണാൻ പോകുന്ന വഴിക്ക് അയാളുടെ തന്നെ മരണവാർത്ത കേൾക്കേണ്ടി വരുന്നത് വരെ അനിശ്ചിതത്വമാണ് കഥകളുടെ പൊതുവെയുള്ള പ്രമേയം. വേദികൾ മാറുമ്പോഴും വിധി ഒരേ നാടകം തന്നെ കളിക്കുന്നു. കഥകളുടെ തലക്കെട്ടുകൾ തന്നെ അവയുടെ വൈവിധ്യവും വൈചിത്ര്യവും സൂചിപ്പിക്കുന്നു. കാലിക സമൂഹത്തോടുള്ള പ്രതികരണമാണ് ഒന്നൊഴിയാതെ എല്ലാ കഥകളും. ദുരൂഹത നിറഞ്ഞ ഉത്തരാധുനിക സാഹിത്യത്തിന്റെ ആരാധകൻ അതിന്റെ ആരാധകർക്ക് വേണ്ടി എഴുതിയ കഥകളല്ല ഇത്. നേരമ്പോക്കിന് വേണ്ടി ഫെയ്സ് ബുക്കിൽ കുത്തിക്കുറിച്ച നേരമ്പോക്കോ നേരംകൊല്ലലോ അല്ല. ഇതിനു രണ്ടിനും ഇടയിൽ വായന ഇഷ്ടപ്പെടുന്നവർക്കും വായിച്ച് തുടങ്ങുന്നവർക്കും വേണ്ടി നറുനർമ്മം വിതറി ഗൗരവമായ വിഷയങ്ങളെ നമ്മുടെ ശ്രദ്ധയിൽ കൊണ്ടുവരുന്ന കഥകളാണ് ഇവയോരോന്നും.

സാഹിത്യവും കലയുമൊക്കെ മനുഷ്യന് അത്യാവശ്യം വേണ്ട ബഹുസ്വരത നിറഞ്ഞ മനസ്സ് വളർത്തിയെടുക്കുവാൻഉദ്ദേശിച്ചുള്ളവയാണ്. ഉത്തരാധുനിക സാഹിത്യം ആ ബഹുസ്വരതയുടെ സാദ്ധ്യതകൾ മലർക്കെ തുറന്നിടുമ്പോൾ സമാന്തരമായി യാഥാർത്ഥലോകത്തിന്റെ നാൾവഴികൾ നമ്മളുടെ ചിന്തയിലും ശ്രദ്ധയിലും കൊണ്ടുവരാനും ഓർമ്മയിൽ നിലനിർത്താനും സഹായിക്കുന്നു. ജീവിതം ഒഴികെ എല്ലാ അവസ്ഥകൾക്കും ഒരു മുന്നൊരുക്കം സാധ്യമാണ്. ജീവിച്ച് കൊണ്ടുതന്നെയാണ് ജീവിതത്തിൽ നൈപുണ്യം നേടുന്നത്. യാത്രകൾ, യാഥാർത്ഥ

ത്തിലും താളുകളുടെ യാനപാത്രത്തിലേറിയും നടത്തുന്നവ, നമ്മുടെ ചക്രവാളങ്ങൾ വിപുലവും പ്രകാശമാനവുമാക്കുന്നു. ഒരു ജീവിതത്തിൽ പലജീവിതം ജീവിച്ച് അനുഭവസമ്പത്ത് ആർജ്ജിക്കാൻ അവ അവസരമൊരുക്കുന്നു. ശ്രീ. ഡോമിനിക്കിന്റെ കഥകളും ആ രീതിയിൽ ഫലപ്രദമാണ്. അറിവിന്റെയും അനുഭവത്തിന്റെയും ആസ്വാദനത്തിന്റെയും ബൃഹത്തും വിപുലവുമായ ലോകം അത് തുറന്നിടുന്നു. ജീവിതത്തിന്റെ മധ്യാഹ്നത്തിൽ കൈവന്ന നിരീക്ഷണ പാടവം സഹജബോധവുമായി ചേരുമ്പോഴാണ് ഇത്തരം കഥകൾ ഉണ്ടാകുന്നത്.

ഹലോ ജ്യോതിസ് ആണോ എന്ന കഥ നമുക്കൊക്കെ പരിചയമുള്ള ഒരു ക്ലാസ്സിക് സാഹചര്യം വിവരിക്കുന്നു. മരണമെന്ന സമയബോധമില്ലാത്ത കോമാളിയേക്കുറിച്ചുള്ള ഈ കഥയിലെ പോലെ ജീവിതത്തിന്റെ അനിശ്ചിതത്വത്തെകുറിച്ചാണ് പല കഥകളും. കൂത്താട്ടുകുളം വഴി വന്ന ജർമ്മൻകാരൻ എന്ന കഥയിലെ പോലെ സമൂഹത്തിലെ പൊങ്ങച്ചത്തിന്റെ മുഖംമൂടി വലിച്ചുകീറുന്ന മറ്റു കഥകളും ഉണ്ട്. ദ ഗ്രേറ്റ് ഇന്ത്യൻ ഹസ്ബൻഡ്സ് എന്ന കഥ സംസ്കാരങ്ങൾ പറിച്ചുനടേണ്ടതല്ല എന്ന് വാദിക്കുന്നു. കൂട്ടത്തിൽ ഏറെ പേരെടുത്ത ഒരു മലയാള ചലച്ചിത്രത്തിനിട്ട് ഒരു കൊട്ടുമുണ്ട്. ദി പിങ്ക് ബോൾ എന്നത് സ്കൂൾ കുട്ടികൾക്കിടയിൽ പ്രശസ്തമായ ഒരു ആധുനികനാടോടിക്കഥയെ മെരുക്കി എടുത്തതാണ്. കൃത്യമായ സാങ്കേതികത അനുഭവപ്പെടുന്ന ഈ കഥ കഥയെഴുത്തിന് ഒരു നല്ല മാതൃകയാണ്. ലീലാവിലാസം എന്നകഥയുടെ പരിസമാപ്തി ആരെയും ചിരിപ്പിക്കും, പാറപ്പുറത്തെ വിത്ത് എന്ന കഥ മാർകേസിന്റെ ക്രോണിക്കിൾ ഓഫ് എ ഡെത്ത് ഫോർടോൾഡ് എന്ന കഥയുടെ മാതൃകയിലാണ്. കഥയിൽ എന്ത് സംഭവിക്കുമെന്ന് ആദ്യം പറയുന്നെങ്കിലും അതെങ്ങിനെ സംഭവിച്ച് എന്ന ആകാംക്ഷയിൽ നമ്മൾ പെട്ടുപോകും. വഴിയരികിലെ കൊച്ചു വീട് ഇനിയും വറ്റിയിട്ടില്ലാത്ത മരുപ്പച്ചകളുടെ സാന്നിധ്യം വിളിച്ചോതുന്നു. അലംഘനീയമായ നിശ്ചയങ്ങൾ (പ്രീ ഡിറ്റർമൈൻഡ്) ആണ് എല്ലാം എന്ന സൂചന മുന്നോട്ടു വെയ്ക്കുമ്പോൾ തൊട്ടു പിറകേ വരുന്ന കറി കൊണ്ടുള്ള വറി ഉൽക്കണ്ഠയെ ഹാസ്യവത്കരിക്കുന്നു. ഈ അനുഭവം കൊറോണക്കാലത്ത് പലർക്കും ഉണ്ടായിട്ടുള്ളതാണ്. ആദ്യരാത്രിയിൽ എന്ന കഥയുടെ പേരിൽത്തന്നെ ഒരു രൗദ്രത ഒളിഞ്ഞിരിക്കുന്നു. ഭാര്യയുടെ അവസാനരാത്രിയ്ക്ക് ശേഷം ഒറ്റയ്ക്കുള്ള ആദ്യരാത്രിയിലെ ഒരാളുടെ വിഹ്വലതകൾ നന്നായി ആവിഷ്കരിച്ചിരിക്കുന്നു.

വിഷയദാരിദ്ര്യമാണ് ഇന്ന് കഥാകൃത്തുക്കളെ ഏറെ വലയ്ക്കുന്ന ഒരു

വിഷയം. ഇത് എഡിസൺ എല്ലാം കണ്ടുപിടിച്ചത് കൊണ്ടാണ് എനിക്ക് ഒന്നും കണ്ടുപിടിക്കാൻ കഴിയാത്തത്' എന്നത് പോലെ ബാലിശമായ ഒരു ചിന്തയാണ്. അല്ലെങ്കിൽ ഡൊമിനിക്കിന്റെ കഥകൾ നോക്കൂ. വാപരന്നയനയുടെ വലിയ സാന്നിധ്യമൊന്നും അവയിൽ കാണാനില്ല. പക്ഷെ, വസ്തുനിഷ്ഠമായി, മുൻവിധിയില്ലാതെ ലോകത്തെ കാണുവാനും തന്നോട് തന്നെ ചോദ്യങ്ങൾ ചോദിക്കുവമുള്ള ആർജ്ജവം ആ കഥകളിൽ കാണാം.

വലിയ ആദർശ സാഹിത്യകാരന്മാർക്ക് പലർക്കും അവരവരെക്കുറിച്ച് അത്ര വിശ്വാസം പോരാ. അവരുടെ കപടമുഖം മീ റ്റൂ കാമ്പയിനിൽ പൊറോട്ട പോലെ വലിച്ച് കീറപ്പെടുന്നത് ഇന്നൊരു വർത്തപോലുമല്ലാതായിരിക്കുന്നു. ഇത്തരം എഴുത്തുകാരിൽ കാണുന്ന ഒരു പ്രത്യേകത അവരുടെ കഥകളിൽ സ്വയം കഥാപാത്രമാവാനുള്ള അവരുടെ ജാള്യതയാണ്. ശ്രീ ഡൊമിനിക്കിന് അങ്ങയൊന്നുമില്ല.

തെറ്റുകുറ്റങ്ങൾ മനുഷ്യസഹജമാണെന്ന് വിശ്വസിക്കുന്ന ഈ എഴുത്തുകാരന് മടിയിൽ ഉള്ളപ്പോഴും വഴിയിൽ ഭയമില്ല. ഒളിക്കാനൊന്നുമില്ലാത്ത കൊണ്ട് തന്റെ കഥകളിൽ സ്വയം പ്രത്യക്ഷപ്പെടാനോ പ്രഥമപുരുഷസർവ്വനാമ വീക്ഷണകോണിൽ (First person point of view, Dr. വി രാജാകൃഷ്ണൻറെ പരിഭാഷ!) നിന്ന് കഥകൾ പറയാനോ ഒരു മടിയുമില്ല. അദ്ദേഹത്തെക്കുറിച്ച് 'പുള്ളീടെ' കഥകൾ വായിച്ച് ഇനി പുതുതായി ഒന്നുമറിയാനില്ല, ഊഹിക്കാനുമില്ല. സങ്കീർണ്ണമായ ജീവിതസാഹചര്യത്തെക്കുറിച്ച് വ്യക്തമായി മനസ്സിലാക്കുവാൻ അകലം പലപ്പോഴും സഹായകരമാണ് എന്നത് തന്നെ ഒരു ഐറണിയാണ്. മണ്ണിന്റെ മണമുള്ള കഥകൾ എഴുതിയ പല സാഹിത്യകാരന്മാരും ആ എഴുത്തിന്റെ കാലത്ത് അന്യദേശവാസികളായിരുന്നു. ഒരു സാഹചര്യത്തിൽ ജീവിക്കുമ്പോൾ അത് നമ്മളെ സ്വാധീനിക്കാനുള്ള സാധ്യത കൂടുതലാണ്, വസ്തുനിഷ്ഠമായി കാര്യങ്ങളെ കാണുവാനും കഴിയാതെ വന്നെന്നിരിക്കും. ശ്രീ ഡൊമിനിക്ക് ഏറെക്കാലമായി ഇംഗ്ലണ്ടിലാണ് താമസമെങ്കിലും മലയാളത്തെയോ കേരളത്തെയോ കണ്ണിൽ നിന്നും മനസ്സിൽ നിന്നും മാറ്റിയിട്ടില്ല എന്നത് കഥകളിൽ നിന്ന് വ്യക്തമാണ്.

സാങ്കേതിക വിദ്യയുടെ ഈ കാലത്ത് അതൊന്നും തീരെ പ്രയാസമുള്ള കാര്യങ്ങളല്ല, താത്പര്യം വേണമെന്ന് മാത്രം. പക്ഷേ ഡോളർ സാഹിത്യമെന്നും പൗണ്ട് പ്രസ്സ് എന്നും അറിയപ്പെടുന്ന എഴുത്തുകളിൽ നിന്ന് വ്യത്യസ്തമാണ് ഡൊമിനിക്കിന്റെ കഥകൾ.

പ്രവാസി മലയാളികളുടെ രചനകളിൽ നമ്മൾ സാധാരണ കാണു

ന്നത് കപടമായ ഗൃഹാതുരത്വമോ അല്ലെങ്കിൽ പഴയ ഹൈറേഞ്ച് കഥകൾ വിദേശമണ്ണിൽ പറിച്ചുനടുന്നതോ ആണ്. ഡോമിനിക്കിന്റെ ന്റെ കഥകൾ ഇതിൽ നിന്നും വ്യത്യസ്തമാണ്. തൊട്ടടുത്തും ഏറെ അകലെ താൻ പിറന്ന നാട്ടിലും സംഭവിക്കുന്ന കാര്യങ്ങൾ പ്രതിപാദിക്കുന്നതിൽ ശ്രീ തമ്പി ആന്റണിയെപ്പോലെ ബദ്ധശ്രദ്ധനാണ് ഇദ്ദേഹം. പത്രദ്വാരാ അതൊക്കെ സാംശീകരിക്കുകയും തന്റെ കഥകൾക്ക് അസംസ്കൃത വസ്തുവായി ഉപയോഗിക്കുയും ചെയ്യുന്നു. നിരീക്ഷണ പാടവത്തിലും ഈ എഴുത്തുകാരന്റെ നൈപുണ്യം വായനക്കാർ തിരിച്ചറിയും. നാട്ടിൽ തന്നെയുള്ള എത്ര എഴുത്തുകാർ ഈ നാടിന്റെ നാഡിമിടിപ്പും ഇടയ്ക്കിടയ്ക്ക് അത് നിന്നുപോകുന്നതും അറിയുന്നു? മലയാളികളുടെ മാതൃരാജ്യം ഗൾഫായിരുന്നു. അവരുടെ അടുത്ത തലമുറയുടെ മാതൃരാജ്യം കാനഡയായിരിക്കുന്നു. അതിരുകൾ ഇല്ലാതാവുന്നത് നല്ലതാണ്, പക്ഷേ എന്തും അതിരുകടക്കുന്നത് നല്ലതല്ല.

കഥകൾ ശുദ്ധ ആത്മാവിഷ്കാരം മാത്രമാണെന്നും ഞാൻ എഴുതുന്നത് എനിക്കുവേണ്ടി മാത്രമെന്നുമുള്ള കാപട്യവും ഇദ്ദേഹത്തെ തൊട്ടിട്ടില്ല. കക്ഷിരാഷ്ടീയമോ മറ്റു വിഭാഗീയ ചിന്തകളോ പരിധി കൽപ്പിക്കാത്ത സാമൂഹ്യ പ്രതിബദ്ധത ഇദ്ദേഹത്തിൻറെ കഥകളിൽ കാണാം. സമൂഹത്തിന് നേരെ പിടിച്ച ദർപ്പണങ്ങളാണ് മിക്കവാറും എല്ലാ കഥകളും. കഥകൾ അങ്ങിനെ സാമൂഹ്യ ഉല്പന്നങ്ങളായി കാലം മുഖം നോക്കുന്ന കണ്ണാടിയാകുന്നു. പല സുഹൃത്തുക്കളും വായനയിൽ പറയുന്ന അഭിപ്രായങ്ങൾ ഈ കഥാകൃത്ത് ശ്രദ്ധിക്കാറുണ്ട്. ശരിയെന്ന് തോന്നുന്നവ സ്വീകരിക്കാറുണ്ട്, അതൊന്നും മറച്ചുവെയ്ക്കാറുമില്ല. ആ എളിമയുടെയും തുറന്ന മനസ്സിന്റെയും ഗുണഭോക്താക്കൾ വായനക്കാരാണ്. കഥയിലെ വസ്തുതാപരമായ തെറ്റുകൾ പോലും തിരുത്താൻ തയ്യാറാകാത്ത പലരെയും നമുക്കറിയാമല്ലോ. അതുപോലെ തന്നെ ഏതെങ്കിലും കഥയ്ക്ക് മറ്റൊരാളുടെ കഥയുമായി സാമ്യം വന്നാൽ അത് ചവറ്റുകുട്ടയിൽ കളയാൻ മടിയില്ല, തർക്കത്തിന് നിന്ന് സമയം കളയില്ല.

എഴുത്തുകാരൻ സമൂഹത്തിൽ നിന്നും സൃഷ്ടികളിൽ നിന്നും മറഞ്ഞിരിക്കണമെന്ന ജെയിംസ് ജോയ്സിന്റെ നിർദ്ദേശത്തെ ഇദ്ദേഹം പൂർണ്ണമായി തള്ളിക്കളയുന്നു. സമൂഹത്തിലും തന്റെ കഥകളിയും ഇദ്ദേഹം തെളിഞ്ഞു നിൽക്കുന്നു. കൈകടത്തൽ കൊണ്ടല്ല, മറിച്ച് ആ കഥകൾ തന്റെ ഉള്ളിന്റെ, വ്യക്തിത്വത്തിന്റെ, മനസ്സിന്റെ നേർപകർപ്പാക്കിക്കൊണ്ട്. അങ്ങിനെ കഥപറയുക, കഥ വായിക്കേണ്ടതെങ്ങിനെയെന്ന് കഥയിൽ തന്നെ പറയുക.

വായനക്കാരുമായി കഥയിൽത്തന്നെ ആശയവിനിമയം നടത്തി അവരുടെ ശ്രദ്ധയും താത്പര്യവും നിലനിർത്തുക, തെളിവുകൾ നിരത്തി കഥയെ സത്യമെന്ന് തോന്നിപ്പിക്കുക, സ്വന്തം ജീവിതവീക്ഷണം മുന്നോട്ട് വെയ്ക്കുക എന്നിങ്ങനെ റൊളാണ്ട് ബർത്ത് മുന്നോട്ടു വെച്ച എല്ലാ നിയമങ്ങൾക്കും ഈ കഥകളെല്ലാം ഒന്നുപോലെ വഴങ്ങുന്നതായി കാണാം. ഷെനെയും മറ്റും പറയുന്ന ആഖ്യാനവ്യാകരണനിയമങ്ങളും തെറ്റിച്ചിട്ടില്ല. അതുകൊണ്ട് ക്രാഫ്റ്റിലെ പിഴവുകൾ ചൂണ്ടിക്കാട്ടാനില്ല. കൊക്കിലൊതുങ്ങുന്നതേ കൊത്തിയിട്ടുള്ളൂ.

എല്ലാ കഥകളും ഒരു ആയാസവുമില്ലാതെ ഒരൊഴുക്കിന് വായിച്ച് പോകാവുന്നവയാണ്. ഗഹനമായ ചിന്തയൊന്നും അവ നേരിട്ട് പങ്കുവെയ്ക്കുന്നില്ല. പക്ഷെ ഡോമിനിക്ക് ചൂണ്ടിക്കാട്ടുന്ന ജീവിത ചിത്രങ്ങൾ ഫ്രോസ്റ്റിന്റെ കവിതപോലെ അവയുടെ ലാളിത്യം കൊണ്ട് വായനക്കാരെ വഞ്ചിച്ചേക്കാം. തെളിഞ്ഞ ജലം അതിന്റെ ആഴം മറച്ചു വെയ്ക്കുന്നത് പോലെ ഈ കഥകൾ അവയുടെ സാകല്യരൂപത്തിൽ ഒരു ജീവിത വീക്ഷണം പങ്കുവെയ്ക്കുന്നു. ഫോസ്റ്റിന്റെ കവിത ആഹ്ളാദത്തിൽ തുടങ്ങി ജ്ഞാനത്തിൽ അവസാനിക്കുമ്പോൾ ഡൊമിനിക്കിന്റെ ഓരോ കഥയും ലളിതമായ കേട്ടുകേഴ്വികളായി തുടങ്ങി അങ്ങിനെ തന്നെ അവസാനിക്കുന്നു, ഇതൊക്കെ നമ്മൾ എവിടെയോ കേട്ടതോ കണ്ടതോ ആണെന്ന തോന്നൽ ഉണ്ടാക്കിക്കൊണ്ട്. പക്ഷേ വായനയ്ക്ക് ശേഷമാണ്

ഈ കഥകൾ നമ്മുടെ ഉള്ളിൽ വേരുറപ്പിച്ച് നമ്മുടെ ചിന്തകളെ വരിഞ്ഞു മുറുക്കാൻ സാധ്യതയുള്ളത്. ഒറ്റയൊറ്റയായല്ല അവയുടെ ആക്രമണം, ഒന്നിച്ചാണ്. കഥകളുടെ അസംസ്കൃത വസ്തു സമൂഹത്തിൽ നിന്നാണ് ഡോമിനിക്ക് കണ്ടെടുക്കുന്നതെങ്കിലും അവ ഹാസ്യത്തിൻറെയും മറ്റു രസങ്ങളുടെയും മേമ്പൊടി ചേർത്ത് വിളമ്പുമ്പോൾ വളരെ ആസ്വാദ്യകരമാവുന്നുണ്ട്.

നമുക്ക് കെട്ടും പറഞ്ഞും തഴക്കം വന്ന മലയാളമാണ് ഈ കഥകളിലെ ഭാഷ എന്നത് വായനാസുഖം വർധിപ്പിക്കുന്നു. ഒട്ടുമേ കാല്പനികത ഇല്ലാതെ റിയലിസത്തിൽത്തന്നെ എഴുതപ്പെട്ട ഈ കഥകളിൽ നല്ല ശില്പഭദ്രതയും കാണാനുണ്ട്. എഴുത്തുകാരൻ മാത്രമല്ല നമ്മളും ഈ കഥാപാത്രങ്ങളെ ജീവിതത്തിൽ കണ്ടു മുട്ടിയിട്ടുണ്ട്. ഇപ്പോൾ അവർ പൂർണരൂപത്തിൽ നമുക്ക് മുന്നിൽ വന്നിരിക്കുന്നു. നല്ല കലാകാരന് നാടില്ല എന്ന് പറയാറുണ്ട്. ഈ കഥകളിൽ അത് വ്യക്തമാണ്.

ലോകത്തിന്റെ വിവിധ ഭാഗങ്ങളിൽ ഏകദേശം ഒരേ കാലത്താണ് ഈ കഥകൾ സംഭവിക്കുന്നത്. പലതും ഒരു ഹ്രസ്വചിത്രത്തിന് സാധ്യ

തള്ളളവയുമാണ്.

എല്ലാ കഥകളും ചേർത്ത് വെച്ച് നോക്കുമ്പോൾ നാം ജീവിക്കുന്ന ആധുനിക ലോകത്തിന്റെ ഒരു മൊസൈക്ക് ആർട്ട് വർക്ക് ആണ് ഉണ്ടാകുന്നത്. ചാൾസ് ഡിക്കൻസിന്റെ ആദ്യകൃതിയായ സ്കെച്ചസ് ബൈ ബോസ് ഏകദേശം ഇങ്ങനെ തന്നെയായിരുന്നു. പിന്നീട് പിക്ക് വിക്ക് പേപ്പേഴ്സ് എന്ന കൃതിയിൽ തന്റെ ഹാസ്യബോധം വേണ്ടുവോളം കുത്തിനിറച്ച ശേഷമാണ് ലോകപ്രശസ്തി നേടിയ ദീർഘവും ഗൗരവതരവുമായ ആഖ്യാനങ്ങളിലേയ്ക്ക് അദ്ദേഹം കടന്നതും.

ബ്രിട്ടീഷുകാരുടെ മനസ്സിൽ കുട്ടികളോട് ഉണ്ടായിരുന്ന സമീപനം പാടെ വെട്ടിനിരത്തിയതും. ദീർഘമായ ആഖ്യാനങ്ങളിലേയ്ക്ക് ഡോമിനിക്കും പോകും എന്ന് പ്രതീക്ഷിക്കുന്നു. വിവിധ രാജ്യങ്ങൾ, സംസ്കാരങ്ങൾ, വ്യവഹാരങ്ങൾ എന്നിവ അടുത്തറിഞ്ഞ ശ്രീ ഡൊമിനിക്കിന് അത് അത്ര പ്രയാസം ഉണ്ടാകില്ല.

MDകുതിരപ്പുറം എന്ന തൂലികാ നാമം പേറുന്ന ശ്രീ ഡോമിനിക് ധാരാളം എഴുതാൻ ഉള്ളിൽ പേറുന്നുണ്ട്. അവയെ കുറിച്ച് ഒരു തമാശ പോലെ ചിരിച്ചു കളയുകയാണ് ജീവിതത്തിൽ ചെയ്യുന്നത്. പ്രിയ വായനക്കാർക്കായി അതിനെയൊക്കെ ഗൗരവമായി കണ്ട് ഒരു നീണ്ട കൃതി എന്ന ദൗത്യം ഏറ്റെടുക്കുമെന്ന് തന്നെ പ്രതീക്ഷിക്കുന്നു.

ഹലോ, ജ്യോതിസ് ആണോ ?

ഒരു സായംസന്ധ്യയിൽ വീട്ടിലിരുന്നു ജോസഫ് എബ്രഹാമിന്റെ 'അന്യായപ്പട്ടികവസ്തു' എന്ന പുസ്തകം വായിച്ചു കൊണ്ടിരുന്നപ്പോഴാണ് എന്റെ മൊബൈൽ ഫോൺ ശബ്ദിച്ചത്.

സ്ക്രീനിൽ തെളിഞ്ഞ നമ്പർ പരിചയം ഇല്ലാത്തത് കൊണ്ടാണ് ആദ്യം ഞാൻ ഫോൺ എടുക്കാഞ്ഞത്. ബെൽ കുറേ അടിച്ചിട്ട് അത് നിന്നു.

ആ ബെൽ എനിക്ക് ജീവിതത്തിൽ ഒരിക്കലും മറക്കാൻ പറ്റാത്ത വേദനയുടെ മണിമുഴക്കം ആകുമെന്ന് അപ്പോൾ ഞാൻ അറിഞ്ഞിരുന്നില്ല.

ഉടനെ അതേ നമ്പറിൽ നിന്നു തന്നെ പിന്നെയും വിളി വന്നപ്പോൾ ഞാൻ ഫോൺ അറ്റൻഡ് ചെയ്തു.

'ഹലോ. ഇത് ജ്യോതിസ് ആണോ.?'

'അതേ. ആരാണ് വിളിക്കുന്നത്. മനസ്സിലായില്ലല്ലോ...'

'ഞാൻ കുറച്ച് ദൂരേന്നാണ് വിളിക്കുന്നത്. എന്നെ മനസ്സിലായില്ലേ. ശബ്ദം കൊണ്ട് മനസ്സിലായില്ലെങ്കിൽ എന്റെ പേര് പറഞ്ഞാൽ മനസ്സിലാകും. ഞാൻ ജേക്കബ്.'

'ജേക്കബോ...ബെർമിങ്ഹാമിലെ ജേക്കബ് തോമസ് ആണോ?'

'അല്ല... അല്ല... അപ്പോൾ നമ്മളെ ഒക്കെ മറന്നുവല്ലേ....!'

ഇത്രയുമായപ്പോൾ എനിക്ക് ഉള്ളിൽ ദേഷ്യം വരാൻ തുടങ്ങി. ചില ആൾക്കാർ ഇങ്ങനെയാണ്. അപരന്റെ സമയത്തിന്റെ വില അറിയാതെ ഫോണിക്കൂടി സസ്പെൻസ് കളിച്ചുകൊണ്ടിരിക്കും.

ദേഷ്യം പുറത്തു കാണിക്കാതെ ഞാൻ പറഞ്ഞു. സോറി.... നിങ്ങൾ ആരാണെന്നു പറയൂ....എനിക്ക് പിടികിട്ടുന്നില്ല.

'പൊന്നളിയാ...ഞാൻ ജേക്കബ് മാഞ്ചോട്ടിൽ. നീ എന്നെ മറന്നല്ലേ!'

'അയ്യോടാ... മാഞ്ചോടാ നീയോ...? സോറി. നിന്റെ ശബ്ദം കേട്ടിട്ട് മനസ്സിലായില്ല. അഞ്ചെട്ടു കൊല്ലമായില്ലേടാ. നിന്റെ ഒരു വിവരോം ഇല്ലാരുന്നല്ലോ. ഇതൊരു യൂ. കെ. നമ്പറിൽ നിന്നാണല്ലോ വിളി. നീ ഇവിടു

ണ്ടോ...?'

'എടാ പുല്ലേ. ജ്യോതിസേ... നിനക്ക് മാത്രമേ യൂ. കെ. യിൽ വരാൻ പറ്റുള്ളുവെന്നാണോ നീ കരുതിയത്?'

'ഞാൻ ഇവിടെ കവൻട്രിയിലാണളിയാ...ഞാനും കുടുംബവും യൂ. കെ യിൽ എത്തിയെടാ. ഞാൻ വന്നിട്ട് ഒരുമാസം കഴിഞ്ഞെടാ. ഞാൻ ഇവിടെ ടാറ്റാ കൺസൾട്ടൻസിയ്ക്കു വേണ്ടി വർക്ക് ചെയ്യുകയാ.

കുറേ പാടുപെട്ടിട്ടാ നിന്റെ യുകെ നമ്പർ കിട്ടിയത്.'

'വാട്ട് എ സർപ്രൈസ്! മാഞ്ചോടാ...വളരെ സന്തോഷം. ഇവിടെ ഞാനും നളിനിയും രണ്ട് ആൺമക്കളും സുഖമായിട്ട് കഴിയുന്നു.'

'ജ്യോതിസേ.. നിങ്ങൾ ഒരു കാര്യം ചെയ്യ്. ഈ വീക്ക് എൻഡിൽ കവൻട്രിയിലോട്ടു വാ. എല്ലാരേം ഒന്ന് കാണാമല്ലോ. എത്ര കൊല്ലമായെടാ കണ്ടിട്ട്.'

'ഞാനും മീനയും വീട്ടിൽ ഉണ്ടാവും. ഈ ശനിയാഴ്ച രാവിലെ തന്നെ പോരേ. ഇവിടെ ഒരു ദിവസം കിടന്നിട്ടു പോകാം. ഞാൻ അഡ്രസ്സ് ടെക്സ്റ്റ് ചെയ്തേക്കാം.'

ചെറുപ്പത്തിൽ ഒന്നിച്ചു പഠിച്ചവരെ വർഷങ്ങൾക്കു ശേഷം കാണാനും കേൾക്കാനും കഴിയുന്നത് ഒരു പ്രത്യേക സന്തോഷമാണ്. അത് ഗതകാലത്തെ സുന്ദര സ്മരണകളെ ഉണർത്താനുതകുന്ന ടോണിക്ക് ആണല്ലോ.

'ശരി. നിന്റെ ഇഷ്ടം പോലെ. ഞങ്ങൾ ഉച്ചയ്ക്ക് മുൻപേ എത്തിയേക്കാം. ഞാൻ സമ്മതിച്ചു. 'ശരി.. ഓക്കെ... ബൈ.'

'ആരായിരുന്നു അച്ചായാ ഫോണിൽ....?' അടുത്ത മുറിയിൽ നിന്നും എന്റെ സംസാരം കേട്ട് ഇറങ്ങി വന്ന നളിനിയുടെ ചോദ്യം.

'എടീ, അത് എന്റെ ഒരു സുഹൃത്ത് ജേക്കബ് മാഞ്ചോടന്റെ സർപ്രൈസ് കാൾ ആയിരുന്നു. അവനും വൈഫും ഇപ്പോൾ യുകെയിൽ ജോലിയായി വന്നിട്ടുണ്ടെന്ന്. കോളേജിൽ നിന്ന് പിരിഞ്ഞതിനു ശേഷം ഞങ്ങൾ കണ്ടിട്ടില്ല. അവൻ നമ്മളെ ഈ ശനിയാഴ്ച അങ്ങോട്ട് ക്ഷണിച്ചിരിക്കുകയാണ്, ഒരു ദിവസം അവിടെ താമസിക്കാൻ.

നിനക്കും ഓഫ് അല്ലേ. കുട്ടികൾക്ക് ഒരു ഔട്ടിങ്ങും ആകും. അല്ലേ...'

'ശരി. പോയേക്കാം.' അവൾ സമ്മതിച്ചു.

ഞാനും ജേക്കബ് മാഞ്ചോടനും ഒരു കോളേജിൽ പഠിച്ചിരുന്നവരാണ്. ഡിഗ്രി കഴിഞ്ഞപ്പോൾ ഞാനും അവനും രണ്ടുവഴിക്ക് പിരിഞ്ഞു.

അവൻ ഒരു ജോലി നോക്കി ബോംബയിലുള്ള അവന്റെ അങ്കിളിന്റെ

അടുത്തേയ്ക്ക് പോകുന്നു എന്ന് പറഞ്ഞു പോയതാണ്. പിന്നെ കുറച്ച് നാളുകൊണ്ട് കമ്മ്യൂണിക്കേഷൻ മുറിഞ്ഞു.

ജീവിതം അങ്ങിനെയാണ്. കാലം പോകെ, നമ്മൾ അറിയാതെ പല ബന്ധങ്ങളും കൈമോശം വരും.

അവനെക്കുറിച്ച് പിന്നെ ഒരു വിവരവും ഉണ്ടായിരുന്നില്ല. ഇംഗ്ലണ്ടിൽ ജോലിയുള്ള നളിനിയുമായി വിവാഹം കഴിഞ്ഞ ഞാൻ കുടുംബമായി ഇംഗ്ലണ്ടിൽ താമസം തുടങ്ങിയിട്ട് നാലഞ്ച് കൊല്ലമായി.

വീക്ക് എൻഡുകളിൽ അധികവും, വീട്ടുകാര്യങ്ങൾ കഴിഞ്ഞാൽ വീട്ടിൽ ചില്ലിങ് ഔട്ട് ആണ് പതിവ്. ലോങ്ങ് ഡ്രൈവിനൊക്കെ ചിലപ്പോഴേ പോകൂ.

ഇതിപ്പോൾ കവന്റിക്ക് പോകാൻ ഉദ്ദേശം അറുപത് മൈൽ ഡ്രൈവ് ഉണ്ട്.

ഇംഗ്ലണ്ടിന്റെ മോട്ടോർവേകളിൽ ബ്ലോക്ക് ഉണ്ടായില്ലെങ്കിൽ യാത്ര സുഖകരമാണ്.

ഹൈവേയുടെ ഇരുവശവും പച്ചപ്പ് വിരിച്ച കൃഷിയിടങ്ങളും അതിൽ ഒറ്റപ്പെട്ടു കാണുന്ന ഫാം ഹൌസുകളും ഏക്കർ കണക്കിന് പരന്നു കിടക്കുന്ന പുൽപ്പരപ്പുകളിൽ അലസമായി മേയുന്ന ഗോക്കളെയും അജഗണങ്ങളെയും കണ്ട് എത്ര ദൂരം ഡ്രൈവ് ചെയ്താലും മടുപ്പ് തോന്നുകയില്ല. ആ പ്രകൃതിഭംഗി കണ്ടാൽ, വില്യം വേർഡ്സ് വർത്ത് എങ്ങിനെയാണ് കവി ആയതെന്ന് നമ്മൾക്ക് മനസ്സിലാകും.

തലേന്ന് തന്നെ ഞാൻ കുട്ടികളോട് പറഞ്ഞു, “Boys, tomorrow morning we are going for a long drive to Coventry to visit one of my old friends, okay?”

യാത്ര പോകുന്നു എന്ന് കേട്ടപ്പോൾ അവർക്കും സന്തോഷമായി.

പിറ്റേന്ന് രാവിലെ നളിനിയും ഞാനും കൂടി കുട്ടികളെ ഒരുക്കി. ഞങ്ങൾ ബ്രേക്ക് ഫാസ്റ്റും ഉണ്ടാക്കിക്കഴിച്ചു യാത്രയ്ക്ക് തയ്യാറായി.

നളിനി ഞങ്ങൾക്ക് ഒരു ദിവസത്തെ താമസത്തിനു വേണ്ട ഡ്രസ്സൊക്കെ ബാഗിലാക്കി. കുട്ടികൾ അവർക്ക് കളിക്കാൻ വേണ്ടി പ്ലെയ്സ്റ്റേഷൻ എടുക്കാനും മറന്നില്ല. ഞാൻ അത് എല്ലാം കാറിന്റെ ബൂട്ടിൽ വച്ചു.

വണ്ടി സ്റ്റാർട്ട് ചെയ്തു. ജേക്കബ് തന്ന അഡ്രസ്സ് പ്രകാരം വണ്ടിയുടെ നാവിഗേറ്റർ സെറ്റ് ചെയ്തു.

വസന്തകാലത്തെ വരവേൽക്കാൻ പ്രകൃതി ഒരുങ്ങുന്ന മാർച്ച് മാസമായിട്ടും രാവിലെ ഉണ്ടായ മൂടൽമഞ്ഞിൽ ഈറനണിഞ്ഞിരുന്ന കാറിന്റെ ഗ്ലാസുകൾ ഞാൻ തുടച്ചപ്പോഴേയ്ക്കും, നളിനിയും കുട്ടികളും വീട്

പൂട്ടി കാറിൽ കയറി ഇരുന്നു കഴിഞ്ഞു. ഞങ്ങളുടെ കാർ ലക്ഷ്യത്തിലേക്ക് നീങ്ങിത്തുടങ്ങി.

'How far is the drive, Dad?' മൂത്ത മോന്റെ വക ചോദ്യം.

'About sitxy five miles, Dany.' നളിനിയാണ് മറുപടി പറഞ്ഞത്.

'മോട്ടോർ വേയിൽ ആക്സിഡന്റ് ഒന്നുമില്ലെങ്കിൽ നമ്മൾ വേഗം എത്തും.' ഞാൻ നളിനിയോടായി പറഞ്ഞു.

ഞങ്ങളുടെ കാർ സ്ലിപ്പ് റോഡ് കഴിഞ്ഞു M25 മോട്ടോർ വേയിലേക്ക് കയറി. വാഹനങ്ങൾ പലനിരയായി മത്സരയോട്ടം പോലെ പായുകയാണ്. കാറിന്റെ പിൻസീറ്റിൽ ഇരുന്ന കുട്ടികൾ രണ്ടുപേരും മൊബൈൽ ഫോണിലെ ഗെയിമുകളിൽ മുഴുകി.

ഇന്നത്തെ കുട്ടികൾക്ക് മറ്റെന്താണുള്ളത്! എന്റെ ചെറുപ്പകാലത്തു ഇവരുടെ പ്രായത്തിൽ ഞാൻ കളിച്ചിരുന്നത് ഈർക്കിലും വെള്ളക്കയും ഓലപ്പന്തുമൊക്കെ കൊണ്ടാണ്. അല്ലെങ്കിൽ മരം കേറ്റം, തോട്ടിലെ വെള്ളത്തിൽ ചാട്ടം അങ്ങിനെ എന്തെല്ലാം ഞാനോർത്തു.

നളിനി ചെറിയ മയക്കത്തിലായി. നേരത്തേ എഴുന്നേറ്റതിന്റെ ക്ഷീണം കാണും. കുറേ മൈലുകൾ പിന്നിലാക്കി കാർ M25 ഹൈവേയിൽ നിന്നും ഇറങ്ങി M40 മോട്ടോർവേയിൽക്കൂടി പായുകയാണ്.

പച്ചപ്പ് പുതച്ച പുൽമേടുകളും മരക്കൂട്ടങ്ങളും പുറകോട്ട് ഓടിക്കൊണ്ടിരുന്നു.

അപ്പോഴാണ് കാറിന്റെ ബ്ലൂടൂത്തിലൂടെ ഫോൺ കാൾ വന്നത്.

മാഞ്ചോടനാണ്.

'ജ്യോതിസേ, നിങ്ങൾ എവിടെ വരെയായി?'

'അളിയാ..ഞങ്ങൾ വന്നുകൊണ്ടിരിക്കുകയാണ്. ഉദ്ദേശം അരമണിക്കൂർ കഴിഞ്ഞാൽ അവിടെ എത്തും.'

'ഞാൻ കോസ്കോ സൂപ്പർസ്റ്റോർ വരെ ഒന്ന് പോകുകയാണ്. നിങ്ങൾ വരുമ്പോഴേയ്ക്കും തിരികെ എത്തും. നല്ല ഡബിൾ മാൾട്ട് അവിടെയേ കിട്ടു. നമുക്കൊന്ന് മിനുങ്ങണ്ടേടാ ജ്യോതി.'

ശരി, ഓക്കേ. എന്ന് പറഞ്ഞു ഞാൻ ഫോൺ കട്ട് ചെയ്തു.

കോളേജിൽ പഠിക്കുന്ന കാലത്ത് പോക്കറ്റുമണിയ്ക്ക് വല്ലാത്ത വറുതി.

വല്ലപ്പോഴും ഒരു കുപ്പി ബിയർ വാങ്ങി അതുകൊണ്ട് ഞങ്ങൾ മൂന്നു പേര് തൃപ്തിയടഞ്ഞിരുന്നത് ഞാനോർത്തു.

'നമ്മൾ ഓക്സ്ഫഡ് കഴിഞ്ഞോ അച്ചായാ?' മയക്കം ഉണർന്ന നളിനി എന്റെ നേരെ തിരിഞ്ഞ് ചോദിച്ചു.

'നമ്മൾ അവടമൊക്കെ എപ്പോഴേ കഴിഞ്ഞു. ഇനി സ്ഥലത്തെത്താൻ അധിക ദൂരമില്ല.'

'നമുക്ക് തിരികെ വരുമ്പോൾ ഓക്സ്ഫഡിൽ നമ്മുടെ കുഞ്ഞുമോളുടെ അടുത്ത് ഒന്ന് കേറിയാലോ അച്ചായാ... അവളെ കണ്ടിട്ട് കുറേ നാളായല്ലോ.'

'തിരിച്ചു വരുന്ന വഴിയല്ലേ... നമുക്ക് നോക്കാം.'

എനിക്ക് അതിൽ എതിർപ്പ് പറയേണ്ട കാര്യമില്ലല്ലോ, ഞാനും അറിയുന്ന ഫാമിലി അല്ലേ.

'പിന്നൊരു കാര്യം. കൂട്ടുകാരൻ ഫോണിൽ പറയുന്നത് ഞാൻ കേട്ടു...നല്ല സാധനം മേടിക്കാൻ പോകുവാണെന്ന് രണ്ടാളും കൂടി കുടിച്ചു കൂത്താടാനുള്ള പരിപാടിയാണല്ലേ... നാളെ തിരിച്ച് വണ്ടിയോടിക്കാനുള്ളതാ, ഞാൻ പറഞ്ഞേക്കാം.'

'അതൊക്കെ എനിക്കറിയാമ്മേലേടി.' ഞാൻ ചിരിച്ചു തള്ളി.

'മാഞ്ചോടന് അല്ലേലും എന്നോട് വല്യ കടപ്പാടുണ്ട്. കോളേജ് കോമ്പൗണ്ടിലെ തെങ്ങിൽ നിന്ന് അവൻ കേറി കരിക്കിട്ടതിന് അവനെ രക്ഷിക്കാൻ ഞാൻ കുറ്റം ഏറ്റെടുത്തു പ്രിൻസിപ്പലിന്റെ ശിക്ഷ വാങ്ങിയത് വല്ലോം നെനക്കറിയാവോ..?'

'അപ്പോൾ രണ്ടാളും നല്ല ഒഴപ്പന്മാരായിരുന്നല്ലേ.... എല്ലാം മനസ്സിലായി.' നളിനയുടെ കമന്റ് വന്നു.

'എന്നാലും ഞങ്ങൾ രണ്ടാളും രക്ഷപെട്ടില്ലേടീ....' മുന്നിലെ സ്ലോ ട്രാഫിക് വാച്ച് ചെയ്തുകൊണ്ട് ഞാൻ പറഞ്ഞത് അവൾ മനസ്സാ ശരിവെച്ചെന്ന് തോന്നി.

യൂറോപ്പിൽ വല്ലപ്പോഴും കാണുന്ന സൂര്യപ്രകാശത്തിന് ശക്തി കൂടുതലാണ്. കണ്ണിലേയ്ക്കടിക്കുന്ന വെയിൽ തടുക്കാൻ ഞാൻ കാറിന്റെ സൺ ഷേഡ് താഴ്ത്തിക്കൊണ്ടിരുന്നപ്പോളാണ് നാവിഗേറ്ററിൽ നിന്നും സ്പെഷ്യൽ അന്നൗൺസ്മെന്റ് വന്നത്.

'Accident ahead. Watch out for diversion.'

'ഓ... ചടങ്ങായല്ലോ... ഇനി വണ്ടി പതുക്കേ പോകൂ. കൂടുതൽ വഴിയും ചുറ്റേണ്ടി വരും. എന്ത് ചെയ്യും. ഏതെങ്കിലും ഡ്രഗ് അഡിക്ട് വണ്ടി കൊണ്ട് കുത്തിയതായിരിക്കും. എനിക്ക് അങ്ങനെയാണ് തോന്നുന്നത്.'

'സാരമില്ല. അച്ചായാ.. ടെൻഷൻ അടിക്കേണ്ട...നമ്മൾക്ക് ഇനി അധികം ദൂരം ഇല്ലല്ലോ. കൂട്ടുകാരന് അറിയാമല്ലോ നമ്മൾ അങ്ങോട്ട് ചെന്നുകൊണ്ടിരിക്കുകയാണെന്ന്.' നളിനി എന്നെ സമാധാനിപ്പിച്ചു.

ചെറുറോഡുകളിൽക്കൂടി കുറേ മൈലുകൾ ചുറ്റിയടിച്ച് ഞങ്ങൾ പൊ

യ്ക്കൊണ്ടിരുന്നപ്പോൾ എന്റെ ഫോൺ വീണ്ടും ശബ്ദിച്ചു.

'ആരാ വിളിക്കുന്നത് അച്ചായാ....?'

Unknown number എന്നാണ് കാണിക്കുന്നത്.. ഫോൺ അറ്റൻഡ് ചെയ്യണോ..?

ഞാൻ സംശയിച്ചു.

കൂട്ടുകാരന്റെ ഭാര്യ എങ്ങാനും ആയിരിക്കുമോ

ഏതായാലും നോക്കട്ടെ. ഞാൻ തീരുമാനിച്ചു.

'Hello.Sir....Is this Jyothis..?'

'Yes... Jyothis speaking...may I know who is on the line?'

'Yah.. I am Inspector Martin from the high way police.'

'ദൈവമേ... കുഴഞ്ഞോ....!'

'Sorry Sir, Is it about any driving offence?'

'No.. No..This is about an accident. Unfortunately, the driver of the car died on the spot.

Checking through his phone, your number is the last one he dialled a few minutes ago.

We are trying to identify the dead. Jacob Manchottil. Do you know him.....?'

○

കൂത്താട്ടുകുളം വഴി വന്ന ജർമ്മൻകാരൻ

കുര്യച്ചൻ ആസ്ദ സൂപ്പർമാർക്കറ്റിലെ ജോലിയും കഴിഞ്ഞു വൈകുന്നേരം വീട്ടിൽ എത്തി. വീക്കെൻഡ് ആയതുകൊണ്ട് ജോലിയിൽ നല്ല തിരക്ക് ഉണ്ടായിരുന്നു.

അയാൾ ഡ്രസ്സ് മാറി അടുക്കളയിലേക്ക് വന്നപ്പോൾ ഭാര്യ മോളി സ്നേഹത്തോടെ ചായ എടുത്ത് കൊടുത്തു. എന്നിട്ട് അവർ ഇഡ്ഡലിപ്പാത്രത്തിൽ വച്ച് പുഴുങ്ങി എടുത്ത ചൂട് കൊഴുക്കട്ട രണ്ടെണ്ണം ഒരു സോസറിൽ വച്ച് അയാളുടെ മുൻപിലെ മേശയിൽ വച്ചുകൊണ്ട് പറഞ്ഞു.

'ചേട്ടാ.... നമുക്കൊരു പട്ടിയെ വേണം.'

'എന്ത്..... പട്ടിയോ....?'

ഭാര്യയുടെ ആവശ്യം കേട്ട് കുര്യച്ചൻ മനസ്സുകൊണ്ട് ഒന്ന് ഞെട്ടി. അയാൾ ചുണ്ടത്തിരുന്ന ചായക്കപ്പിൽ നിന്നും ഒരിറക്കു കുടിച്ചു. ഞെട്ടൽ പുറത്ത് കാണിക്കാതെ സോസറിൽ നിന്നും ഒരു കൊഴുക്കട്ട എടുത്തുകൊണ്ട് സംശയത്തോടെ അവളെ നോക്കി.

ഈശ്വരാ......ഇവളിത് എന്തിന്റെ പുറപ്പാടാ.....

'എന്റെ മോളീ... നാളിതുവരെ നീ പറയുന്നത് എന്തെങ്കിലും ഞാൻ കേൾക്കാതിരുന്നിട്ടുണ്ടോ?' കുര്യച്ചൻ ആത്മഗതം വെടിഞ്ഞുകൊണ്ട് ചോദിച്ചു.

'നമ്മളീ യൂ. കെ. യിൽ വന്ന് രണ്ടുകൊല്ലം കഴിഞ്ഞപ്പോൾ നീ പറഞ്ഞു നമുക്കും ഒരു ബെൻസ് കാർ മേടിക്കണോന്ന്. നമ്മുടെ വരുമാനത്തിനുമപ്പുറമായിരുന്നേലും നിന്റെ നിർബന്ധം കാരണം, പഴേതാണെങ്കിലും നമ്മളും മേടിച്ചില്ലേ ഒരു ബെൻസ്. കൊക്കിൽ ഒതുങ്ങുന്ന വല്ല ഫോർഡും മതി എന്ന് ഞാൻ പറഞ്ഞിട്ട് നീ അന്ന് സമ്മതിച്ചില്ലല്ലോ....

ബെൻസ് മേടിക്കാൻ പണത്തിനുള്ള വഴിയും നീ തന്നെ അല്ലേ പറഞ്ഞു തന്നത്, HSBC ബാങ്കിൽ നിന്ന് ലോൺ കിട്ടുമെന്ന് . അത് വിഷമിച്ചാണെങ്കിലും മാസാമാസം നമ്മൾ കുറേശ്ശേ തിരിച്ചു അടക്കുന്നുമു

ണ്ടല്ലോ? കൊറേ നാൾ കൂടി കഴിഞ്ഞപ്പോൾ മുറ്റത്ത് വലിയ ഗാർഡൻ ഉണ്ടാക്കണം എന്ന് നീ പറഞ്ഞു. യാതൊരു അത്യാവശ്യവുമില്ലാത്ത കാര്യമാണെങ്കിലും മന:സമാധാനം കിട്ടാൻ, എന്തിനാ, എത്രയാ എന്ന് ചോദിക്കാതെ, അതും ഞാൻ ചെയ്യിച്ചില്ലേ? പിന്നൊരിക്കൽ ആരെയോ തോൽപ്പിക്കാൻ, കിട്ടാവുന്നതിലും വലിയ സൈസ് ടീവി മേടിക്കണോ ന്നു നീ പറഞ്ഞില്ലേ.അതും ഞാൻ മേടിച്ചല്ലോ. പക്ഷെ, ഇതൊക്കെ മേ ടിക്കാൻ നീ പറയുമ്പോൾ അതിന് തക്ക കാരണം ഉണ്ടാരുന്നു. അതാ യത് നമ്മൾ അറിയുന്ന മറ്റ് മലയാളികൾ ആരെങ്കിലും അങ്ങനെ മേടി ക്കുന്നത് അറിയുമ്പോഴാണ് നമ്മൾക്കും അത് വേണം എന്ന് നീ പറയാ റ്.'

ചക്കരയും തേങ്ങയും ചേർത്ത ചൂട് കൊഴുക്കട്ട ഒരു കഷ്ണം പതു ക്കെ ചവച്ച് ആസ്വദിച്ചു കൊണ്ട് ഭാര്യയെ നോക്കി അയാൾ തുടർന്നു.

'അല്ല.... ഇപ്പോൾ നമുക്ക് ഒരു പട്ടിയെ വേണം എന്ന് തോന്നാൻ എ ന്തെങ്കിലും കാരണം?'

ഒരു കാര്യം വേണം എന്ന് പറഞ്ഞാൽ കൂടുതൽ ചോദ്യം ചെയ്യൽ മോളിക്ക് ഇഷ്ടമില്ല. എങ്കിലും അൽപ്പം ഈർഷ്യയോടെ അവൾ പറഞ്ഞു,

'അതേ... വോക്കിങ്ങിലെ മേരിയും തമ്പാനുമില്ലേ... അവര് നമ്മൾ വ ന്ന് രണ്ട് കൊല്ലം കഴിഞ്ഞ് യൂ. കെ. യിൽ വന്നവരാ.'

'അതേ... അതുകൊണ്ട്...?'

'അവരാണ്ടേ കഴിഞ്ഞ ആഴ്ച ഒരു പട്ടിയെ മേടിച്ചു, മുഴുത്ത ഒരെ ണ്ണം.

എന്നിട്ട് അവള് എന്റെ ഹോസ്പിറ്റൽ വാർഡിലെ ഇംഗ്ലീഷുകാര് സ്റ്റാ ഫിന്റെ മുൻപിൽ വച്ചു ഗമയില് പറയുവല്ലേ.....'We have a Dog' എന്ന്.

ഉടനെ എല്ലാരുംകൂടെ പറയുവാ... How sweet എന്ന്....അവൾ അങ്ങ നെ ആളാവണ്ടാ... നാട്ടില് ഞങ്ങളുടെ വീട്ടിലും പട്ടിയൊക്കെ ഉണ്ടായി രുന്നവരാ...അതുകൊണ്ട് നമുക്കും വേണം ഒരെണ്ണം.'

അപ്പോൾ അതാണ്, കുര്യച്ചന് കാര്യം മനസ്സിലായി.. ഹോസ്പിറ്റ ലിൽ കൂടെ ജോലി ചെയ്യുന്ന കൂത്താട്ടുകുളംകാരി മേരി. അവളാണ് കു ളം കലക്കിയത്.

ഇവളുമാരൊക്കെ പട്ടിയോ പന്നിയോ എന്തുവേണേലും മേടിക്കട്ടെ. എന്നാൽ ഒന്ന് മിണ്ടാതിരുന്നുകൂടെ...? മനുഷ്യന്റെ സ്വൈര്യം കളയാ തെ...

ഒന്നും മറുത്തു പറയാൻ വകുപ്പില്ല. പറയുന്ന കാര്യം നടത്തിക്കൊ ടുത്തില്ലെങ്കിൽ മോളി പിന്നെ കാളിയാകും. നിർബന്ധബുദ്ധിയാ... അത്

അയാൾക്കറിയാം. തന്റെ മനോവികാരം പുറത്തുകാണിക്കാതെ കുര്യച്ചൻ സമ്മതിച്ചു.

'ശരി മോളി... നാളെയാകട്ടെ. ലോക്കൽ പേപ്പറിൽ നോക്കി പട്ടിയെ വിൽക്കുന്നവരെ കണ്ടുപിടിക്കാം. എന്നിട്ട് അവരുടെ അടുത്തുപോയി ഒരെണ്ണത്തിനെ മേടിച്ചേക്കാം.'

പിറ്റേ ദിവസം രാവിലെ ചായകുടി കഴിഞ്ഞ് ലോക്കൽ പേപ്പർ നോക്കി കുര്യച്ചൻ ഒരു പട്ടി കച്ചവടക്കാരനെ കണ്ടുപിടിച്ചു.

'ഡേവിഡ് ഗ്രീൻ കെന്നെൽസ്.'

നല്ലയിനം പട്ടികളെ വിൽക്കാനുണ്ട്.

അഞ്ചാറ് മൈൽ ദൂരെയാണ്. അവിടെ ചെന്നാൽ ഒരു പട്ടിയെ കിട്ടും. എന്ത് വിലയാകുമോ എന്തോ. അല്ല മോളിക്ക് വില പ്രശ്നം അല്ലല്ലോ.

അവളുടെ പ്രസ്റ്റീജ് !. അതിന്റെ മുന്നിൽ പട്ടിയുടെ വില എത്ര ആണെങ്കിലും കൂടുതൽ ആവില്ലല്ലോ.

പ്രെസ്റ്റീജ് ഉള്ളവൾ പട്ടിയെ എങ്ങിനെ വേണ്ടെന്നുപറയും...?

രാവിലെ കണ്ണും തിരുമ്മി എഴുന്നേറ്റു വന്ന മോളി തലമുടീം വാരിക്കെട്ടിക്കൊണ്ട് കുര്യച്ചന്റെ അടുത്തേയ്ക്ക് വന്നു.

'പട്ടിയുടെ കാര്യം പേപ്പറിൽ നോക്കിയോ?' കുര്യയ്ച്ചനോടാണ്.

'ഞാൻ നോക്കികൊണ്ടിരിക്കുവാരുന്നു മോളി. ഒരു വിൽപ്പനക്കാരന്റെ പരസ്യം പേപ്പറിൽ കണ്ടു. ഡേവിഡ് ഗ്രീൻ കെന്നൽസ്. ഉടനെ പോകാം.' അയാൾ ഭവ്യത വിടാതെ പറഞ്ഞു.

'നല്ല മുഴുത്ത ഇനമായിക്കോട്ടെ. ഇതിലും മുഴുത്തത് വേറൊരു മലയാളീം മേടിച്ചു എന്ന് കേൾക്കാൻ ഇടവരുത്.' മോളി ഗൗരവം പൂണ്ടു.

'ശരി. ഉടനെ പോയേക്കാം.'

കുര്യച്ചൻ ഡ്രസ്സ് മാറി. ക്രെഡിറ്റ് കാർഡുമെടുത്ത് അയാളുടെ കാറിൽ കയറി പട്ടി കച്ചവടക്കാരൻ ഡേവിഡ് ഗ്രീനിന്റെ അഡ്രസ്സ് നാവിഗേറ്ററിൽ സെറ്റ് ചെയ്തു. വണ്ടി സ്റ്റാർട്ട് ചെയ്ത് പട്ടിയെ വാങ്ങാൻ പുറപ്പെട്ടു.

അൽപ്പം സംഗീതം കേട്ടേയ്ക്കാം എന്ന് വിചാരിച്ചു കാറിലെ CD ഓൺ ചെയ്തു.

'കനക സിംഹാസനത്തിൽ കയറിയിരിക്കുന്നവൻ ശുനകനോ വെറും ശുംഭനോ.'

ശ്ശേ.... CD യിൽ നിന്നും വന്ന പാട്ട് കേട്ടപ്പോൾ തന്നെ മനഃപൂർവം ആരോ കളിയാക്കുന്നതുപോലെ. അയാൾ പാട്ട് മാറ്റി നോക്കി അപ്പോൾ അതാ വരുന്നു.

'ചക്കിക്കൊത്തൊരു ചങ്കരൻ... ചക്കക്കൊത്തൊരു...'

വേണ്ട.. പാട്ട് ശരിയല്ല എന്ന് തോന്നിയതുകൊണ്ട് അയാൾ അത് ഓഫ് ചെയ്തു.

അഞ്ചോ ആറോ മൈൽ പോകാൻ പാട്ടില്ലേലും കുഴപ്പമില്ല. പോരാത്തതിന് മുക്കിനു മുക്കിനു നാവിഗേറ്ററിലെ പെണ്ണ് വണ്ടി പോകേണ്ട വഴി പറഞ്ഞുകൊണ്ടിരിക്കുകയുമല്ലേ!

പട്ടിയുടെ മോഹവില എന്തായിരിക്കുമോ, എന്തു നിറമൊക്കെ ആണ് ഉള്ളത്, എന്ത് വലിപ്പം കാണും, എന്തൊക്കെ ആയിരിക്കും തീറ്റി എന്നൊക്കെ ചിന്തിച്ചിരുന്നപ്പോളേക്കും വഴികാട്ടി പെണ്ണ് പറയുന്നു 'In 300 meters, turn left then you have reached your destination…30 Wicks way.'

അതാ മുന്നിൽ കാണുന്ന വീടുതന്നെ. ഡ്രൈവ് വേയിൽ വണ്ടി പാർക്ക് ചെയ്തിട്ട് അയാൾ ഇറങ്ങി ഡോർ ബെൽ അടിച്ചു.

ബെൽ കേട്ടിട്ടാവണം വീട്ടിനു അകത്തുനിന്നും പല തരം പട്ടികളുടെ ചെറുതും വലുതുമായ കുരകളുടെ സിംഫണികൾ മുഴങ്ങി.

ഒരു മിനിറ്റിനുള്ളിൽ, ഒരു കറുത്ത ആജാനുബാഹു താടിക്കാരൻ വാതിൽക്കൽ തലനീട്ടി.

അയാളെ കണ്ടിട്ട് കരീബിയൻ സിംഗർ ബോബ് മാർലിയുടെ അമ്മാവനെപ്പോലെ തോന്നി. അയാളുടെ തലയിൽനിന്നും തലമുടി കറുത്ത മുരിങ്ങക്കായ പോലെ നാലുപാടും നീണ്ടു തൂങ്ങിക്കിടക്കുന്നു.

'Yes brother......?'

മുഴങ്ങുന്ന ശബ്ദത്തിൽ അയാൾ കുര്യച്ചനോട് ചോദിച്ചു.

'I want to buy a dog'

'OK... What dog you want?.. There are many breeds with me...'

കുഴഞ്ഞല്ലോ... ചോദ്യം കേട്ട് കുര്യച്ചൻ ഒന്ന് പരുങ്ങി...ഏതു പട്ടിയെ വേണം എന്നൊക്കെ ചോദിച്ചാൽ...? ആകെ അറിയാവുന്ന പേര് അൽസേഷ്യൻ... ഏതു വേണമെന്ന് മോളി പറഞ്ഞിട്ടുമില്ല... എന്തിനെ എങ്കിലും മേടിച്ചോണ്ടു ചെന്നാൽ അതുമതി പൂരം.

കുര്യന്റെ പരുങ്ങൽ കണ്ട് ഡേവിഡ് പറഞ്ഞു, 'Do one thing. Come inside and see what I have. Then decide which breed you want.'

OK... എന്നു പറഞ്ഞു കുര്യൻ വീട്ടിലോട്ട് കയറി. ഒരു കമ്പി വേലിക്കപ്പുറം പലതരം പട്ടികൾ, പല നിറം പല വലിപ്പം. ചിലത് അപരിചിതനെ സംശയദൃഷ്ടിയോടെ നോക്കിയപ്പോൾ മറ്റു ചിലതു ഇഷ്ടപ്പെടാത്ത

മട്ടിൽ മുരണ്ടു. ചിലതിന്റെ ദയനീയമായ നോട്ടം കണ്ടാൽ' എന്നേ വാങ്ങൂ, എന്നേ വാങ്ങൂ'. എന്ന് യാചിക്കുന്നപോലെ തോന്നും. ചില പട്ടികളുടെ നോട്ടം കണ്ടാൽ 'തന്നെപ്പോലെ എത്ര പേരെ കണ്ടിരിക്കുന്നു.' എന്ന് പറയുന്നപോലെ.

ഏതു വേണം..... തിരിച്ചു പോയി മോളിയോട് ചോദിക്കുക തന്നെ...

OK.. David, I have to go back and ask my wife, then I will come back another day.

കുര്യൻ അവിടെ നിന്ന് തലയൂരി. നാണക്കേടായി. ഏതു ഇനം വേണം എന്നറിയാതെ പട്ടിയെ മേടിക്കാൻ ഇറങ്ങിയിരിക്കുന്നു. ആകെ അറിയാവുന്നതു നാടൻ പട്ടി. പിന്നെ അൽസേഷ്യൻ. ഇതിപ്പോൾ എത്ര ഇനമാ അവിടെ കണ്ടത്?

ഇംഗ്ലണ്ടിൽ ഇത്ര ഇനം പട്ടികളോ!

ഇനി ആവശ്യത്തിനു 'പട്ടി ശാസ്ത്രം' പഠിച്ചിട്ടേ ഇതിനു ഇറങ്ങൂ... ഇറങ്ങാവൂ. മനസ്സിലായി.

അതെങ്ങനാ... ഓർക്കാപ്പുറത്തു പട്ടിയെ വേണം എന്നൊക്കെ പറഞ്ഞാൽ...

കുര്യൻ തിരിച്ചു ചെന്ന് വീട്ടിൽ കയറി. മോളി പട്ടിയെ കൊണ്ടുവരുന്നത് നോക്കി ഇരിക്കുകയായിരുന്നു.

'അല്ല...പട്ടിയെ മേടിക്കാൻ പോയിട്ട് പട്ടി എന്തിയെ...?' അവൾ ചോദിച്ചു...

'ഒന്നും പറയേണ്ട... ഏതു ഇനം പട്ടിയെ വേണം എന്ന് അയാൾ ചോദിച്ചപ്പോൾ എന്റെ ഉത്തരം മുട്ടി. ഇനി ഗൂഗിളിളെങ്ങാനും നോക്കി പടം കണ്ട് ഏതിനെ വേണം എന്ന് നീ പറയ്... എന്നിട്ടേ ഇനി അങ്ങോട്ട് ഉള്ളു.'

അയാൾ പറ്റിയ അബദ്ധം മറച്ചുവച്ചില്ല.

നാട്ടിൽ വെറും നാടൻ പട്ടിയെ മാത്രം കണ്ടിട്ടും വളർത്തിയിട്ടുമുള്ള മോളിയും ഇങ്ങനെ ഒരു ഗുലുമാൽ ഉണ്ടാകും എന്ന് ചിന്തിച്ചിരുന്നില്ല.

'മോളീ... ഈ നാട്ടിൽ സായിപ്പിനെക്കാൾ കൂടുതൽ വെറൈറ്റി പട്ടികൾ ഉണ്ട്. അറിയാവോ..? അയാൾ എന്നെ കാണിച്ചു.'

കൂത്താട്ടുകുളം മേരിയുടെ പട്ടി ഏതിനമായിരിക്കും?... അവളോട് ചോദിക്കാൻ അഭിമാനം അനുവദിക്കുന്നുമില്ല. അതിലും മുന്തിയതിനെ മേടിക്കണമെങ്കിൽ അത് ഏതിനമാണെന്ന് അറിയുകയും വേണം.... എന്താണ് ചെയ്യുക?... ആലോചനയിൽ മുഴുകി മോളിയുടെ മന:ശാന്തി പോയി.

ഏതായാലും ലാപ്ടോപ് എടുത്ത് ഗൂഗിളിൽ ഒന്ന് പരാതി നോക്കാം,

ഇംഗ്ലണ്ടിൽ ഏതെല്ലാം പട്ടി വംശങ്ങൾ ഉണ്ടെന്ന്. അവൾ തീരുമാനിച്ചു.

'ഗൂഗിളാശാൻ' ഭൂമിയിലുള്ള സർവ്വ പട്ടികളുടെയും പേരുകളും സർവ്വേ നമ്പറും പടവും മോളിക്ക് കാണിച്ചു കൊടുത്തു.

ജർമ്മൻ ഷേപ്പേർഡ്, ബുൾ ഡോഗ്, പഗ്, പൂഡിൽ, ലാബ്രഡോർ, ഡാഷ്ഹണ്ട്.

അമ്മേ...ലിസ്റ്റ് അങ്ങനെ നീളുകയാണ്.

ഇതു മലയാളികളുടെ വീട്ടു പേരുകൾ പോലെയാണല്ലോ. എന്തെല്ലാം തരം പേരുകൾ..... മോളി അന്തം വിട്ടു.

'ചേട്ടാ.... ഇങ്ങോട്ടൊന്നു വന്നേ.' അവൾ കുര്യച്ചനെ വിളിച്ചു.

ടീവി കണ്ടുകൊണ്ടിരുന്ന അയാൾ അനുസരണയുള്ള പട്ടിയെപ്പോലെ മോളിയുടെ അടുത്തേയ്ക്ക് വന്നു.

'ദേ... ഇതു കണ്ടോ... ഏതെല്ലാം തരം പട്ടികളാണ്. ഇതുവല്ലോം നമ്മൾ അറിഞ്ഞോ... ഇതു നോക്കിക്കേ.... ജർമ്മൻ ഷേപ്പേർഡ്.നമുക്കിതുമതി. ഇവനാണ് തലയെടുപ്പ്... അല്ലേ...?'

കുര്യച്ചന് തല കുലുക്കി സമ്മതിക്കുന്ന ജോലിയേ ഉള്ളല്ലോ.

അയാൾ തല കുലുക്കി.

'ശരി. ഞാൻ നാളെത്തന്നെ ഡേവിഡ് ഗ്രീനിന്റെ അടുത്തുപോയി ജർമ്മൻ ഷെപ്പേർഡിനെ കൊണ്ടുവരാം.'

പിറ്റേ ദിവസം കുര്യച്ചന് ജോലി ഉച്ച കഴിഞ്ഞുള്ള ഷിഫ്റ്റ് ആയിരുന്നു. മോളിക്ക് രണ്ട് ദിവസം ഓഫ് ആണ്.

അയാൾ വണ്ടിയുമെടുത്തു ക്രെഡിറ്റ് കാർഡും പോക്കറ്റിലിട്ടു പോയി ഡേവിഡ് ഗ്രീനിന്റെ പട്ടികളിലൊന്നിനെ വാങ്ങി.

850 പൗണ്ട് ക്രെഡിറ്റ് കാർഡിൽ നിന്നും പോയപ്പോൾ അയാളുടെ മനസ്സിൽ എവിടെയോ ഒന്ന് നൊന്തു.

മോളിയുടെ സ്റ്റാറ്റസ്സിന്റെ വില.

ഇവിടുത്തെ മലയാളികളുടെ ഇടയിലെ സ്റ്റാറ്റസ് കോംമ്പറ്റീഷനിൽ എന്റെ ഭാര്യ, തോൽക്കാൻ പാടില്ലല്ലോ... എന്നാലും... ഇത്തിരി കടുപ്പമായിപ്പോയി.

പട്ടിയ്ക്ക് മൂന്ന് മാസം പ്രായമേയുള്ളു എന്നാണ് ഡേവിഡ് പറഞ്ഞത്.

എന്നിട്ടും ഇതിന് ഇപ്പോഴേ ഒരു സാധാരണ പട്ടിയുടെ വലിപ്പമുണ്ട്. പട്ടിയെ നോക്കാൻ അറിയാമോ എന്ന് ചോദിച്ചിട്ട് ഡേവിഡ് ഗ്രീൻ നിർദ്ദേശങ്ങൾ പറഞ്ഞുകൊണ്ടിരുന്നപ്പോൾ കുര്യച്ചൻ ഈ കാശിന് നാട്ടിലാണെങ്കിൽ ഒരു ചെറിയ പശുവിനെ കിട്ടിയേനെ എന്നായിരുന്നു ചിന്തിച്ചത്.

കുറേ സമയം പട്ടിയെ കുര്യച്ചന്റെ കൂടെ ഇണക്കിയിട്ടു ഡേവിഡ് പട്ടിയെ അയാൾക്ക് കൈമാറിയിട്ടു പറഞ്ഞു, 'നോ റിട്ടേൺ മേറ്റ്.'

മനസ്സിലായി തിരിച്ചു കൊണ്ടുചെന്നേക്കരുതെന്ന്.....

കൂത്താട്ടുകുളം മേരിയെ തോൽപ്പിച്ച മോളി ജനലിൽകൂടി കുര്യച്ചന്റെ വണ്ടി വരുന്നതും നോക്കി ഇരുന്നപ്പോൾ അതാ ജർമ്മൻ ഷെപ്പേർഡുമായി അവരുടെ 2005 മോഡൽ ഡീസൽ ബെൻസ് വളവു തിരിഞ്ഞു വന്ന് മുറ്റത്ത് നിന്നു.

കുര്യച്ചൻ പട്ടിയെ കാറിൽ നിന്നും ഇറക്കിക്കൊണ്ട് വന്നു. അവനെ സിറ്റിംഗ് റൂമിൽ കൊണ്ടുവന്ന് നിർത്തി.

പുതിയ ചുറ്റുപാട് കണ്ടിട്ട് അവനൊരു പരുങ്ങൽ... അവൻ ചെവിതാഴ്ത്തി ചുറ്റും ഒന്ന് മണപ്പിച്ചു നടന്നിട്ടു കുര്യച്ചന്റെ കാൽച്ചുവട്ടിൽ വന്ന് ചേർന്നിരുന്നു. തല ഉയർത്തി പുതിയ യജമാനത്തി മോളിയുടെ കണ്ണുകളിലേക്കു നോക്കിക്കൊണ്ടിരുന്നു.

ബ്ലാക്കും ബ്രൗണും കലർന്ന നിറം. തീഷ്ണമായ കണ്ണുകൾ. കറുത്ത മൂക്ക്. മുകളിലേക്ക് കൂർത്തു നിൽക്കുന്ന വലിയ ചെവികൾ. പൂട നിറഞ്ഞ നീണ്ട വാല്.

'ഇവൻ കൊള്ളാം ചേട്ടാ'. മോളി അഭിപ്രായപ്പെട്ടു.

'അടുത്ത ദിവസം എനിക്ക്, ഡ്യൂട്ടിക്ക് പോകുമ്പോൾ എല്ലാരേം കാണിക്കാൻ ഇവന്റെ നാല് പടം കൂടി പിടിച്ച് വയ്ക്കണം. മേരിയുടെ പട്ടി ഇത്രയ്ക്കൊന്നും കാണൂല. കാണാമല്ലോ ആരുടെ ഡോഗാണ് കേമനെന്ന്. ഓ, അവളുടെ ഒരു 'I have a Dog.' ഹും.

'നീ ഇവന് ഒരു പാത്രത്തിൽ കുറച്ച് മീൻചാറും ചോറും കൊട്. ഞാൻ ജോലിക്ക് പോട്ടെ.' എന്ന് പറഞ്ഞ് കുര്യച്ചൻ താമസിയാതെ ജോലിക്ക് പോയി.

മോളി കൊടുത്ത ചോറും മീൻചാറും അവൻ ഒന്ന് മണത്തു നോക്കിയതല്ലാതെ അവൻ കഴിച്ചില്ല. ഇങ്ങോട്ടു വന്നതല്ലേയുള്ളു. അവനു വിശക്കുന്നില്ലാരിക്കും, മോളി കരുതി.

അവൾ ഉച്ചഭക്ഷണം കഴിഞ്ഞ് ടീവി സീരിയൽ കാണാൻ മുകളിലെ ബെഡ് റൂമിലേക്ക് പോയി. അന്നേരം പട്ടി താഴത്തെ മുറിയിൽ ചുറ്റി നടന്നു മണപ്പിച്ചു സ്ഥലപരിചയം നടത്തുന്നുണ്ടായിരുന്നു.

അൽപ്പം കഴിഞ്ഞ് ടീവി കണ്ട് കിടന്നിരുന്ന മോളി താഴത്തെ നിലയിൽ നിന്നും പട്ടിയുടെ മുക്കലും മൂളലും കേട്ടു. അത് കുറച്ചു സമയം നീണ്ടു.

പക്ഷേ ആ ശബ്ദങ്ങൾക്ക് ടീവി സീരിയലിനെ തോൽപ്പിക്കാനായില്ല.

സ്ഥലം പരിചയമാകുമ്പോൾ മൂളൽ നിർത്തിക്കോളും, മോളി വിചാരിച്ചു.

ടീവി കണ്ട് ബെഡ്ഡിൽ കിടന്നു ഉറങ്ങിപ്പോയ മോളി ഉറക്കത്തിൽ നിന്നും ഞെട്ടിയെണീറ്റു. ആരാണ്ട് അവളുടെ കൂടെ ബെഡിൽ കിടന്ന് അനങ്ങുന്നു ... കുര്യച്ചൻ അവിടില്ലല്ലോ. ബെഡിൽ നിന്നും ചാടി ഇറങ്ങി, പുതപ്പു വലിച്ചു നോക്കുമ്പോൾ, ദാ... നമ്മുടെ 'ജർമ്മൻ ആട്ടിടയൻ' കൂടെക്കിടക്കുന്നു.

'ച്ചേ... പട്ടീ.' എന്ന് അവൾ അതിനെ ആട്ടിയിറക്കി.

കൂടെ കിടക്കാൻ വന്നിരിക്കുന്നു.

പട്ടി. ഇതൊന്നും ഇവിടെ നടക്കില്ല.

മോളിയുടെ ശകാരം ഏറ്റ പട്ടിയുടെ മുഖത്തു ആകെ ഒരു നാണക്കേട്

'ഇത് നല്ല കൂത്ത്, എന്ത് തെറ്റാ ഞാൻ ചെയ്തത്' എന്ന ദയനീയ ഭാവത്തോടെ അത് മോളിയുടെ മുഖത്തേയ്ക്ക് നോക്കി.

അവൾ അതിനെ താഴത്തെ സിറ്റിംഗ് റൂമിൽ കൊണ്ടുപോയി വിട്ടു. നേരത്തെ കൊടുത്ത ചോറും മീൻചാറും അതുപോലിരിപ്പുണ്ട്. തൊട്ടിട്ടില്ല. പട്ടി ആണെങ്കിലും അഹങ്കാരം കണ്ടില്ലേ!

പക്ഷേ, അവിടെ എന്തോ ഒരഴുക്ക് മണമടിക്കുന്നുണ്ടല്ലോ. എന്താണത്.?

അപ്പോഴാണ് അവൾ ഓർത്തത് നേരത്തെ വെട്ടിയ മീനിന്റെ വേയ്സ്റ്റ്, അടുക്കളയിൽ ബിന്നിൽ ഇരിക്കുന്നു. അതാരിക്കും നാറുന്നത് എന്ന് കരുതി അവൾ അടുക്കളയിൽ ചെല്ലുമ്പോൾ അവിടെ കിടക്കുന്നു പട്ടിക്കാഷ്ഠം.

കൂടെ സിറ്റിംഗ് റൂമിന്റെ മൂലയിൽ കുറേ മൂത്രവും..!!!

ഇതിനാണോ നേരത്തേ പണ്ടാരം കിടന്നു മൂളികൊണ്ടിരുന്നത്? ദൈവമേ... ഇവറ്റകൾക്ക് ഇങ്ങനെ ചില ചടങ്ങുകൾ ഉണ്ടല്ലോ!

പട്ടിയെ വേണം എന്ന് ഉറപ്പിച്ചപ്പോൾ ഈ വക പണിക്കൊന്നും നമ്മൾ കൂട്ടുനിൽക്കണം എന്ന് ഓർത്തില്ല. ഇവിടെ നാട്ടിലെപ്പോലെ അതിനെ തന്നെ പുറത്തോട്ടു ഇറക്കി വിടാനും പറ്റില്ലല്ലോ. നാശം.

സംഗതിയുടെ കിടപ്പ് ഓർത്തിട്ടു മോളിയുടെ ബി പി ഇരച്ചു കയറി.

വൈകുന്നേരം കുര്യച്ചൻ വന്ന് കേറിയപ്പോളേ അവൾ പറഞ്ഞു, 'പിന്നേ, ഒരത്യാവശ്യ കാര്യമുണ്ട് . ഉടനേ ഈ സാധനത്തിനെ കൊണ്ടുപോയി കൊടുത്തേരേ. ഇവിടെ നാട്ടിലെപ്പോലെ പട്ടിയെ വളർത്താൻ പറ്റില്ല.

ഇതിന്റെ പുറകേ നിൽക്കാൻ എന്നെക്കൊണ്ടെങ്ങും പറ്റില്ല. ഇവിടെ പട്ടീം വേണ്ട, പന്നിയും വേണ്ട. നാശം, സിറ്റിംഗ് റൂമും അടുക്കളേം മുഴുവനും മുള്ളിയും തൂറിയും വച്ചേക്കുന്നു.'

അരിശം കൊണ്ട് മോളിയുടെ മൂക്ക്, പഴുത്ത കാശ്മീരി മുളകുപോലെയായി.

എല്ലാം കണ്ടും കേട്ടും നിന്ന നമ്മുടെ കുര്യച്ചന്റെ നിയോഗം എന്താ?

ഒരക്ഷരം മിണ്ടാതെ, ഭാര്യ പറയുന്നത് അപ്പാടെ അനുസരിക്കുക. അത്ര തന്നെ.

○

The Great Indian Husbands

ദി ഗ്രേറ്റ് ഇന്ത്യൻ ഹസ്ബൻഡ്സ്

സ്കോട്ട്ലൻഡിലെ ഗ്ലാസ്ഗോയിലാണ് കുട്ടനാടുകാരി കുഞ്ഞു മോളും ഭർത്താവ് കണ്ണൂർക്കാരൻ എബ്രഹാമും താമസിക്കുന്നത്.

ശിശിരത്തിൽ മഞ്ഞണിയുന്ന മലനിരകളാലും എക്കാലവും പച്ചപ്പ് പുതച്ച താഴ്വരകളാലും പ്രകൃതി സുന്ദരമായ സ്കോട്ട്ലൻഡ് അതിമനോഹരമായ ഒരു ഭൂപ്രദേശമാണ്.

കുന്നും മലയും മഞ്ഞും കണ്ടു വളർന്ന കണ്ണൂർക്കാരന് സ്കോട്ട് ലൻഡ് ജീവിക്കാൻ പറ്റിയ സ്ഥലം ആണെങ്കിലും, തുരുത്തും കായലും, പായലും കണ്ടു വളർന്ന കുട്ടനാടുകാരിക്ക് ഈ സ്ഥലം അത്ര പിടിച്ചിട്ടില്ല.

അവരുടെ അയൽപക്കത്തെ വാടക വീട്ടിൽ രണ്ടാഴ്ച്ചയായി പുതിയ ആൾക്കാരാണ് താമസിക്കുന്നത്. ചെറുപ്പക്കാരായ ഒരു വെള്ളക്കാരനും അയാളുടെ സുന്ദരിയായ ഭാര്യയും സ്വർണ്ണമുടിയുള്ള രണ്ട് കൊച്ചു പെൺകുട്ടികളും.

ഒരു സന്തുഷ്ട്ട കുടുംബം.

അങ്ങനെ, ഒരു ഭിത്തിയാൽ വേർതിരിച്ച രണ്ട് വീടുകളിൽ ഒരു ഭാഗത്ത് ഒരു ഇന്ത്യൻ കുടുംബവും മറുഭാഗത്തു ഒരു ബ്രിട്ടീഷ് കുടുംബവും ആമോദത്തോടെ കഴിയുകയാണ്.

ഈ രണ്ട് കുടുംബങ്ങളിലെയും ജീവിതാന്തരീക്ഷം രണ്ട് വ്യത്യസ്ത സംസ്കാരങ്ങളുടെ പ്രതിഫലനം ആയിരിക്കുമല്ലോ.

'അവറാച്ചാ... നമ്മുടെ അപ്രത്തെ വീട്ടിൽ പുതിയ താമസക്കാര് വന്നിട്ടുണ്ട്. കുറച്ച് ദിവസമായി. കണ്ടാരുന്നോ ? വെള്ളക്കാര്. ചെറുപ്പക്കാരാ. കണ്ടാൽ നല്ല ചേർച്ചയുള്ള കപ്പിൾസ്. രണ്ട് കൊച്ചു പെൺകുട്ടികളും ഉണ്ട്. രണ്ട് കൊച്ചു സുന്ദരികൾ.'

കുഞ്ഞുമോൾ ഇങ്ങനെ പറഞ്ഞപ്പോൾ അവറാച്ചൻ എന്ന് വിളിപ്പേരുള്ള എബ്രഹാം ഇത് കേട്ടിട്ട് 'ആരായാൽ നമുക്കെന്ത്' എന്ന മട്ടിൽ ഒ

ന്ന് മൂളുക മാത്രം ചെയ്തു.

'അല്ലേലും ഈ ആണുങ്ങൾ ഇങ്ങനെയാ. ഭാര്യ എന്തെങ്കിലും കാര്യമായിട്ട് പറഞ്ഞോണ്ട് ചെന്നാൽ ചിലപ്പോൾ ഒരു ഇന്ററെസ്റ്റും കാണിക്കുകയില്ല. ബോറൻമാർ.'

കുഞ്ഞുമോൾ ഗ്ലാസ്ഗോയിൽ ഒരു മൾട്ടിനാഷണൽ കമ്പനിയിൽ സോഫ്റ്റ്വെയർ എഞ്ചിനീയറായി ജോലി ചെയ്യുകയാണ്. എബ്രഹാമാകട്ടെ, നാഷണൽ ഹെൽത്ത് ഡിപ്പാർട്ട്മെന്റിൽ മെഡിക്കൽ റെക്കോർഡ്സിലും.

കുഞ്ഞുമോൾ എന്ന പേര് ഈ രാജ്യത്ത് അവൾക്കുണ്ടാക്കുന്ന തലവേദന ചെറുതല്ല. സായിപ്പിന്റെ നാക്കിനു വഴങ്ങാത്ത ഈ പേര് അവളുടെ കുട്ടനാട്ടിൽ കുഴപ്പമില്ല. ഇവിടെ സഹപ്രവർത്തകർ വെള്ളക്കാർ 'കുഞ്ചുമോൾ' എന്ന് വിളിക്കുമ്പോൾ കൂടുതൽ അടുപ്പം ഉള്ളവർ 'കുഞ്ചൂ' എന്ന് വിളിക്കും. എന്തു ചെയ്യും.

അവർക്ക് അങ്ങനെ വിളിക്കാനേ അറിയത്തുള്ളൂ.

രണ്ടായാലും ഈ വിളികേൾക്കുമ്പോൾ അവൾ തനിക്ക് പേരിട്ട കാർന്നോൻമാരെ പഴിക്കും.

'ഒരു പേരിൽ എന്തിരിക്കുന്നു' എന്ന് പണ്ടെങ്ങോ പറഞ്ഞവന്റെ തലക്കിട്ടു ഒന്ന് കൊടുക്കാൻ തോന്നും അവൾക്ക്.

അയൽപക്കത്തെ പുതിയ താമസക്കാർ അവളെ പരിചയപ്പെടുമ്പോൾ അവരും പേര് ചോദിക്കുമല്ലോ. കുഞ്ഞുമോൾ എന്ന് പറയുമ്പോൾ അവരും വിളിക്കാൻ തുടങ്ങും 'കുഞ്ചുമോൾ' എന്ന്.

വല്ലാത്ത ഊരാക്കുടുക്ക് തന്നെ.

ലോക്ഡൗൺ കാലത്ത് പ്രത്യേക എന്റർടൈൻമെന്റ് ഒന്നും ഇല്ലാതിരുന്നപ്പോഴാണ് ഒരു ദിവസം ജോലിയും കഴിഞ്ഞു വീട്ടിൽ വന്ന് കയറിയ കുഞ്ഞുമോൾ തന്റെ ജാക്കറ്റ് ഊരി കോട്ട് ഹാങ്ങറിൽ ഇട്ടുകൊണ്ട് കെട്ടിയോനെ വിളിച്ചത്.

'അവറാച്ചാ അറിഞ്ഞോ....?'

'എന്തോന്ന് അറിഞ്ഞോന്നാ. നീ ചോദിക്കുന്നത്. വാട്ട് ഈസ് ഇറ്റ്?'

'അതേ, ആമസോണിൽ പുതിയ മലയാളം പടം റീലീസ് വന്നിട്ടുണ്ടെന്ന് സൂസൻ മാത്യൂസ് പറഞ്ഞു. പടത്തിന്റെ പേര് 'The Great Indian Kitchen' എന്നാണത്രെ. നല്ല പടം ആണെന്നാ കേട്ടത്. നമുക്ക് ഇന്നത് ടീവിയില് കാണണം. കേട്ടോ.'

'എന്താ പടം, ഇന്ത്യൻ കിച്ചണോ.? അങ്ങനേം ഉണ്ടോ പടം ?'

ശരി. പുതിയ മലയാളം പടം തീയേറ്ററി ൽ പോയി കണ്ടിട്ട് നാള് ഒരു

പാടായില്ലേ. ശരി കണ്ടേക്കാം. അവറാച്ചൻ സമ്മതിച്ചു.

നേരം വൈകാറായി. പുറത്ത് ഇരുട്ടു പതുങ്ങിത്തുടങ്ങിയിരുന്നു. അവർ പടം കാണാൻ തുടങ്ങി. കുറച്ച് കഴിഞ്ഞപ്പോൾ അവരുടെ മുറ്റത്ത് ഒരു കാറിന്റെ ഹെഡ്‌ലൈറ്റ് മിന്നി മറഞ്ഞു. കുഞ്ഞുമോൾ എഴുന്നേറ്റ് വിൻഡോ കർട്ടനിടയിൽ കൂടി പുറത്തേയ്ക്ക് നോക്കിയിട്ട് പറഞ്ഞു, അതേ, അപ്പുറത്തെ വെള്ളക്കാരനും ഭാര്യയും കൂടി ജോലി കഴിഞ്ഞു വന്നതാ. നന്നായി, ഇങ്ങോട്ടാരും വരുന്നതല്ല.'

പടം ഓടിക്കൊണ്ടിരിക്കുകയാണ്. നായകൻ സുരാജ് വെഞ്ഞാറമൂടിനെ അറിയാം. നായികയെ നല്ല പരിചയം ഇല്ല. മലയാളനാട്ടിൽ സ്ത്രീകൾ അടുക്കളയിൽ നിന്നും കയറാൻ പറ്റാതെ അടിമ വേല ചെയ്തു കഷ്ടപ്പെടുന്നു എന്ന് സ്ഥാപിക്കുന്നതാണ് പ്രമേയം എന്ന് കണ്ടപ്പോൾ അവറാച്ചന് ഒരു ചമ്മൽ. കുറേയൊക്കെ സത്യമുണ്ടെങ്കിലും കുറച്ച് എക്സാജറേഷൻ കൂടി ഇല്ലേ എന്ന് അയാൾക്ക് സംശയം.

അതേ സമയം ഇതുപോലെയുള്ള നാട്ടിൽ നിന്നും രക്ഷപെട്ടല്ലോ എന്ന ആശ്വാസമാണ് കുഞ്ഞുമോളുടെ മുഖത്ത്. അവൾ അത് മറച്ചുവച്ചുമില്ല.

'നോക്ക്, നമ്മുടെ നാട്ടിൽ ആണുങ്ങൾ പെണ്ണുങ്ങളെ എത്രയാ കഷ്ടപ്പെടുത്തുന്നതെന്ന്! ഇന്ത്യൻ ആണുങ്ങളുടെ സ്വഭാവം കണ്ടില്ലേ.

അതിനൊക്കെ ഇംഗ്ലീഷുകാർ ആണുങ്ങൾ. അവർ അടുക്കളയിൽ സഹായിക്കും, പിള്ളേരെ നോക്കും, തുണിയലക്കും. എന്തൊരു നല്ല ആൾക്കാരാ. കണ്ട് പഠിക്കണം.' അവൾ പറഞ്ഞു.

'ഈ പടത്തിൽ കാണിക്കുന്നത് എല്ലാം ശരിയൊന്നുമല്ല, കുറച്ചൊക്കെ ഉള്ളതാ.' എന്ന് പറഞ്ഞ് അവറാച്ചൻ തടിതപ്പാൻ നോക്കി.

അന്നേരമാണ് പടത്തിനിടയിൽ, സുരാജ് തന്നെ അഭിനയിച്ച അപ്പെക്സ് അൾട്ടിമ പെയിന്റിന്റെ പരസ്യം വന്നത്.

'നോ പായൽ.. നോ വിള്ളൽ. 'F" for.....? ഫൈബർ.

Secret of my house is... ഫൈബർ.'

പെട്ടെന്നാണ് വീടിന് പുറത്തു നിന്നും ഒരു ബഹളം കേട്ടു തുടങ്ങിയത്. അതുകേട്ട അവർ പടം പോസ്സ് ചെയ്തിട്ട് ജനൽ കർട്ടൻ ഒരു സൈഡിൽ നിന്നും പതുക്കെ മാറ്റി പുറത്തേയ്ക്ക് നോക്കി.

അപ്പുറത്തെ വീട്ടിലെ വെള്ളക്കാരനും ഭാര്യയും തമ്മിൽ എന്തോ ഉടക്കാണ്. രണ്ടാളും മുറ്റത്തുണ്ട് . നല്ല ഇംഗ്ലീഷിൽ രണ്ടാളും വാക് പയറ്റ് നടത്തുകയാണ്.

കൂട്ടത്തിൽ അവർ തമ്മിൽ ഇംഗ്ലീഷുകാർ ധാരാളം ഉപയോഗിക്കു

ന്ന 'F' ൽ തുടങ്ങുന്ന ഒരു വാക്ക് ഇടക്കിടെ പറയുന്നുണ്ട്. എന്നാൽ ആ വാക്ക് പെയിന്റിന്റെ പരസ്യത്തിൽ സുരാജ് പറയുന്ന 'F' ഫോർ... ഫൈബർ അല്ല. അതിലൊക്കെ മുന്തിയ മറ്റൊരെണ്ണമാണ്. അതിവിടെ എങ്ങനെ എഴുതും ?

'യൂ........ **** ഇങ് ബിച്ച്.

യൂ......****ഇങ് ബാസ്......... ഡ്...

'ഛീ... ഇവർക്ക് നാണമില്ലേ... ഇങ്ങനെ പുറത്തു കിടന്ന് ഉറക്കെ ചീത്ത വിളിച്ചോണ്ട് വഴക്കുകൂടാൻ. ആ വീട്ടിലെ കൊച്ചുപെൺകുട്ടികൾ പേടിച്ചുകാണുമല്ലോ.

അയൽപക്കക്കാർ കേൾക്കും എന്നൊരു വിചാരം പോലും ഇല്ലേ ഇവറ്റകൾക്ക്?'

കുഞ്ഞുമോൾ ഒട്ടും ഇഷ്ടപ്പെടാതെ, ജനലിന് അടുത്തു നിന്ന് വന്ന്, ടീവിയ്ക്ക് അഭിമുഖമായി സോഫയിൽ ചെന്നിരുന്നു.

സായിപ്പന്മാരോട് ഉണ്ടായിരുന്ന മതിപ്പിൽ അൽപ്പം ഇളവ് പ്രഖ്യാപിച്ച ഭാര്യയോട് 'നമുക്ക് ബാക്കി പടം കാണാം' എന്ന് പറഞ്ഞ് അവറാച്ചൻ റിമോട്ട് കയ്യിൽ എടുത്ത് പ്ലേബട്ടൻ പ്രസ്സ് ചെയ്തു. പടം ക്ലൈമാക്സിലേയ്ക്ക് അടുക്കുകയാണ്. ഭർത്താവിന്റെയും അമ്മായിയച്ഛന്റെയും പെരുമാറ്റത്തിൽ മനം നൊന്ത് നായിക ഒരു പൊട്ടിത്തെറിയുടെ വക്കിലാണെന്ന് തോന്നുന്നു.

കുഞ്ഞുമോൾക്ക് പിന്നെ പടത്തിൽ ഒട്ടും ശ്രദ്ധിക്കാൻ പറ്റുന്നില്ല. ഭർത്താവ് അവറാച്ചന് വെള്ളക്കാരെപ്പോലെ പുറമേ അളവറ്റ സ്നേഹപ്രകടനങ്ങൾ ഇല്ല, വീട്ടു ജോലിയിൽ വലിയ സഹായവുമില്ല, എന്നാലും ഇതുപോലെ വഴക്കുണ്ടാക്കിയിട്ടില്ല, തന്നെ തെറി വിളിച്ചിട്ടുമില്ല. ഉള്ളിൽ നല്ല സ്നേഹം ഉള്ളവനാണ്, വീട് നോക്കുന്നവൻ ആണ്, അവൾ ഓർത്തു.

The Great Indian kichen എന്ന പടം ഓടിത്തീർന്നു. അയൽ പക്കത്തെ അടിയുടെ ശേഷം അവർക്ക് രണ്ടാൾക്കും പടം ശരിക്ക് ആസ്വദിക്കാൻ കഴിഞ്ഞതുമില്ല. അയൽപക്കത്തെ ക്ലാഷിന്റെ ക്ലൈമാക്സ് എന്തായോ എന്ന്അറിയത്തുമില്ല.

പിറ്റേ ദിവസം വീട്ട് മുറ്റത്തു ചെടിക്കു വെള്ളം ഒഴിച്ചുകൊണ്ടിരുന്ന കുഞ്ഞുമോളുടെ അടുത്തേയ്ക്ക് അയൽപക്കത്തെ വെള്ളക്കാരി ഒരു പുഞ്ചിരിയോടെ വന്ന് ഹായ് എന്ന് പറഞ്ഞു.

I am Shirley and you are...?

'I m Kunjumol. Nice meeting you.'

ഇന്നലത്തെ ബഹളത്തെക്കുറിച്ച് ഷേർളി കുഞ്ഞുമോളോട് സോറി പറഞ്ഞു.

എന്തു ചെയ്യും, അവളുടെ ഭർത്താവ് ഡേവിഡ് സ്കോച്ച് അടിച്ചിട്ട് വന്ന് എന്നും വഴക്കാണത്രെ. ഇന്നലെയാണ് അത് മുറ്റത്തേയ്ക്ക് വളർന്നത്. നാട്ടുകാരുടെ ചെവിയിൽ വരെ എത്തിയത്. ഷേർളി അവളുടെ കഥകൾ കുഞ്ഞുമോളോട് ഒരു സഹോദരിയോടെന്നപോലെ പറഞ്ഞു തുടങ്ങി.

അവൾക്ക് മുപ്പത്തഞ്ചു വയസ്സായി. ഇത് രണ്ടാം വിവാഹമാണ്. ആദ്യത്തെ ഭർത്താവിനെ പരസ്ത്രീ സംഗമം കാരണം ഡിവോഴ്സ് ചെയ്തു. ആ വിവാഹത്തിൽ ഉണ്ടായതാണ് രണ്ട് പെൺകുട്ടികൾ.

ഡേവിഡിനെ കൂടെ കൂട്ടിയിട്ട് ഒരു വർഷം പോലും ആയില്ല.

അവന്റെ മദ്യപാനവും ദുർവ്യയവും കാരണം അവൾ മടുത്തിരിക്കുകയാണ്. നല്ല ജോലിയും ഇല്ല.

'ബോധം ഉണ്ടെങ്കിൽ നല്ലവനാണ്. അതുകൊണ്ട് എന്ത് കാര്യം?'

അവൾ ചോദിച്ചു. ജീവിതം മടുത്തു എന്ന് പറഞ്ഞ അവൾ വീണ്ടും ചോദിയ്ക്കുകയാണ്, 'കുഞ്ഞു മോൾ....നിങ്ങളുടെ വിവാഹം കഴിഞ്ഞിട്ട് എത്രകാലമായി?'

'ഇപ്പോൾ ആറുവർഷം.. ഹസ്ബൻഡിന്റെ പേര് എബ്രഹാം.' അവൾ സന്തോഷത്തോടെ മൊഴിഞ്ഞു.

'ഇത് എത്രാമത്തെ വിവാഹമാണ് കുഞ്ഞുമോൾ?'

ഫസ്റ്റ് വൺ എന്ന് കേട്ടപ്പോൾ ഷേർളിയുടെ കണ്ണുകൾ അത്ഭുതം കൊണ്ട് വിടർന്നു.

'ഫസ്റ്റ് വൺ? കാൻഡ് ബിലീവ് ഇറ്റ്. സീ, കുഞ്ഞുമോൾ, ഞങ്ങളുടെ വ്യവസ്ഥിതി കണ്ടില്ലേ? ഒന്ന് പറഞ്ഞു രണ്ടാമത് ഡിവോഴ്സ് ആണ്. വിട്ടുവീഴ്ചയില്ല, അൽപ്പം പോലും. അതുകൊണ്ട് എന്ത് നേടി? ഈ രാജ്യത്തു നടക്കുന്ന വിവാഹങ്ങളിൽ നാൽപ്പത് ശതമാനത്തിൽ കൂടുതൽ ഡിവോഴ്സിൽ കലാശിക്കുന്നു. പിന്നെ അപ്പൻ ഒരു വഴി, അമ്മ മറ്റൊരു വഴി, മക്കൾ വേറൊരു വഴി. ഫലം? പകുതിയും തകർന്ന സൊസൈറ്റി.

കുഞ്ഞുമോൾ, നിങ്ങളുടെ ഇടയിൽ ഡിവോഴ്സ് കുറവാണ്, അല്ലേ? ഫാമിലി ലൈഫ് ഗുഡ്. നിങ്ങളുടെ ഭാഗ്യം. ഗ്രേറ്റ് ഇന്ത്യൻ ഹസ്ബൻഡ്സ്.'

കേട്ടില്ലേ, ഗ്രേറ്റ് ഇന്ത്യൻ ഹസ്ബൻഡ്സ് ആണത്രേ!

തലേ ദിവസം കണ്ട മലയാളം പടം കുഞ്ഞുമോളുടെ മനസ്സിലേക്ക്

വന്നു. ഷേർളിയോട് എന്തു മറുപടി പറയണം എന്നറിയാതെ 'കുഞ്ഞുമോൾ' എന്ന മലയാളി പെൺകൊടി കണ്ണുമിഴിച്ചു നിന്നു.

അന്നേരം അവിടെ തെളിഞ്ഞ ഇളവെയിലിൽ അങ്ങകലെ കണ്ട പുൽമേടിന് നല്ല ഹരിതാഭ തോന്നി.

പിങ്ക്ബോൾ

'ഇതുവരെ വിശേഷമൊന്നുമായില്ലേ?' എന്നാണ് നാട്ടുകാരുടെ ചോദ്യം.

നാട്ടുകാർ എങ്ങനെ ചോദിക്കാതിരിക്കും?

സുധീഷിന്റെയും ശ്രീലതയുടെയും കല്യാണം കഴിഞ്ഞിട്ട് പത്തുകൊല്ലം ആയില്ലേ... നടത്താത്ത വഴിപാടുകളില്ല. ചെയ്യാത്ത ചികിത്സയുമില്ല. ഒടുവിൽ പ്രാർത്ഥനയാണോ ചികിത്സയാണോ ഫലിച്ചത് എന്നറിയില്ല, അവരുടെ സ്വപ്നസാഫല്ല്യമായി. അവർക്കൊരു മകൻ പിറന്നു. അങ്ങനെ നാട്ടുകാരുടെ വിഷമത്തിന് പരിഹാരവുമായി.

ശ്രീലത ഇപ്പോൾ നിലത്തെങ്ങുമല്ല.

അവൾക്ക് താലോലിക്കാൻ ഒരു പുത്രനെ കിട്ടിയിരിക്കുന്നു. മകന് അവർ അച്ഛൻ സുധീഷിന്റെ പേരിനോട് ചേരുന്ന രീതിയിൽ സതീഷ് എന്ന് പേരിട്ടു.

പക്ഷെ, ഒരു സന്തതിയെ കിട്ടിയാൽ മാത്രം പോരല്ലോ, സന്തതിയ്ക്ക് കുറവുകൾ ഒന്നും ഇല്ലാതെ കിട്ടുകയും വേണമല്ലോ.

അതായിരിക്കും അവരുടെ അടുത്ത പ്രശ്നം എന്ന് ആ മാതാപിതാക്കൾ അപ്പോൾ അറിഞ്ഞതുമില്ല. ഈ സന്തോഷത്തിന് ആയുസ്സ് എത്ര നാൾ ?

സുധീഷ് ടൗണിൽ സ്വന്തം ബിസ്സിനെസ്സ് ചെയ്യുകയാണ്. ഒരു ലേഡീസ് ആൻഡ് ചിൽഡ്രൻസ് സ്റ്റോർ. കടയുടെ മുൻപിൽ നിരനിരയായി തൂക്കിയിരിക്കുന്ന കളിക്കോപ്പുകൾ, വീട്ടുപകരണങ്ങൾ ഒക്കെ കാണുമ്പോൾ ആർക്കാണെങ്കിലും സുധീഷിന്റെ കടയിൽ ഒന്ന് കയറാൻ തോന്നും.

സ്ത്രീകളോ കുട്ടികളോ ആ കടയിൽ എന്തെങ്കിലും ഒരു സാധനം വാങ്ങാൻ ചെന്നാൽ അറിയാതെ മറ്റെന്തെങ്കിലും കൂടി വാങ്ങിച്ചുപോകും.

അത്രയധികം വൈവിധ്യമുള്ള സാധനങ്ങളാണ് സുധീഷ് കടയിൽ വിൽക്കാൻ വച്ചിരിക്കുന്നത്. ആൾക്കാരോട് ഇടപെടാനും അയാൾ മിടുക്കനാണ്.

ശ്രീലത കാര്യങ്ങൾ നോക്കിയും കണ്ടും ചെയ്യാൻ കഴിവുള്ള ഭാര്യയാണ്. മകൻ സതീഷ്മോന്റെ വരവോടെ അവളുടെ മുഴുവൻ കണ്ണും അവനിലാണ്. ആ കുഞ്ഞിനെ എത്ര നാൾ കാത്തിട്ടാണ് അവർക്ക് കയ്യിൽ കിട്ടിയത്?

ഒരു കുഞ്ഞിന് വേണ്ടിയുള്ള നീണ്ട കാത്തിരിപ്പ് അതിന്റെ നീറ്റൽ അനുഭവിച്ചിട്ടുള്ളവർക്കേ അറിയൂ.

സന്താനലബ്ധിക്കായി മണ്ണാറശാലയിൽ ഉരുളി കമഴ്ത്താൻ പോയത് കൊണ്ടാണ് കുഞ്ഞുണ്ടായതെന്നാണ് ദൈവവിശ്വാസിയായ ശ്രീലത ഉറച്ച് വിശ്വസിക്കുന്നത്.

മകൻ ജനിച്ചതിനു ശേഷം സുധീഷിന്റെ ബിസിനസ്സിനും പുരോഗമനം ഉണ്ട്. അയാൾ തന്റെ കടയോട് ചേർന്നുള്ള അടുത്ത മുറി കൂടി വാടകയ്ക്ക് എടുത്ത് അതിൽ ചിൽഡ്രൻസ് ടോയ്സ്, സൈക്കിൾസ് എന്നിവ കൂടി കച്ചവടം തുടങ്ങി. കടയിൽ സഹായത്തിന് ഒരു ജോലിക്കാരനെക്കൂടി നിയമിക്കുകയും ചെയ്തു. അപ്പോൾ കച്ചവടം ഒന്നുകൂടി ഉഷാറായി. ആർക്കു വേണ്ടി ഇതൊക്കെ എന്നൊരു അശുഭചിന്തയുടെ കാലം കഴിഞ്ഞു.

ഇപ്പോൾ സുധീഷിന് മനസ്സുഖവും ലക്ഷ്യബോധവുമുണ്ട്.

'എല്ലാം നമ്മുടെ മോന്റെ രാശിയാണ്.' ശ്രീലത ഭർത്താവ് സുധീഷിനോട് പറയും.

എങ്കിലും ഓമനപ്പുത്രൻ സതീഷിനു ചില പരിമിതികൾ ഉണ്ടെന്ന് അവർ മനസ്സിലാക്കിയത് കുറച്ച് വൈകിയാണ്.

സതീഷിനു കളിക്കാൻ ടോയ്സിന് ഒരു കുറവുമില്ല. അച്ഛൻ സുധീഷ് ഇടയ്ക്കിടെ കടയിൽ നിന്നും ടോയ്, കാറ്, തോക്ക്, ബോളുകൾ, കളറിങ്ങ് ബുക്ക് ഇങ്ങനെ എന്തെങ്കിലുമൊക്കെ കൊണ്ടുവന്ന് മകന് കളിക്കാൻ കൊടുക്കും.

എന്തെല്ലാം കളിപ്പാട്ടങ്ങൾ ഉണ്ടായിട്ടും സതീഷ് ഇഷ്ടം കാണിച്ചതാകട്ടെ ഒരു സാധനത്തിനോട് മാത്രം.

ഒരു പിങ്ക് ബോൾ.

ഒരു കുഞ്ഞ് പ്ലാസ്റ്റിക് ബാറ്റിന്റെ കൂടെ കിട്ടിയ ഒരു പിങ്ക്ബോൾ ആണത്. ആ ബോൾ കിട്ടിയതിൽ പിന്നെ അവൻ കയ്യിൽ നിന്ന് അത് താഴെ വയ്ക്കില്ല. മറ്റൊരു സാധനവും അവന് വേണ്ട.

കുറേ നാളുകൊണ്ടാണ് ആ കുട്ടിയുടെ ശ്രദ്ധ പിങ്ക് ബോളിൽ മാത്രമാണെന്ന് ആ മാതാപിതാക്കൾ ശ്രദ്ധിച്ചത്. മറ്റ് ടോയ്സ് ഒന്നും അവൻ തൊടുന്നതേയില്ലല്ലോ.

അതെന്താണ് അങ്ങനെ ?

ഒരു വിചിത്ര സ്വഭാവം.

സാരമില്ല, കുട്ടിയല്ലേ. അൽപ്പം കൂടി വലുതാകുമ്പോൾ സ്വഭാവം മാറിക്കൊള്ളുമെന്നാണവർ കരുതിയത്.

സതീഷിനു എട്ടൊൻപത് മാസം പ്രായമായപ്പോൾ ശ്രീലത സുധീഷിനോട് പറഞ്ഞു, 'ചേട്ടാ, നമുക്ക് മോനെ ഗുരുവായൂർ കൊണ്ടു പോയി ചോറൂണ് നടത്തണം. ഭഗവൽ പ്രസാദം ഉണ്ടായാലേ അവൻ മിടുക്കനാകൂ. അവൻ 'അമ്മേ' എന്നുപോലും വിളിക്കുന്നില്ലല്ലോ. ഈ പ്രായമുള്ള കുഞ്ഞുങ്ങൾ 'അമ്മേ..' എന്നെങ്കിലും പറയൂലെ? ഇനി ഇവന് സംസാരിക്കാൻ പറ്റാത്തതാണോ? ഏതായാലും അവന്റെ എല്ലാ കുറവുകളും നമുക്ക് ഭഗവൽ സന്നിധിയിൽ സമർപ്പിക്കാം. ആറ്റു നോറ്റിരുന്ന നമുക്ക് കുഞ്ഞിനെ തന്ന ഗുരുവായൂരപ്പൻ തന്നെ അവനെ കടാക്ഷിക്കാതിരിക്കില്ല.'

സുധീഷിന് യാതൊരു എതിർ അഭിപ്രായവും ഉണ്ടായിരുന്നില്ല.

ഈശ്വര കടാക്ഷം ഉണ്ടെങ്കിൽ എന്താണ് നേരെ ആകാത്തത്!

സുധീഷ് കടയിലെ കാര്യങ്ങൾ ഒരു ദിവസത്തേയ്ക്ക് ജോലിക്കാരനെ പറഞ്ഞേൽപ്പിച്ചിട്ട് ശ്രീലതയേയും മകനെയും കൂട്ടി രാവിലെ തന്നെ ഗുരുവായൂർക്ക് പുറപ്പെട്ടു.

ഗുരുവായൂർ നടയിൽ മകന്റെ ചോറൂണിന് വേണ്ട ഏർപ്പാടുകളെല്ലാം നേരത്തെ ഇടപാട് ചെയ്തിരുന്നതുകൊണ്ട് ചടങ്ങുകളെല്ലാം ഭംഗിയായി നടന്നു. അതിന് ശേഷം അവർ മൂവരും കൂടി ഗുരുവായൂരപ്പനെ തൊഴുതു പ്രാർഥിച്ചു. കാണിക്കവഞ്ചിയിൽ മോനെക്കൊണ്ട് കാണിക്കയുമിടുവിച്ചു.

അവർ അമ്പലത്തിൽ നിന്നിറങ്ങി റോഡ് സൈഡിൽ കൂടി അവരുടെ കാർ കിടക്കുന്നിടത്തോട്ടു നടന്നു. വഴിയരികിലെ ബേക്കറിയിൽ നിന്ന് വരുന്ന ബേക്കറി പലഹാരങ്ങളുടെ കൊതിപ്പിക്കുന്ന മണം. അതിനടുത്ത് ചെറിയൊരു റെഡിമെയ്ഡ് തുണിക്കട, പിന്നെയൊരു മൊബൈൽ ഷോപ്പ് , അതിനോട് ചേർന്നൊരു ജ്യൂസ് കട, അതുകഴിഞ്ഞാൽ കാണുന്നത് കണ്ണൻ ഒപ്റ്റിക്കൽസ്. എല്ലാം ആൾക്കാർക്ക് ഉപകാരമുള്ള കച്ചവടങ്ങൾ തന്നെ.

സതീഷിനെ എടുത്തുകൊണ്ട് സുധീഷ് മുൻപേ നടന്നപ്പോൾ ശ്രീലത അവരുടെ പുറകേ നടന്നു. സതീഷിന്റെ ചോറൂണ് കഴിഞ്ഞ് ഗുരുവായൂരപ്പനെ തൊഴുതപ്പോൾ അവളുടെ മനസ്സ് തെളിഞ്ഞ ആകാശം പോലെ പ്രസന്നമായി. അവൾ വലിയ ശുഭപ്രതീക്ഷയിലാണ്. തിരുനടയിൽ

ചോറൂണ് നടത്തി മോനെ മിടുക്കനാക്കണേ എന്ന് ഭാഗവാനോട് പ്രാർ ഥിച്ചല്ലോ.

ഇനിയെല്ലാം ഭഗവാൻ നോക്കിക്കൊള്ളും.

സമയം ഉച്ച കഴിഞ്ഞ നേരമാണെങ്കിലും വഴിയോരത്തെ കടകളിൽ നല്ല തിരക്ക് കാണുന്നുണ്ട്. റോഡിലാകട്ടെ വാഹനങ്ങളും മനുഷ്യരും തിരക്ക് പിടിച്ച് എങ്ങോട്ടൊക്കെയോ പായുകയാണ്.

സുധീഷിന്റെ കയ്യിൽ അയാളുടെ ഇടതു നെഞ്ചോട് ചേർന്ന് അച്ഛന്റെ തോളിനു മുകളിൽക്കൂടി പുറകോട്ടു നോക്കിക്കൊണ്ടിരിക്കുന്നു മകൻ എന്തോ കണ്ടിട്ട് അത് വേണം എന്ന് കൈചൂണ്ടി കാണിക്കാൻ തുടങ്ങി.

അവരുടെ പുറകേ നടക്കുന്ന അവന്റെ അമ്മ ശ്രീലതയാണ് അത് ശ്രദ്ധിച്ചത്.

'ചേട്ടാ, ഒന്ന് നിന്നേ. ദേ, മോൻ എന്തോ കൈചൂണ്ടിട്ടിയിട്ട് അത് വേണം എന്ന പോലെ എന്നെ നോക്കി മൂളുന്നു.'

ഇതു കേട്ട സുധീഷ് തിരിഞ്ഞു നിന്നു.   കുട്ടി എന്താണ് വേണമെന്ന് ചൂണ്ടി കാണിക്കുന്നത്? അവന്റെ കൈ നീളുന്നത് അടുത്തുള്ള ടോയ് ഷോപ്പിലേക്കാണല്ലോ .

'ശരി ശ്രീലതേ, നമുക്കാ കടയിൽ ഒന്ന് കേറി നോക്കാം... മോനെന്താ വേണ്ടതെന്ന്.'

കടയുടെ മുൻപിൽ തന്നെ പല തരം കളിപ്പാട്ടങ്ങൾ തൂക്കിയിട്ടുണ്ട്. പാവകൾ, കളിത്തോക്കുകൾ, ബോളുകൾ, ക്രിക്കറ്റ് ബാറ്റ്, കുഞ്ഞു കാറുകൾ, ട്രക്കുകൾ അങ്ങനെ കുട്ടികളുടെ ശ്രദ്ധ കിട്ടുന്ന ഐറ്റംസ് പലതും.

ഇതിൽ ഏതായിരിക്കും സതീഷിന്റെ മനം കവർന്നത്?

അവർ കടയിലേക്ക് കയറിയപ്പോൾ സതീഷ് മോൻ കൈചൂണ്ടുന്നത് ഒരു ബാസ്കറ്റിൽ തൂക്കിയിരിക്കുന്ന ചെറിയ പ്ലാസ്റ്റിക് ബോളുകളുടെ നേർക്കാണെന്ന് അവർക്കു മനസ്സിലായി.

'ചേട്ടാ ചെറിയ ബോൾ ആണല്ലോ. മൂന്നാലെണ്ണം മേടിച്ചോ.' ശ്രീലത ഭർത്താവിനോട് പറഞ്ഞു.

കടക്കാരൻ നാലു ബോളുകളെടുത്ത് ഒരു ബാഗിലിട്ട്, ശ്രീലതയെ ഏൽപ്പിച്ചു. എന്നിട്ട് അവർ ബില്ല് പേ ചെയ്യാനായി അവിടുന്ന് തിരിഞ്ഞപ്പോൾ, സതീഷ് ബോൾ ബാസ്കറ്റിലേയ്ക്ക് വീണ്ടും കൈ ചൂണ്ടിപ്പിടിച്ചു കൊണ്ട് ചിണുങ്ങാൻ തുടങ്ങി.

'മോനേ ബാഗിൽ നാല് ബോൾ തന്നല്ലോ. ഇതു മുഴുവൻ വേണോ?'

എന്ന് ചോദിച്ചു ചിരിച്ചുകൊണ്ട് കടക്കാരൻ ബാക്കി ബോൾ കിടന്ന ബാസ്കറ്റ് കൊളുത്തിൽ നിന്നും എടുത്ത് സതീഷിന്റെ അടുത്ത് കൊണ്ടുവന്ന് പിടിച്ചു.

അപ്പോൾ കുട്ടി ബാസ്കറ്റിൽ കൈയിട്ട് അതിൽ പല വർണ്ണത്തിൽ കിടന്ന ബോളുകളുടെ ഇടയിൽ നിന്നും ഒരു പിങ്ക് ബോൾ തെരഞ്ഞെടുത്ത് കയ്യിൽ മുറുകെ പിടിച്ചു. അപ്പോഴാണ് അവന്റെ മുഖം തെളിഞ്ഞത്.

പിങ്ക് ബോൾ !!

ശ്രീലതയും സുധീഷും പരസ്പരം കണ്ണിൽക്കണ്ണിൽ നോക്കി. കടക്കാരന് ഒന്നും മനസ്സിലായില്ല.

വീട്ടിൽ നിന്നും കൊണ്ടുവന്ന പിങ്ക് ബോൾ വളരെ നിർബന്ധിച്ച് മോന്റെ കയ്യിൽ നിന്നും വാങ്ങി കാറിൽ വച്ചിട്ടാണ് ചോറൂണിന് കൊണ്ടുപോയത്.

ഇതാ...അവന് വീണ്ടും വേണ്ടത് മറ്റൊരു കളറുള്ള ബോളുമല്ല, പിങ്ക് ബോൾ തന്നെ.

അവർ പിങ്ക് ബോളിന് കാശ് കൊടുത്തു കടയിൽ നിന്നും ഇറങ്ങി.

സുധീഷും ശ്രീലതയും കുറച്ചു നേരത്തേയ്ക്ക് ഒന്നും മിണ്ടിയില്ല, എന്നാൽ അവരുടെ മനസ്സിൽ ഒരേ ചിന്തയാണ് കറങ്ങിക്കൊണ്ടിരുന്നത്.

എന്താണീ കുട്ടിയ്ക്ക് ഈ പിങ്ക് ബോൾ അല്ലാതെ ഒന്നും വേണ്ടാത്തത് ?

എന്തെങ്കിലും മാനസിക വൈകല്യമായിരിക്കുമോ? വർഷങ്ങൾ കാത്തിരുന്ന് ഒരു കുഞ്ഞിനെ കിട്ടിയിട്ടും ഞങ്ങൾക്ക് സന്തോഷിക്കാൻ പറ്റുന്നില്ലല്ലോ, ഈശ്വരാ!

ഭഗവൽ സന്നിധിയിൽ നിന്നു ലഭിച്ച മനസ്സമാധാനം അവർക്ക് നഷ്ടപ്പെട്ടിരിക്കുന്നു. ചിന്താഭാരത്താൽ പരസ്പരം ഒന്നും ഉരിയാടാതെ അവർ അവരുടെ കാറിനെ ലക്ഷ്യം വച്ചു നടക്കുകയാണ്.

അപ്പോഴാണ് അവരുടെ മോൻ പെട്ടെന്ന് ചുമയ്ക്കാൻ തുടങ്ങിയത്. ചുമച്ചുകൊണ്ട് അവൻ സുധീഷിന്റെ തോളിൽ കിടന്ന് ഞെളിപിരി കൊള്ളാൻ തുടങ്ങി.

ഈ കുട്ടിയ്ക്ക് എന്താണ് പറ്റിയത്? അവന് ശ്വാസം വിടാൻ പറ്റാത്തത് പോലെ. തുറിച്ചു വന്ന ആ കൊച്ചു കണ്ണുകൾ മേലോട്ട് മറിയുന്നു. ശ്രീലത വാവിട്ടു കരയാൻ തുടങ്ങി. കുട്ടിയുടെ വിമ്മിഷ്ടം കണ്ട് സുധീഷിന് ശരീരം വിറയ്ക്കുന്നു.

ഒരുവിധം അയാൾ മനസ്സാന്നിധ്യം വീണ്ടെടുത്തു.

കുട്ടിയ്ക്ക് എന്തോ പറ്റിയിട്ടിട്ടുണ്ട്.

എന്താണെന്ന് മനസ്സിലാകുന്നില്ല.

അയാൾ ഉടനെ ആ വഴിയേ വന്ന ഒരു ഓട്ടോയ്ക്ക് കൈകാണിച്ചു. അവർ അതിൽക്കയറി അടുത്തുള്ള ദേവസ്വം മെഡിക്കൽ സെന്ററിലേയ്ക്ക് പാഞ്ഞു.

ശ്വാസം വിടാൻ പിടഞ്ഞു കൊണ്ടിരുന്ന സതീഷ് മോൻ ഇപ്പോൾ സുധീഷിന്റെ കയ്യിൽ അബോധാവസ്ഥയിൽ കിടക്കുകയാണ്.

'എന്ത് പറ്റിമോനെ? കണ്ണുതുറക്കൂ, കണ്ണാ!' ശ്രീലത കുട്ടിയുടെ നെഞ്ചിൽ തലോടിക്കൊണ്ട് വലിയ വായിൽ നിലവിളിക്കുകയാണ്.

ആ അമ്മയെ ആശ്വസിപ്പിക്കാൻ ആർക്കാണാവുക ?

ട്രാഫിക്കിന്റെ ഇടയിൽക്കൂടി ഓട്ടോക്കാരൻ പറ്റുന്നത്ര വേഗത്തിൽ ഓടിച്ചു ഹോസ്പിറ്റലിന്റെ casualtiy യിൽ എത്തി.

ഹോസ്പിറ്റൽ സ്റ്റാഫ് ഓടിവന്ന് കുട്ടിയെ സ്ട്രെച്ചറിൽ കയറ്റി വേഗം ട്രീറ്റ്മെന്റ് റൂമിലേയ്ക്ക് കൊണ്ട് പോയി.

ചങ്കു തകർന്ന് സുധീഷും അയാളുടെ തോളിൽ തല ചായ്ച്ചു കരഞ്ഞു കൊണ്ട് ശ്രീലതയും വെയ്റ്റിംഗ് റൂമിൽ ഇരുന്നു.

എന്തായിരിക്കും കുട്ടിയ്ക്ക് പറ്റിയത്?

പത്തിരുപത് നിമിഷങ്ങൾ ഇഴഞ്ഞു നീങ്ങി.

അവർ ഗുരുവായൂർ കണ്ണന്റെ തൃപ്പാദങ്ങളിൽ കരുണ യാചിച്ച്, അശ്രുപൂജ നടത്തിയ പത്തിരുപത് നിമിഷങ്ങൾ.

ഒരു ഡോക്ടർ ട്രീറ്റ്മെന്റ് റൂമിന്റെ വാതിൽക്കൽ വന്ന് സുധീഷിനെ വിളിച്ചു.

'സോറി കുട്ടിയെ ഞങ്ങൾക്ക് രക്ഷിക്കാനായില്ല. തൊണ്ടയിൽ നാണയം കുടുങ്ങിയതാണ്. ഇവിടെ വരുമ്പോഴേയ്ക്കും ജീവൻ പോയിരുന്നു.'

അത് കേട്ട് സുധീഷ് തല താഴ്ത്തി ജീവച്ഛവം പോലെ ഭിത്തിയിൽ ചാരി നിന്നു.

തല കറങ്ങി വീണ ശ്രീലതയെ ഉടനെ അവിടെ തന്നെ അഡ്മിറ്റ് ചെയ്യേണ്ടി വന്നു.

കുട്ടിയുടെ കയ്യിൽ നാണയം എങ്ങിനെ വന്നെന്ന് ആർക്കുമറിയില്ല.

ശ്രീലത സമനില വീണ്ടെടുത്തപ്പോൾ ചികിൽസിച്ച ഡോക്ടർ സുധീഷിനെ ബെഡ്ഡിന്റെ അടുത്ത് വിളിച്ചിട്ട് പറഞ്ഞു, 'ഈ വാർത്ത ഈ സാഹചര്യത്തിൽ നിങ്ങളോട് എങ്ങനെയാണ് പറയേണ്ടത് എന്നെനിക്കറിയത്തില്ല. She is carrying. Very early stage, take etxra care.'

ഈ വിവരം കേട്ടിട്ട് രണ്ടാൾക്കും അപ്പോൾ ചിരിക്കാനോ കരയാനോ കഴിയാത്ത അവസ്ഥ. ഈശ്വരാ എന്തൊരു പരീക്ഷണം.

ആ ദമ്പതികൾക്ക് എല്ലാം തികഞ്ഞ ഒരു കുഞ്ഞിനെത്തന്നെ കൊടുത്തിട്ടാകണം ഈശ്വരൻ കടിഞ്ഞൂൽ പുത്രൻ സതീഷിനെ തിരികെ വിളിച്ചത്.

പിങ്ക് ബോൾ മാത്രം ഇഷ്ടപ്പെട്ട് സുധീഷിന്റെയും ശ്രീലതയുടെയും ജീവിതത്തിൽ തിരനോട്ടം നടത്തി മൂകമായി കടന്നുപോകാൻ മാത്രം സതീഷ്മോൻ എന്തിനു വന്നു ?

ദൈവത്തിന്റെ ഓരോ തമാശകൾ.

○

ലീലാവിലാസം

'ഇലക്ഷൻ സമയമല്ലേ, സാറേ? ഇത് രാഷ്ട്രീയ കൊലപാതകം തന്നെ.'

താനൊന്നു മിണ്ടതിരിക്കെടോ പിള്ളേ.

ഇയാൾ എങ്ങനെ മരിച്ചു എന്ന് കണ്ടുപിടിക്കാനാണ് നമ്മൾ അന്വേഷണം തുടങ്ങിയത്. അതിനാണ് നമ്മൾ സംഭവം നടന്ന തോപ്പിൽ പറമ്പിൽ വന്നിരിക്കുന്നത്.

'അന്വേഷണം തുടങ്ങുമ്പോഴേയ്ക്കും, ഇലക്ഷനു മുൻപേ പ്രീ പോൾ സർവ്വേ റിസൾട്ട് പറയുന്നയത് പോലെ, താൻ ഒരു തീർപ്പ് കൽപ്പിക്കാൻ വരട്ടെ.'

കോൺസ്റ്റബിൾ രാഘവൻ പിള്ളയുടെ മുൻവിധി കേട്ടപ്പോൾ എസ്. ഐ. സന്തോഷിനു ദേഷ്യം വന്നു.

പുല്ലും കാടും വളർന്നു കിടക്കുന്ന, തോപ്പിൽ പറമ്പിലെ ഒറ്റയടിപ്പാത. അതിന്റെ ഓരത്തു നിന്ന വണ്ണമുള്ള ഈ വയസ്സൻ മരത്തിന്റെ ചുവട്ടിലാണ് മൃതദേഹം കിടന്നത് എന്നല്ലേ FIRൽ പറയുന്നത്.

മൃതദേഹത്തിന്റ കയ്യിൽ കെട്ടിയിരുന്ന വാച്ചും വിരലിലെ വിവാഹ മോതിരവും മോഷ്ടിക്കപ്പെട്ടിരുന്നില്ല.

അതുകൊണ്ട് തന്നെ കൊലപാതകോദ്ദേശം മോഷണം ആയിരുന്നില്ല എന്ന അനുമാനത്തിലാണ് പോലീസ്. കിട്ടിയ അടയാളങ്ങൾ വച്ചുള്ള അന്വേഷണത്തിലാണ് കൊല്ലപ്പെട്ട ആള് നാല് വീട് അപ്പുറത്തുള്ള ഒതളംമൂട്ടിൽ തോമസ് ആണെന്ന് പോലീസ് കണ്ടുപിടിച്ചത്.

പക്ഷെ ആരാണ് തോമസിന്റെ കൊലപാതകി?

എന്തിനു കൊന്നു?

'എടോ, കോൺസ്റ്റബിൾ തനിക്ക് ഈ ഉയർന്നു പന്തലിച്ചു നിൽക്കുന്ന വയസ്സന്മരത്തിന്റെ പേര് അറിയാമോ? ഇതിൽ കായുമുണ്ടല്ലോ.

ഇത് സാധാരണ കാണാത്ത ഏതോ മരമാണെന്ന് തോന്നുന്നല്ലോ?'

'ശരിയാ. സാറേ ഇതാണ് താന്നി മരം.'

'ഇത്തരം മരമൊന്നും ഇപ്പോൾ അങ്ങനെ കാണാനേയില്ല. മരങ്ങ ളെല്ലാം വെട്ടി വെളിപ്പിച്ചില്ലേ മനുഷ്യർ! അതുകൊണ്ട് കിട്ടിയ കാശിനു പോപ്പിക്കുട ചൂടി നടക്കുകയല്ലേ, വെയിൽ കൊള്ളാതിരിക്കാൻ,' കോൺ സ്റ്റബിൾ രാഘവൻപിള്ള കുണ്ഠിതപ്പെട്ടു.

മൃതദേഹം പോസ്റ്റ്മോർട്ടം നടത്തിയ ശേഷം ജില്ലാ ആശുപത്രിയു ടെ മോർച്ചറിയിലാണ് സൂക്ഷിച്ചിരിക്കുന്നത്. കഴുത്തിൽ ഉണ്ടായിരുന്ന മുറിവല്ല രക്തം വാർന്നാണ് മരണമെന്നാണ് പോസ്റ്റ്മോർട്ടം റിപ്പോർട്ടിൽ പറയുന്നത്.

'പിള്ളേ, ഈ താന്നിമരത്തിന്റെ ചുറ്റിലും നോക്കിയിട്ട് മൽപ്പിടുത്തം നടന്നതിന്റെ ലക്ഷണമൊന്നും കാണുന്നില്ല.'

'ശരിയാ, സന്തോഷ് സാറേ. എന്നാലിതുകണ്ടോ സാറേ. ഇവിടെ കു റേ പുല്ല് ഒടിഞ്ഞു കിടക്കുന്നു. മണ്ണും കുറച്ച് ഇളകിയിട്ടുണ്ട്.'

'ശരിയാ നിങ്ങൾ പറഞ്ഞത്. ആ ഭാഗത്തല്ലേ മൃതദേഹത്തിന്റെ കാ ലുകൾ പോലീസ് അന്നെടുത്ത ഫോട്ടോസിൽ കാണുന്നത്?' എസ്. ഐ സന്തോഷ്, രാഘവൻ പിള്ളയോട് യോജിച്ചു.

'ഇയാൾക്ക് വിരോധികൾ ആരെങ്കിലും ഉണ്ടായിരുന്നതായി ഇതുവ രെ അറിവായിട്ടില്ല. ഇയാൾ കേരളാ കോൺഗ്രസ് പ്രവർത്തകനായിരു ന്നെന്നാണ് വീട്ടുകാരും കൂട്ടുകാരും പറഞ്ഞത്.'

ഇലക്ഷൻ സംബന്ധിച്ചുള്ള ലോക്കൽ മീറ്റിംഗ് കഴിഞ്ഞു രാത്രി വീട്ടി ലേയ്ക്ക് മടങ്ങുമ്പോൾ അടുത്ത കവല വരെ മറ്റു രണ്ട് പാർട്ടി അനുഭാ വികൾ കൂടെ ഉണ്ടായിരുന്നെന്നും അവർ അവിടെ വച്ച് പിരിഞ്ഞതിനു ശേഷം ടിയാൻ തോമസ് ഒറ്റയ്ക്ക് ഈ പറമ്പിലൂടെ നടന്ന് മേൽപ്പടി താ ന്നി മരത്തിന്റെ മൂട്ടിൽ വരെ എത്തിയപ്പോൾ ആരോ അയാളെ കൊന്നു എന്നുമാണ് ഇതുവരെ ഉള്ള അനുമാനം.

പോലീസ് അടുത്തതായി ചോദ്യം ചെയ്യാൻ വിളിപ്പിച്ചത് കൊല്ലപ്പെട്ട തോമസിന്റെ കൂടെ അന്ന് രാത്രി അടുത്ത കവല വരെ കൂടെ ഉണ്ടായി രുന്ന ഉരപ്പുരയിൽ ഉതുപ്പിനെയും മലമൂട്ടിൽ മഹേഷിനെയും ആയിരുന്നു.

ഉതുപ്പ് എന്ന ചെറുപ്പക്കാരൻ PSC ടെസ്റ്റ് എഴുതിയെഴുതി ജോലി കിട്ടാതെ മടുത്തപ്പോൾ ഇപ്പോൾ ഒരു കോച്ചിംഗ് സെന്ററിൽ PSC ട്രെ യിനിങ് കോച്ച് ആയി ചെറിയൊരു ജോലിയിലാണ്. കൂട്ടത്തിൽ കുറച്ച് ഇടത് പാർട്ടി പ്രവർത്തനവും ഉണ്ട്.

എന്നിട്ടും പുറം വാതിലിൽകൂടി പോലും ഒരു സർക്കാർ ഓഫീസ് കസേരയിൽ കയറിയിരിക്കാൻ അയാൾക്ക് ഇതുവരെ യോഗം ഉണ്ടായി ല്ലല്ലോ.

മലമൂട്ടിൽ മഹേഷ് സ്ഥലത്തെ പ്രധാന റബ്ബർ വെട്ടുകാരനും ഇടത് ചിന്താഗതിക്കാരനുമാണ്. ഉടനെ പൊതു തിരഞ്ഞെടുപ്പ് വരുന്നതുകൊണ്ട് തമ്മിൽ കാണുമ്പോൾ ആളുകൾ ഒന്നു പറഞ്ഞു രണ്ടാമത് പറയുന്നത് രാഷ്ട്രീയമാണ്. രാഷ്ടീയം പറഞ്ഞു അവരും തോമസ്സും തമ്മിൽ വല്ല അടിപിടിയും ഉണ്ടായി അത് കൊലപാതകത്തിൽ കലാശിച്ചതാണോ?'

ചോദ്യം ചെയ്യപ്പെടാൻ ഓഫീസിലേക്ക് വിളിപ്പിക്കപ്പെട്ട മേൽപ്പടി ഉതുപ്പിനും മഹേഷിനും ഈ കൊലപാതകവുമായി എന്തെങ്കിലും ബന്ധം കാണുമോ?

അതോ, ഒരിക്കലും പ്രതീക്ഷിക്കാത്ത മറ്റാരെങ്കിലുമാണോ ഈ കൊല ചെയ്തത്?

'നിങ്ങൾ രണ്ടുപേരും കൊല്ലപ്പെട്ട ഒതളംമൂട്ടിൽ തോമസുമായി കൊല നടന്ന ദിവസം ഉതിമൂട് കവല വരെ നടന്നു പോകുന്നത് കണ്ട ദൃക്സാക്ഷികളുണ്ട്.

നിങ്ങൾ പാർട്ടി മീറ്റിംഗ് കഴിഞ്ഞ് വഴിയെ നടന്ന് വരുമ്പോൾ തോമസുമായി പ്രധാനമായുള്ള സംസാര വിഷയം എന്തായിരുന്നു? സത്യം പറഞ്ഞാൽ നമുക്ക് കാര്യങ്ങൾ മര്യാദക്ക് കൈകാര്യം ചെയ്യാം. അല്ലെങ്കിൽ.'

ഓഫീസിൽ വിളിപ്പിച്ച എസ്. ഐ. അർദ്ധോക്തിയിൽ പറഞ്ഞു നിർത്തിയതിന്റെ പൊരുൾ ഉതുപ്പിനും മഹേഷിനും മനസ്സിലായി.

പോലീസ് ചോദ്യം ചെയ്യുമ്പോൾ വിളച്ചിലെടുത്താൽ അവര് ഇടിച്ച് പരിപ്പിളക്കും.

'പോലീസ് ഞങ്ങൾക്ക് പുല്ലാണേ.' എന്ന് ജാഥാകളിൽ പങ്കെടുക്കുമ്പോൾ, മുഷ്ടി ചുരുട്ടി ആകാശത്തേയ്ക്ക് എറിഞ്ഞു ആവേശംപൂർവ്വം വിളിച്ചു പറഞ്ഞിട്ടുണ്ടെങ്കിലും അവരുടെ കസ്റ്റഡിയിലായിരിക്കുമ്പോൾ അങ്ങനെ പറഞ്ഞാൽ വിവരമറിയും.

'സാറേ, ഞങ്ങൾക്ക് ഒന്നും ഒളിക്കാനില്ല. തോമസിനെ ആരാണ് കൊലപ്പെടുത്തിയത് എന്ന് സത്യമായിട്ടും ഞങ്ങൾക്ക് അറിയത്തില്ല,' രണ്ടുപേരും ഒരേ സ്വരത്തിൽ പറഞ്ഞു.

'ശരി. നിങ്ങൾ മൂവരും ഒരുമിച്ച് നടന്നു പോയ വഴിയെ എന്തായിരുന്നു പ്രധാന സംസാരവിഷയം?'

'സാറെ, തോമസ് ഒരു കറകളഞ്ഞ കേരളാ കോൺഗ്രസ്കാരനായിരുന്നു. അദ്ദേഹം പാർട്ടി സീറ്റ് ചർച്ചകളിലും അതുകഴിഞ്ഞു വീട്ടിലേയ്ക്ക് നടന്നു പോകുന്ന വഴിയും. പാല ഞങ്ങൾക്ക് വേണം, പാല മറ്റാർ

ക്കും കൊടുക്കുന്ന പ്രശ്നമില്ല പാല ഞങ്ങളുടെ നേതാവിന്റെയാണ്, എന്നൊക്കെയാണ് പറഞ്ഞു കൊണ്ടിരുന്നത്. അതുകൊണ്ട് പാല വിട്ടു കൊടുക്കാൻ തയ്യാറില്ലാതിരുന്ന മറു പാർട്ടിക്കാർ വല്ലവരും ആണോ ഈ അരുംകൊല ചെയ്തത് എന്ന് ഞങ്ങൾക്ക് സംശയമുണ്ട് സാർ.'

'നിങ്ങളുടെ സംശയം അവിടിരിക്കട്ടെ. ഇപ്പോൾ പൊയ്ക്കോ. ഞാൻ വീണ്ടും വിളിക്കും, അന്നേരം വന്നോണം. ഇവിടം കൊണ്ട് തീർന്നു എന്ന് കരുതണ്ടാ.'

'വന്നോളാം, സാർ' എന്ന് പറഞ്ഞു പോലീസ് സ്റ്റേഷനിൽ നിന്നുമിറങ്ങുമ്പോൾ ഉതുപ്പിന്റെയും മഹേഷിന്റെയും മനസ്സ് അൽപ്പം പതറിയിരുന്നോ?

ഒതളമ്മൂട്ടിൽ തോമസ് കൊലക്കേസ് നടന്നിട്ടു ഒരാഴ്ച കഴിഞ്ഞിരിക്കുന്നു. അന്വേഷണത്തിൽ കാര്യമായ ഒരു പുരോഗതിയൊന്നുമായിട്ടില്ല. താമസിയാതെ പോലീസ് സ്റ്റേഷനിലേക്ക് മേലാളന്മാരുടെ ഫോൺ വിളി വന്നു തുടങ്ങും.

എന്ത് ഉത്തരം പറയും? രാഷ്ട്രീയ കൊലപാതകം ആണെന്ന് ഇപ്പോഴേ ജനസംസാരം ഉണ്ട്. എന്നുകരുതി പോലീസിന് ചാടിക്കേറി ആരെയെങ്കിലും പ്രതിയാക്കാൻ പറ്റുമോ? അതൊക്കെ പണ്ട്.

എസ്. ഐ. സുരേഷിന്റെ തല ചൂടാകുകയാണ്. തന്റെ കാര്യ ശേഷി തെളിയിക്കേണ്ട അവസരമാണിത്.

ഉതുപ്പിനെയും മഹേഷിനെയും വിളിച്ചു വീണ്ടും ചോദ്യ ചെയ്താലോ?

തോപ്പിൽ പറമ്പിൽ ഒരു കൃഷിയും ഇല്ലാതെ വെറുതെ കിടക്കുന്ന ഈ സ്ഥലത്തു വളർന്നു നിൽക്കുന്ന പുല്ലിനും, ചുവന്ന പൂചൂടി നിൽക്കുന്ന കാട്ടു പെരിങ്ങലങ്ങൾക്കും കൂവച്ചെടികൾക്കും ഇടയിൽക്കൂടി ആൾക്കാർ നടക്കുന്ന ഒറ്റയടിപ്പാത ഒരു തേരട്ടയെ പോലെ നീണ്ടു പുളഞ്ഞു കിടക്കുകയാണ്. പറമ്പിന്റെ ഉടമയുടെ അനുവാദമില്ലാതെ, അയൽപക്കത്തെ രണ്ടു മൂന്നു വീട്ടുകാർ കുറുക്കുവഴിയായി ഉപയോഗിക്കുന്ന ഒരു നടപ്പു വഴിയാണത്. അവിടെ താന്നി മരച്ചോട്ടിലാണല്ലോ മൃതദേഹം കിടന്നത്.

വലിയ താന്നി മരത്തിനു കൂട്ടായിട്ട് അവിടെ മൂന്ന് കൂറ്റൻ ആഞ്ഞിലികളും ഇരട്ടത്തടിയിൽ ഉയർന്നു പൊങ്ങിയ ഒരു വരിക്കപ്ലാവും തിങ്ങിയ ഇലച്ചാർത്തുള്ള രണ്ടുമൂന്നു കടുമരുതുമുണ്ട്. പിന്നെയും മുന്നോട്ട് പോയാൽ തേക്കിൻ തോട്ടമാണ്.

വൃക്ഷങ്ങളിൽ ഉണ്ടാകുന്ന പഴങ്ങളും കായ്കളും അവിടുത്തെ അ

ന്തേവാസികളായ കടവാവലുകളുടെ അന്നമാണ്.ആരോ വല്ലപ്പോഴും വന്ന് അന്വേഷിച്ചിട്ടു പോകുന്ന തോപ്പിൽ പറമ്പിന്റെ ഉടമസ്ഥർ വിദേശത്തെവിടെയോ ആണത്രേ.

ആ പറമ്പിൽ അടുത്ത കാലത്ത് അതിന്റെ അയൽപക്കക്കാർ അറിയാതെ ഒരു സുന്ദരിയായ താമസക്കാരി വന്നിട്ടുണ്ട്.

കുമരംകോട്ട് ലീല.

2019ലെ ഉരുൾപൊട്ടലിലാണ് അവളുടെ വാസസ്ഥലം കടപുഴകി ഒലിച്ചുപോയത്.

തോപ്പിൽ പറമ്പിൽ വാസം തുടങ്ങിയതിനു ശേഷം അവളുടെ മുൻപിൽ ആദ്യമായി ചെന്നു പെട്ടത് അലക്കിത്തേച്ച വെള്ള ഷർട്ടും വെള്ള മുണ്ടുമുടുത്ത ഒതളംമൂട്ടിൽ തോമസ് ആയിരുന്നു

'പാല ഞങ്ങൾക്ക് വേണം, പാല ആർക്കും വിട്ടുകൊടുക്കില്ല, പാല ഞങ്ങളുടെ നേതാവിന്റെയാ.' എന്നുള്ള കേരളാ കോൺഗ്രസ്കാരൻ തോമസിന്റെ തുടരെയുള്ള പ്രസ്താവനകൾ കേട്ടിട്ടാണ് അയാളെ അവൾ നോട്ടമിട്ടത് .

അതിന് അവൾ ഏതു പാർട്ടിയുടെ വനിതാ വക്താവാണോ ആവോ ?

വർഷങ്ങളായി തോപ്പിൽ പറമ്പിൽ ആരും ശ്രദ്ധിക്കാതെ നിന്നിരുന്ന പാല. മലയിലെ ഉരുൾപൊട്ടലിന് ശേഷം കുമരൻകോട്ട് ലീല പലടേത്ത് അലഞ്ഞു നടന്ന് അവസാനം കണ്ടു പിടിച്ച പാല. അതിന് മറ്റാരെങ്കിലും അവകാശം പറയുന്നതു കേട്ടാൽ അവൾ വിടുമോ ?

O

പാറപ്പുറത്തെ വിത്ത്

മുന്നോട്ടുള്ള ജീവിതത്തേക്കുറിച്ച് ഇന്ന് വ്യക്തമായ പ്ലാനുകൾ ഉള്ള ആളാണ് സാംകുട്ടി. അവ ഒന്നൊന്നായി പൂർത്തീകരിച്ചുകൊണ്ടിരിക്കണം. അതിനുള്ള തത്രപ്പാടിലാണയാൾ.

പക്ഷെ, ചില മനുഷ്യജീവിതങ്ങളെക്കൊണ്ട് തമാശ കളിക്കുന്ന ദൈവം ഇന്ന് സാമിന്റെ ജീവിതത്തിലെ അവസാന ദിവസം ആണെന്ന് നിശ്ചയിച്ചിരുന്നത് അയാളുണ്ടോ അറിയുന്നു!

ഇതാണ് എല്ലാ മനുഷ്യന്റെയും അവസ്ഥ. അന്ത്യം അറിയാത്ത പ്രയാണം.

'ലിസമ്മേ, എനിക്കിന്ന് നമ്മുടെ ഹൗസിങ് ലോണിന്റെ കാര്യത്തിന് ബാങ്ക് മാനേജരെ കാണാൻ പോകണം. അതുകൊണ്ട് നമ്മുടെ കട തുറക്കാൻ ഇന്നിത്തിരി വൈകും.'

രാവിലെ തന്റെ കടയിലേക്ക് പോകാൻ ഇറങ്ങിയ സാംകുട്ടി ഭാര്യയോട് പറഞ്ഞു.

'പണം അനുവദിച്ചാൽ എത്രയും വേഗം പണിതുടങ്ങുകയാ നല്ലത്, എത്ര നാളായി വാടകവീട്ടിൽ.'

അടുക്കളയിൽ ജോലി ചെയ്തുകൊണ്ടിരുന്ന ഭാര്യയുടെ മറുപടി വൈകിയില്ല. സ്വന്തം വീട്ടിൽ താമസിക്കാൻ അവൾക്കുമില്ലേ കൊതി.

ചില മനുഷ്യരെ കണ്ടിട്ടില്ലേ, സാംകുട്ടിയെപ്പോലെ തന്നെ വലിയ അധ്വാനികളും ലക്ഷ്യ ബോധം ഉള്ളവരും ആയിരിക്കും. എന്നാൽ അതുകൊണ്ട് മാത്രം വിജയിക്കാൻ പറ്റുമോ?

പ്രവാസി ആയിരുന്ന സാംകുട്ടി ഗൾഫിലെ ജോലി നഷ്ടപ്പെട്ട് നാട്ടിൽ എത്തിയിട്ട് ആറ് മാസമേ ആയുള്ളൂ. നാട്ടിൽ ഇനി പുതിയ ജീവിതം ഒന്നേ രണ്ടേ എന്ന് തുടങ്ങണം എന്ന അവസ്ഥയായായിരുന്നു തുടക്കത്തിൽ.

എവിടെ തുടങ്ങണം, എങ്ങിനെ തുടങ്ങണം എന്നൊരു രൂപവുമില്ലായിരുന്നു സാംകുട്ടിക്കന്ന് . വർഷങ്ങൾ നാട്ടിൽ നിന്നും വിട്ടു നിന്ന അ

യാൾക്ക് പുതിയ ചുറ്റുപാടുകൾ ഒട്ടും പരിചിതമല്ലല്ലോ.

അതുകൊണ്ട് അയാൾ മുന്നോട്ട് വയ്ക്കുന്ന ഏതു കാൽവൽപ്പിലും അപകടം പതിയിരിപ്പുണ്ടാവാം. എന്നാലും ജീവിതം മുന്നോട്ട് പോയ ല്ലേ പറ്റൂ.

ഗൾഫ്കാരനെ നാട്ടിൽ കണ്ടാൽ ആളുകൾ പ്രധാനമായും ചോദിക്കുന്ന രണ്ട് ചോദ്യങ്ങളുണ്ട്.

'ആഹാ..... നീ എന്ന് വന്നു......?'

അതിന് മറുപടി കിട്ടിക്കഴിയുമ്പോൾ അവരുടെ അടുത്ത ചോദ്യം ഇതായിരിക്കും...

'ഇനി എന്നുപോകും........?'

ഈ രണ്ട് ചോദ്യങ്ങളും ആൾക്കാര് സാം കുട്ടിയോടും ചോദിച്ചു.

രണ്ടാമത്തെ ചോദ്യത്തിന് അയാൾ 'ഞാൻ ഇനി പോകുന്നില്ല, ഇവിടെത്തന്നെ കൂടുകയാ.' എന്ന മറുപടി ആണ് കൊടുത്തത്.

ഗൾഫിൽ ജോലിയും മാസ വരുമാനവും ഉണ്ടായിരുന്നപ്പോൾ ചില വാക്കിയിരുന്നത് പോലെ മുന്നോട്ട് ഇനി ചിലവാക്കാൻ പറ്റില്ല. അത് അയാൾക്കറിയാം .

ഇനി ഉടനെയെങ്ങും ഒരു ജോലി കിട്ടി ഗൾഫിലേക്ക് പോകാൻ പറ്റും എന്ന അവസ്ഥയല്ലല്ലോ ഇപ്പോൾ ഗൾഫ് നാടുകളിൽ. അതുകൊണ്ടാണ് ചിലവ് കഴിയാൻ പറ്റുന്ന ഒരു ആദായ മാർഗത്തേക്കുറിച്ച് അയാൾ ആലോചിച്ചത്.

ഗൾഫിൽ ഒരു സൂപ്പർമാർക്കറ്റിൽ ജോലി ചെയ്തിരുന്ന സാംകുട്ടി ചിലവുകൾ നിയന്ത്രിച്ചു കുറേശ്ശേ മിച്ചം വച്ച കുറച്ച് പണമുണ്ടായിരുന്നു.

ആ പണം കൊണ്ടാണ് രണ്ടു മാസം മുൻപ് അയാൾ താമസിക്കുന്ന വാടക വീടിനടുത്തു തന്നെ റോഡ് സൈഡിൽ ഒരു ചെറുകിട കച്ചവടം, ഒരു പല ചരക്കുകട, തുടങ്ങിയത്. കട നടത്തി മുൻപരിചയമൊന്നുമില്ല. ഇങ്ങനെയൊക്കെയല്ലേ എല്ലാവരും ഓരോന്ന് പഠിക്കുന്നത്? അതാണ് അയാൾ സ്വയം കണ്ടുപിടിച്ച ന്യായം.

ഭാര്യ ലിസ്സമ്മയും സൂക്ഷിച്ചു ചിലവ് ചെയ്തു ജീവിക്കാൻ പഠിച്ചവളാണ്. അധ്വാനിക്കാനും മടിയില്ല. അത് കൊണ്ടാണല്ലോ അവൾ രണ്ടു വർഷം മുൻപ് തന്നെ സാംകുട്ടിയെ കൊണ്ട് സമ്മതിപ്പിച്ച് ഒരു ചെറിയ സംരംഭം, കോഴിവളർത്തൽ, തുടങ്ങിയത്. ചെറുതെങ്കിലും ഒരു കൊച്ചു വരുമാന മാർഗ്ഗമാണത്.

മൂന്നാം ക്ലാസ്സിൽ പഠിക്കുന്ന മകൾ ഷീനയെ സ്കൂളിൽ വിട്ടുകഴിഞ്ഞാൽ ലിസമ്മ പിന്നെ കോഴികളുടെ പരിപാലനം തുടങ്ങും. കൂട് വൃ

ത്തിയാക്കണം, തീറ്റയും വെള്ളവും കൊടുക്കണം, കോഴികൾ ഏതെങ്കിലും അസുഖ ലക്ഷണങ്ങൾ കാണിക്കുന്നുണ്ടോ എന്ന് ശ്രദ്ധിക്കണം. കൂട്ടിലെ മുട്ടകൾ പൊട്ടാതെ ശേഖരിക്കണം. അങ്ങനെ പണികൾ നിരവധി.

കൂട്ടിൽ ഉള്ള ഇരുപഞ്ചു കോഴികളെയും അവൾക്ക് അറിയാം. അതിൽ മുട്ട ഇടുന്നവരെയും, മര്യാദക്കാരെയും വെറുതേ കൊത്തുണ്ടാക്കുന്നവരെയും അവൾക്കറിയാം. ചില കോഴികൾക്ക് മനുഷ്യന്റെ സ്വഭാവം തന്നെയാണ്. തമ്മിൽ അലമ്പ് ഉണ്ടാക്കാൻ ഒരു കാരണവും വേണ്ട. നിൽക്കുന്ന നിൽപ്പിൽ അവർ കോൺഗ്രസും കമ്മ്യൂണിസ്റ്റും ബിജെപിയുമൊക്കെയാകും. അവരുടെ കേസ് തീർക്കാനും ലിസമ്മയേ ഉള്ളു.

ദിവസവും കിട്ടുന്ന പത്തിരുപതു മുട്ടകൾ അവൾ സാംകുട്ടിയുടെ കടയിലേക്ക് കൊടുത്തു വിടും. കടയിൽ വിറ്റാൽ അതിന് ന്യായമായ വിലകിട്ടുമല്ലോ.

സാംകുട്ടി തന്റെ ചെറുപ്പത്തിൽ ഇല്ലായ്മ കണ്ട് വളർന്നവനാണ്. കല്ല് വെട്ടുകാരനായിരുന്ന അപ്പന് നാട്ടിലെ പലചരുക്കുകടയിൽ പറ്റുപടി ഉണ്ടായിരുന്നതും അത് മാസാവസാനങ്ങളിൽ ഉള്ളതുപോലെ കുറേശ്ശേ കൊടുത്ത് കൊണ്ടിരിക്കുന്നതും അയാളും കണ്ടിട്ടുണ്ട്.

ഈ അനുഭവത്തിന്റെ വെളിച്ചത്തിൽ വീട്ടു സാധങ്ങൾ വാങ്ങാൻ വരുന്നവരുടെ കയ്യിൽ രൊക്കം പണം ഇല്ലെങ്കിലും സാധങ്ങൾ കൊടുക്കാൻ അയാൾ മടി കാണിച്ചില്ല. കയ്യിൽ കാശ് ഇല്ലാഞ്ഞിട്ടല്ലേ? പറ്റെഴുതിയിട്ടാൽ കുറേശ്ശേ തന്നു കൊള്ളുമല്ലോ.

ഈ വിശ്വാസമാണ് അയാളെ മുന്നോട്ട് നയിച്ചത്.

'ചേട്ടാ.... കടയിൽ കച്ചവടം എങ്ങിനെയുണ്ട്?' ഭാര്യ ലിസമ്മ ചോദിക്കുമ്പോൾ, 'സാധനങ്ങൾ ചിലവാകുന്നുണ്ട് കുഴപ്പമില്ല' എന്ന് സാംകുട്ടി ഭാര്യയോട് പറയും.

എന്നും രാവിലെ കടതുറന്നു കടയുടെ മുന്നിലെ മേശയിൽ ബിസ്ക്കറ്റ്, മുട്ടായി ഭരണികൾ തുടങ്ങിയവ നിരത്തിവയ്ക്കും. തട്ടിയ്ക്ക് പുറത്ത് തൂക്കേണ്ട വസ്തുക്കൾ പുറത്തെ കൊളുത്തികളിൽ തൂക്കിയിടും. പിന്നെ തീരാറായ സാധനങ്ങളുടെ ലിസ്റ്റെടുക്കും.

അപ്പോഴേയ്ക്കും പറ്റ് പടിക്കാർ വന്ന് തുടങ്ങും. അവർക്ക് വേണ്ട സാധങ്ങൾ എടുത്ത് കുശലങ്ങളും പറഞ്ഞ് പൊതിഞ്ഞുകൊടുത്ത് പണം വാങ്ങുകയോ പറ്റ് രേഖപ്പെടുത്തി വയ്ക്കുകയോ ചെയ്യണം. ഇങ്ങനെയൊക്കെയാണ് അയാളുടെ കടയിലെ ദിവസങ്ങൾ കടന്ന് പോകുന്നത്.

'സാം ചേട്ടാ.... നല്ല കുത്തരിയുണ്ടോ...? ഒരു പത്തു കിലോ... എടുക്കാൻ...?'

'ഉണ്ടല്ലോ... ചേച്ചി...'

അയല്പക്കത്തെ മാധവി ചേച്ചിയാണ്...തൊഴിലുറപ്പുകാരിയാണ്. പണി ഇല്ലാതായിട്ട് കുറേ നാളായി. പറ്റ് വകയിൽ ഇപ്പോൾത്തന്നെ പത്തയ്യായിരം കിട്ടാനുമുണ്ട്. എന്നാലും കഞ്ഞി വയ്ക്കാൻ അരി കൊടുക്കില്ല എന്ന് എങ്ങനെ പറയും. അൽപനേരം സാംകുട്ടിയുടെ ബോധമനസ്സ് യാഥാർത്ഥ്യവുമായി ചെറിയ സംവാദത്തിലായി.

'ചേച്ചിയേ, പറ്റ് കൂടുകയാണല്ലോ! കുറേശ്ശേയെങ്കിലും കൊണ്ടുവന്ന് തരണേ. അല്ലെങ്കിലെനിക്ക് കട ഓടിക്കാൻ പറ്റാതാകും.'

'അതു പിന്നെ ഞാൻ ചെയ്യാതിരിക്കുവോ സാം ചേട്ടാ.'

'അടുത്താഴ്ച ജോലി കാണും. അന്നേരം കൊണ്ടേ തരാം.' അവൾ പറഞ്ഞു.

സാംകുട്ടി മാധവിക്കു അരി തൂക്കി കൊടുത്തു.

'എടീ ശ്രീദേവി... കിഴക്കേതിലെ ഗൾഫ് കാരൻ സാംകുട്ടി ജംഗ്ഷനിൽ ഒരു പലചരക്കുകട തുടങ്ങിയെടീ.... അവിടെ പറ്റൊക്കെ കൊടുക്കുന്നുണ്ടെടീ.'

'അയാള് മനുഷ്യപ്പറ്റുള്ളോനാ.' മാധവിയാണ് കൂട്ടുകാരി ശ്രീദേവിയോട് പറഞ്ഞത്.

ഇതേ വർത്തമാനം കേട്ടാണ് ചെത്തുകാരൻ ശ്രീധരനും കൂലിപ്പണിക്കാരൻ മത്തായിയും മരം വെട്ടുകാരൻ ഗോപാലനുമൊക്കെ സാംകുട്ടിയുടെ കടയിൽ പറ്റുപടി തുടങ്ങിയത്.

അങ്ങനെ വറുതിക്കാലത്തും കുറേ അരപ്പട്ടിണിക്കാരും ആ നാട്ടിൽ അന്നം മുട്ടാതെ കഴിഞ്ഞു.

കുറേ ദിവസം മുൻപാണ് സാംകുട്ടി ആ സത്യം മനസ്സിലാക്കിയത്. കട തുറന്ന് തട്ടികളൊക്കെ പൊക്കി കൊളുത്തിൽ തൂക്കിക്കൊണ്ടിരുന്നപ്പോൾ അയാൾ തന്റെ കടയിലേക്ക് ഒന്ന് കണ്ണോടിച്ചു. കടയിൽ പുതിയ സ്റ്റോക്ക് എടുക്കാറായി. എന്നാൽ കച്ചവടം കൂടുതലും കടമായിട്ടാണ് പോകുന്നത്.

ഇങ്ങനെ പോയാൽ പറ്റില്ല. ഇനി പണം ക്രമത്തിന് തരാത്ത പറ്റുപടി നിർത്തിയേ പറ്റൂ. പിടിവിട്ടുപോയാൽ തറ പറ്റിപ്പോകും.

തന്റെ ബിസിനസ്സിന്റെ പാതയിൽ പതിയിരിക്കുന്ന അപകടം അയാൾ ദൂരേക്കണ്ടു.

എല്ലാവരെയും സന്തോഷിപ്പിക്കാൻ ഇത് റിയാലിറ്റി ഷോയൊന്നും

അല്ലല്ലോ. നില നിൽപ്പാണ് പ്രധാനം. അയാൾക്ക് മനസ്സിലായി.

ഈ തീരുമാനത്തിൽ ഉറച്ചാണ് അയാൾ അന്ന് രാവിലെ സൗത്ത് ഇന്ത്യൻ ബാങ്ക് മാനേജരുടെ ഓഫീസിലേക്ക് ലോൺ പാസ്സായോ എന്നറിയാൻ, കടന്നു ചെന്നത്.

പ്രവാസി ആയിരുന്നപ്പോൾ തൊട്ട് അറിയുന്നതാണ് മാനേജർ ശിവദാസൻ സാറിനെ.

'ഹാ... സാംകുട്ടിയോ... വരണം... ഇരിക്കണം...' മാനേജർ ശിവദാസൻ ഉപചാരപൂർവ്വം സംകുട്ടിയെ സ്വീകരിച്ചു.

സാംകുട്ടി പുഞ്ചിരിച്ചു കൊണ്ട് മാനേജരുടെ മേശക്ക് മുമ്പിലെ കസേരയിൽ ഇരുന്നിട്ട് ആകാംക്ഷയോടെ അയാളുടെ മുഖത്തേയ്ക്ക് നോക്കി.

'ഹാ... സാംകുട്ടി ഇവിടുത്തെ പഴയ NRI കസ്റ്റമർ അല്ലേ... നിങ്ങൾ തന്ന പേപ്പേഴ്സ് എല്ലാം ചെക്ക് ചെയ്തിട്ട് ഹെഡ്ഓഫീസ് ലോൺ പാസ് ആക്കിയിട്ടുണ്ട്. പണം അക്കൗണ്ടിൽ ഇട്ടേക്കാം. അപ്പോൾ വീട് പണി ഉടനെ തുടങ്ങുകല്ലേ?'

'നന്ദി. സാറെ.... അതെ. വേഗം ചെയ്യണം. ഇന്ന് തന്നെ കോൺട്രാക്ടറെ വിളിക്കും. അടുത്ത മഴക്കാലത്തിനു മുൻപേ വാർപ്പ് തീർക്കണം.' സന്തോഷം മറച്ചു വയ്ക്കാതെ സാംകുട്ടി പറഞ്ഞു.

'എനിക്ക് വേഗം ചെന്ന് കട തുറക്കണം. നന്ദി സാറെ. എന്നാൽ ഞാൻ ഇറങ്ങട്ടെ.'

സാം കുട്ടി ബാങ്കിൽ നിന്നും യാത്ര പറഞ്ഞു തന്റെ കടയിലേക്ക് പോയി.

ദൈവാനുഗ്രഹത്താൽ താൻ ആഗ്രഹിച്ച പോലെ തടസ്സം ഇല്ലാതെ കാര്യങ്ങൾ മുന്നേറുകയാണ്. സ്വന്തമായി ഒരു കച്ചവടം തുടങ്ങി, ഒരു വരുമാനമാർഗ്ഗമായി. ഇപ്പോൾ വീട് പണിയാൻ ലോൺ ശരിയായി. എല്ലാം നടക്കും. അയാൾ ഉത്സാഹത്തോടെ ചെന്ന് കട തുറന്നു. അവിടെ കാത്തുനിന്നവർക്ക് വേഗം സാധനങ്ങൾ എടുത്തുകൊടുത്തു.

അൽപ്പം ഒഴിവ് കിട്ടിയപ്പോൾ അയാൾ ഭാര്യ ലിസമ്മയെ ഫോൺ ചെയ്തു.

'ഹലോ... എടീ. ഇത് ഞാനാ... നമ്മുടെ ഹൗസിങ് ലോൺ കിട്ടിയെടീ...'

'ങ്ഹാ...എന്നാൽ ചേട്ടൻ ഉടനെ കോൺട്രാക്ടർ മാത്യൂസിനെ വിളിച്ച് പണി തുടങ്ങാൻ ഇടപാടാക്ക്.'

'ഞാനും അതുതന്നെയാ വിചാരിച്ചത്.എന്നാൽ ശരി. ഞാൻ അയാ

ളെ വിളിക്കട്ടെ.' സാം ഫോൺ കട്ട് ചെയ്തു.

ചേട്ടന് ഗൾഫിൽ കുറേനാൾ കൂടി ജോലി ഉണ്ടായിരുന്നെങ്കിൽ ലോൺ എടുക്കാതെ പറ്റുമായിരുന്നു. സാരമില്ല, കച്ചവടം ഉണ്ടല്ലോ, കുറേശ്ശേ അടച്ചുതീർക്കാം. ലിസമ്മ ആശ്വസിച്ചു.

സാം ഉടനെ കോൺട്രാക്ടറെ വിളിച്ചു.

'മാത്യൂസ് സാറേ.. നമ്മുടെ വീടുപണിക്ക് ലോൺ കിട്ടി കേട്ടോ. ഉച്ച കഴിഞ്ഞ് സാറ് എന്റെ കടേൽ കൂടി വാ. നമുക്ക് അടുത്ത ആഴ്ച തന്നെ പണി തുടങ്ങണം.'

'നല്ല കാര്യം... നാലുമണിക്ക് ശേഷം കാണാം.' എന്ന് പറഞ്ഞ് മാത്യൂസ് ഫോൺ വയ്ച്ചു.

ലോൺ അനുവദിച്ച നിമിഷത്തിൽ തന്നെ സാമിന്റെ മനസ്സിൽ അയാളുടെ വീട് ഉയർന്നു കഴിഞ്ഞിരുന്നു. ഇനിയുള്ളതെല്ലാം ഒരു ചടങ്ങ് പോലെയെ അയാൾക്ക് തോന്നുന്നുള്ളു.

രാവിലത്തെ തിരക്കിൽ രണ്ടുമൂന്നു മണിക്കൂർ പോയതറിഞ്ഞില്ല. നേരം ഒരു പന്ത്രണ്ട് മണിയായിക്കാണും. ആ വഴിയെ ജോലിക്ക് പോകുന്നവരുടെയും സ്കൂളിൽ പോകുന്നവരുടെയും തിരക്കൊഴിഞ്ഞു. അതുകൊണ്ട് അയാളുടെ കടയിലെ തിരക്കും കുറഞ്ഞു. ഇനിയിപ്പോൾ വെയിൽ താഴണം ആളുകൾ വരാൻ.

ചൂട് കഠിനം. ദ്രുതവേഗത്തിൽ കറങ്ങുന്ന സിലിംഗ് ഫാനിനെ അത് വെല്ലുവിളിക്കുകയാണ്. നാടും ഗൾഫ് പോലെ ചുട്ട് പഴുക്കുമോ, സാംകുട്ടി സന്ദേഹിച്ചു. ബോട്ടിൽഡ് ഡ്രിങ്ക്സ് ഇഷ്ടമില്ലാത്ത അയാൾ അടുത്ത പെട്ടിക്കടയിലോട്ട് ചെന്ന് ഒരു സോഡാ നാരങ്ങ വെള്ളം വാങ്ങിക്കുടിച്ചു.

അതിന്റെ പ്രതികരണം എന്നപോലെ അയാളുടെ നെറ്റിയിൽ നിന്നും വിയർപ്പുമണികൾ പൊടിഞ്ഞു. അതിൽ കാറ്റണഞ്ഞപ്പോൾ നല്ല സുഖം തോന്നി.

ഒരു മോട്ടോർ സൈക്കിളിൽ മാന്യന്മാർ എന്ന് തോന്നിക്കുന്ന രണ്ട് ചെറുപ്പക്കാർ വന്ന് സംകുട്ടിയുടെ കടയുടെ മുൻപിൽ വണ്ടി നിർത്തി ഇറങ്ങി.

അവർ തന്റെ കടയിലേക്ക് കയറി ചില്ലറിൽ നിന്നും തണുത്ത കൊക്കോകോള എടുത്ത് കുടിക്കുന്നത് കണ്ട് സാംകുട്ടി അങ്ങോട്ട് ചെന്നു.

'ചേട്ടന്റെയാണോ കട?' കുപ്പിയിൽ നിന്നും കോള കുറച്ച് കുടിച്ചിട്ട് അതിലൊരാൾ സംകുട്ടിയോട് ചോദിച്ചു.

'അതേ...'

'എന്താ....ചൂട്, അല്ലേ ചേട്ടാ.... രണ്ട് പാക്കറ്റ് വിൽസ് കൂടി.....ഒരു ലൈറ്ററും.'

മറ്റെയാൾ പറഞ്ഞപ്പോൾ സാംകുട്ടി ചില്ലലമാരയിൽ നിന്നും സിഗരറ്റും ലൈറ്ററും എടുത്ത് കൊടുത്തു.

മാന്യൻമാരായ രണ്ടാളേയും സാംകുട്ടി ഇതിന് മുൻപ് കണ്ടിട്ടില്ല. വഴിപോക്കരായിരിക്കും.

കൊക്കകോളയും കുടിച്ചു വിൽസും ലൈറ്ററും വാങ്ങി അവർ ഇറങ്ങാൻ തുടങ്ങിയപ്പോൾ സാംകുട്ടി ഓർപ്പിച്ചു, 'പൈസ തന്നില്ലല്ലോ '

'ഓ.. പൈസ...പൈസയുടെ കാര്യം മറന്നു, സോറി.'

ഒരുവൻ അങ്ങനെ പറഞ്ഞപ്പോൾ മറ്റെയാൾ കടയുടെ അകത്തെ മൂലയിൽ ഇരുന്ന വലിയ ഫ്രിഡ്ജിന്റെ അടുത്തേയ്ക്ക് പോയി അത് തുറന്നു പിടിച്ചുകൊണ്ടു ചോദിച്ചു.

'ചേട്ടാ... ഇതും കൂടി വേണം. ഈ സാധനത്തിനെത്രയാ വില?'

'ഏതാ...' എന്ന് ചോദിച്ചുകൊണ്ട് സാം കുട്ടി തുറന്ന ഫ്രിഡ്ജിന്റെ അടുത്ത് ചെന്നു.

ഏതാനും നിമിഷങ്ങൾക്ക് ശേഷം രണ്ട് ചെറുപ്പക്കാരും കടയിൽ നിന്നും റോഡിലേക്ക് ഇറങ്ങി. തലയിൽ ഉയർത്തി വച്ചിരുന്ന കൂളിംഗ് ഗ്ലാസ് മൂക്കിൽ ഉറപ്പിച്ചു. തങ്ങളുടെ ഹെൽമെറ്റുകൾ തലയിൽ സ്ട്രാപ് ചെയ്തു.

താടിയുള്ള ആള് മുൻപിലും ക്ലീൻ ഷേവ്കാരൻ പുറകിലും കയറി, ബൈക്ക് സ്റ്റാർട്ട് ചെയ്തു മൂളിപ്പാട്ടും പാടി ഓടിച്ചു പോകുമ്പോൾ അവരുടെ ജീൻസിന്റെ താഴത്തെ അറ്റം കാറ്റിൽ വിറച്ചുകൊണ്ടിരുന്നു.

കടയിലെ മേശവലിപ്പ് പാതിയെ അടച്ചിട്ടുള്ളു. തുറന്നുകിടന്ന ഫ്രിഡ്ജിന്റെ ഡോറിന്റെ മറവിൽ വീണു കിടന്ന സാംകുട്ടി ഒന്നു പിടഞ്ഞു. അയാളുടെ കണ്ണുകൾ മേലേയ്ക്ക് മറിഞ്ഞു, നിശ്ചലമായി.

കത്തികയറി ഹൃദയം പിളർന്നൊഴുകിയ അയാളുടെ ചുടുചോരയെ ഫാനിന്റെ കാറ്റ് തണുപ്പിച്ചു കൊണ്ടിരുന്നു.

○

കുക്കറി മോക്കറി ആയാൽ

'എല്ലാവർക്കും നമസ്കാരം. ഞാൻ രുചി പിള്ള. 'രുചീസ് കിച്ചൺ' എന്ന എന്റെ കുക്കറി ഷോയിലേയ്ക്ക് എല്ലാ മാന്യപ്രേക്ഷകർക്കും സ്വാഗതം.

എന്റെ പാചകത്തെ പുകഴ്ത്തിക്കൊണ്ട് നിങ്ങൾ അയക്കുന്ന എല്ലാ കമന്റുകൾക്കും എന്റെ നന്ദി.

'എന്ത് കറി' വയ്ക്കും എന്ന് 'വറി' ചെയ്യുന്ന വീട്ടമ്മമാർക്ക് രുചീസ് കിച്ചൺ ഒരു വലിയ അനുഗ്രഹം ആണെന്ന് കൊച്ചിയിൽ നിന്നും, മീനാകൂട്ടാൻ, ക്ഷമിക്കണം മീന കുട്ടൻ എന്നൊരു പ്രേക്ഷക അറിയിച്ചിരിക്കുന്നു. അവർക്കും പ്രത്യേക നന്ദി.

'നമുക്ക് എല്ലാവർക്കും കഴിക്കാൻ വളരെ,ഇഷ്ടം ഉള്ള നോൺ വെജ് വിഭവമാണ് ഇന്ന് നമ്മൾ ഉണ്ടാക്കാൻ പോകുന്നത്.

ആദ്യമായിട്ട് നിങ്ങളോട് ഞാൻ ഒരു രഹസ്യം പറയാം. അതായത്, പാചക ഷോകളിൽ ഇന്ന് ഒട്ടും ഒഴിവാക്കാൻ പറ്റാത്ത ഒരു ഐറ്റം ആണ് വാചകം.

പാചകത്തിനിടയിൽ 'വാചക'ത്തിന്റെ ചേരുവ നല്ലതുപോലെ വേണ്ട സമയത്തു ഉപയോഗിക്കാൻ അറിയാമെങ്കിൽ ഏതു തല്ലിപ്പൊളി ഐറ്റവും സൂപ്പർ ആണെന്ന് സമർത്ഥിക്കാൻ നമുക്ക് പറ്റും.

വാചകം ഇല്ലാത്ത പാചകം പരിപാടി, ക്യാമറ ഇല്ലാത്ത ഷോ പോലെയിരിക്കും. പാചകം ചെയ്യുമ്പോളും പാചകപരിപാടികൾ അവതരിപ്പിക്കുമ്പോളും എല്ലാവരും വളരെ പ്രധാനപ്പെട്ട 'ഈ ടിപ്പ്' ഓർത്തിരിക്കുമല്ലോ.'

'അതുപോലെ നമ്മൾ ഷോ ചെയ്യുമ്പോൾ അടുപ്പിൽ ഇരിക്കുന്ന പാനിൽ തവികൊണ്ട് ഇളക്കുന്നത് ഒരു പ്രത്യേക സ്റ്റൈലിൽ ആണെങ്കിൽ ആ വിഭവം എന്തോ ഭയങ്കര സംഭവമാകും എന്ന് കണ്ടിരിക്കുന്ന ജനം ധരിച്ചോളും. ഇതാണ് ഇന്ന് എനിക്ക് നിങ്ങൾക്ക് തരാനുള്ള മറ്റൊരു ടിപ്പ്.

ഈ വക ടിപ്പുകൾ ഒന്നും സാധാരണ ആരും പറയാത്തതാണ്. പ്രേക്ഷകരോടുള്ള എന്റെ ആത്മബന്ധം കൊണ്ടാണ് ഞാൻ ഇതൊക്കെ പറഞ്ഞു തരുന്നത് കേട്ടോ.

അതുപോലെതന്നെ അത്യാവശ്യസമയത്തു നമ്മുടെ ബുദ്ധി ഉണർന്നു പ്രവർത്തിച്ചാൽ നമ്മൾ അറിയാതെ നമ്മുടെ പാചകത്തിന്റെ സ്റ്റാർ വാല്യൂ ഉയരും എന്ന് സ്വന്തം അനുഭവത്തിലൂടെ എനിക്ക് പറയാൻ സാധിക്കും. അനുബന്ധമായിട്ട് ആ സംഭവം കൂടി പറഞ്ഞിട്ട് നമുക്ക് പാചകത്തിലേക്ക് കടക്കാം.'

'ഒരിക്കൽ എന്റെ ബന്ധത്തിലുള്ള ഒരു വിദേശ മലയാളി കുടുംബത്തിന് നാട്ടിൽ വച്ച് ഡിന്നർ കൊടുക്കാൻ ഞാൻ അവരെ വീട്ടിലേയ്ക്ക് ക്ഷണിച്ചു. വരും എന്ന് കരുതിയല്ല വിളിച്ചത്. പക്ഷെ ഞാൻ പെട്ടുപോയി. അവർ എടുത്തവായിലേ വരാം എന്ന് സമ്മതിച്ചു കളഞ്ഞു.

ഭർത്താവും ഭാര്യയും അഞ്ചാറു വയസ്സുള്ള ഒരു മോളും ആണ് അതിഥികൾ. ക്ഷണപ്രകാരം ഒരു വൈകുന്നേരം അവർ മൂവരും എന്റെ വീട്ടിൽ വന്നു. ഞാൻ അവർക്ക് കൊടുക്കാൻ വിഭവങ്ങൾ എല്ലാം കുക്ക് ചെയ്ത് റെഡിയാക്കി വച്ചിരിക്കുകയാണ്.

ഞങ്ങൾ കുറച്ച് വർത്തമാനമൊക്കെ പറഞ്ഞു കഴിഞ്ഞപ്പോൾ ഞാൻ അവർക്ക് ഒരു സ്റ്റാർട്ടർ എന്നപോലെ കുറച്ച് നൂഡിൽസും ചായയും നൽകി. ഭർത്താവും ഭാര്യയും അത് കുറേശ്ശേ കഴിച്ചു തുടങ്ങിയെങ്കിലും അവരുടെ മോള് ആ വിഭവം നോക്കുന്നതേയില്ല എന്നത് ഞാൻ ശ്രദ്ധിച്ചു.

ഞാൻ ചോദിച്ചു, 'മോള് ഒന്നും കഴിക്കുന്നില്ലല്ലോ, എന്തുപറ്റി?' അതിന് മറുപടി പറഞ്ഞത് അവളുടെ അമ്മയാണ്. 'ഓ, സാരമില്ലെന്നേ. അവള് ചോദിക്കുന്നത് സൂപ്പ് ഉണ്ടോന്നാ.'

ഞാൻ ഒന്ന് പകച്ചു. പെട്ടെന്ന് എന്റെ തലയിൽ യെല്ലോ അല്ലെർട്ട് മിന്നി.

വിവരംകെട്ട കുട്ടി. തള്ളയും മോശമില്ല. സൂപ്പ് വേണമത്രേ. ഇപ്പോൾ ഞാൻ എവിടുന്ന് സൂപ്പ് കൊണ്ടുവരാനാ? അടുക്കളയിൽ ഉണ്ടാക്കി വച്ചിരിക്കുന്ന വിഭവങ്ങൾ എന്റെ മനസ്സിൽ ഞാൻ ഒന്ന് സൂം ചെയ്തു നോക്കി. പെട്ടെന്ന് എവിടെനിന്നോ ഒരു ബുദ്ധി തലയിൽ ഉദിച്ചു. ഞാൻ സമനില വീണ്ടെടുത്തിട്ടു പറഞ്ഞു:

'അതിനെന്നാന്നേ ചേച്ചി, കുട്ടികളല്ലേ. ഒരുമിനിറ്റ്, സൂപ്പ് ഇപ്പോൾ കൊണ്ടുവരാല്ലോ.'

എന്നും പറഞ്ഞു, വർദ്ധിച്ച ആതിഥ്യത്തോടെ, മനസ്സിൽ പ്രാകിക്കൊ

ണ്ട് ഞാൻ അടുക്കളയിലേയ്ക്ക് പാഞ്ഞു. വേഗം കറി വച്ച പാത്രത്തിലെ ചിക്കൻ കറി ഒരു സെർവിങ് ബൗളിലേയ്ക്ക് മാറ്റി. എന്നിട്ട് ആ കറി പ്പാത്രത്തിൽ ഒരു കപ്പ് വെള്ളമൊഴിച്ചു പാത്രത്തിൽ പറ്റിയിരുന്ന അരപ്പും ചാറും കഴുകിയെടുത്ത് അതിലേക്ക് ഒരു സ്പൂൺ കോൺപൗഡർ ചേർത്തിളക്കി.

ഒരു ചീനച്ചട്ടി എടുത്ത് സ്റ്റവ്വിൽ വച്ചു. അതിൽ അൽപ്പം എണ്ണ ചൂടാക്കി, കടുക് പൊട്ടിച്ചു. കറിവേപ്പിലയും മൂപ്പിച്ചു. അതിലേക്ക് നേരത്തെ പാത്രം കഴുകി എടുത്ത, കോൺപൗഡർ ചേർത്തു വച്ച വെള്ളം ഒഴിച്ച് തിളപ്പിച്ചു കുറേ ഉപ്പും വാരിയിട്ടു, പതിയെ ഇളക്കിക്കൊടുത്തു.

അഞ്ചാറ് മിനിറ്റിനുള്ളിൽ ചിക്കൻ സൂപ്പ് റെഡി.

'നേരം പോകും, അതുകൊണ്ട് ഒരു കപ്പേ ഉണ്ടാക്കിയുള്ളു ചേച്ചീ' എന്ന് പറഞ്ഞ് ഒരു കൃത്രിമ ചിരിയും ഫിറ്റ് ചെയ്ത്, ഞാനതാ കുട്ടിയ്ക്ക് കൊണ്ടുപോയി കൊടുത്തു.

'സൂപ്പ് കുറേശ്ശേ കോരിക്കുടിക്കുന്ന കുട്ടിയുടെ മുഖത്തേയ്ക്ക് ഞാൻ ആകാംക്ഷയോടെ നോക്കിക്കൊണ്ട് നിന്നു. എന്റെ സ്ഥിതി എനിക്കല്ലേ അറിയൂ. പരീക്ഷണമാണ്. പണി പാളുമോ ?'

'ഒന്നുരണ്ടു സ്പൂൺ കഴിഞ്ഞപ്പോൾ കുട്ടി പതുക്കെ എന്റെ മുഖത്ത് നോക്കി മന്ദഹസിച്ചു. എനിക്ക് സമാധാനമായി.

'എന്റെ ആനിക്കാട്ടു ഭഗവതീ...' പെട്ടെന്ന് തോന്നിയ പരീക്ഷണം എന്നെ രക്ഷിച്ചപോലെ.

ഉഗ്രൻ സൂപ്പ്, കുട്ടി ഹാപ്പി. കണ്ടോ..? ഇങ്ങനെയുള്ള പൊടിക്കൈകൾ അവസരത്തിനൊത്തു പ്രയോഗിക്കാൻ നമുക്ക് കഴിയുന്നതിലാണ് നമ്മുടെ വിജയം.

ഇനി നമുക്ക് ഇന്നത്തെ പാചകത്തിലേയ്ക്ക് കടക്കാം. നമുക്ക് ആദ്യം വേണ്ടത് ഇടത്തരം സൈസ് ഉള്ള ഒരു നോൺസ്റ്റിക്ക് പാത്രമാണ്. അതെടുത്തു അടുപ്പിൽ വയ്ക്കാം.

ഇനി നമുക്ക് വേണ്ട ചേരുവകൾ നോക്കാം. ആദ്യമായിട്ട് വേണ്ടത് ഇഞ്ചി ചെറുതായിട്ട് അരിഞ്ഞത് ഒരു കപ്പ്. ഗാർലിക്ക് ചെറുതായിട്ട് അരിഞ്ഞത് രണ്ട് സ്പൂൺ. മിച്ചമുണ്ടെങ്കിൽ മുറ്റത്തോട്ട് ഇട്ടേരെ, പാമ്പ് വരില്ല. സവാള ഗിരി ഗിരിയായി അരിഞ്ഞത് ഒരു കോപ്പ, അമേരിക്ക. മേൽത്തരം കടുക് ഇടത്തരം നൂറെണ്ണം. എണ്ണം കറക്റ്റ് ആയിരിക്കണം. മല്ലിപ്പൊടി നാല് ടീ സ്പൂൺ, മുളകുപൊടി നാലു ടീ സ്പൂൺ, മഞ്ഞൾ പൊടി രണ്ട് ടീസ് പൂൺ. നല്ല മഞ്ഞൾ പൊടി കിട്ടാനില്ലെങ്കിൽ മഞ്ഞ നിറമുള്ള ഏതെങ്കിലും പൊടി ആയാലും മതി. ഈ പൊടികൾ എല്ലാം

ഈസ്റ്റേൺ അല്ലെങ്കിൽ വെസ്റ്റേൺ അതുമല്ലെങ്കിൽ സൗത്തേൺ ഓർ നോർത്തേൺ ആയാലും മതി.

ടൊമാറ്റോ ചുവന്നതു രണ്ടെണ്ണം, ഇല്ലെങ്കിലും കുഴപ്പമില്ല. ഗരമാഗരം മസാല ഒരു സ്പൂൺ, കറിവേപ്പില ആവശ്യത്തിന്. മല്ലിയില അനാവശ്യത്തിന്. ഉപ്പ് ആവശ്യം പോലെ (ചേർക്കരുത്.) പച്ചക്കുരുമുളക് വേണമെങ്കിൽ. (ഉണക്കി വിറ്റാൽ കാശ് കിട്ടും.)

ആദ്യം നമ്മൾ ചെയ്യാൻ പോകുന്നത് ഒരു ഫ്രയിങ് പാൻ അടുപ്പത്തു വച്ച് അതിൽ കുറച്ച് എണ്ണ ഒഴിക്കുകയാണ്. ഇനിയാണ് നമ്മൾ പ്രധാനമായി ശ്രദ്ധിക്കേണ്ടത്. മേൽപ്പറഞ്ഞ ചേരുവകൾ എല്ലാം അടുപ്പിന്റെ അടുത്തു നിരത്തി വച്ചിട്ട് അടുത്തതായി, ഇന്ന് എന്താണ് കുക്ക് ചെയ്യേണ്ടത് എന്ന് നല്ലതുപോലെ ആലോചിക്കുക.

ആലോചന ഉത്തേജിപ്പിക്കാൻ ഒരു ചായയോ കാപ്പിയോ വേണമെങ്കിൽ ഉണ്ടാക്കി കുടിക്കാവുന്നതാണ്. കൂടെ, റിസ്ക്കില്ലെങ്കിൽ രണ്ട് കഷ്ണം റസ്ക് കൂടി ആവാം.

ചിക്കൻ വേണോ മട്ടൺ വേണോ ബീഫ് വേണോ എന്ന് തീരുമാനിച്ചു കഴിഞ്ഞാൽ പിന്നെ ഒട്ടും സമയം കളയാതെ ആ സാധനം കടയിൽ ചെന്ന് മേടിച്ചോണ്ട് വന്ന് വൃത്തിയാക്കി മേൽപ്പറഞ്ഞ ചേരുവകൾ അവരവർക്ക് ഇഷ്ടം ഉള്ളപോലെ ചേർത്തു ഉണ്ടാക്കിക്കൊള്ളുക.

കുറേ നാള് കഴിയുമ്പോൾ ചേരുവകളുടെ അളവ് ഒക്കെ തന്നെ പഠിച്ചോളും. ഇനി മീൻ കറി ആണ് ഉണ്ടാക്കാൻ പോകുന്നതെങ്കിൽ കയ്യെത്തിച്ചു കിച്ചൻ ക്യാബിനെറ്റിൽ നിന്നും കുറച്ചു കുടം പുളികൂടെ എടുക്കുക, അത്രേയുള്ളൂ കാര്യം.

ഏതു പാചകക്കാരും നമ്മൾ എടുത്തുവച്ച ഇത്രയും ഐറ്റംസ് കൊണ്ടാണ് വിവിധ രുചികൾ ഉണ്ടാക്കുന്നത്. അവ ചേർക്കുന്ന അളവും സമയവും രീതിയും മാത്രമേ മാറുന്നുള്ളു, പിന്നെ ഞങ്ങൾ അവതാരകരുടെ പേരും.

ഇതു നിങ്ങൾക്ക് മനസ്സിലാകാത്തിടത്തോളം കാലം ഞങ്ങൾ വീണ്ടും കുക്കറി ഷോയും കൊണ്ട് വരും. ഒന്നും വിചാരിക്കരുതേ.

കഴിഞ്ഞ എപ്പിസോഡിൽ പട്ടിക്കാട്ടു നിന്നും ലളിതകുമാരി എന്നൊരു സഹോദരി അത്ര ലളിതമല്ലാത്ത ഒരു ചോദ്യം ചോദിച്ചിരുന്നു. പാചകപരിപാടിക്ക് കുക്കറി എന്ന് പറഞ്ഞാൽ പോരേ, എന്തിനാണ് കുക്കറി ഷോ എന്ന് പറയുന്നതെന്ന്.

ഈ ചോദ്യത്തിൽ നിന്നും ഇതു കാണുന്ന പലർക്കും ഈ പരിപാടിയെക്കുറിച്ച് അടിസ്ഥാന വിവരം പോലുമില്ലല്ലോ എന്ന് ഓർത്ത് പോയി.

എന്റെ ലളിത കുമാരീ, കുക്കറി എന്ന് പറഞ്ഞാൽ പാചകം. 'ഷോ' എന്ന് പറഞ്ഞാൽ അതിന്റെ കൂടെ ഞാനും എന്നെപ്പോലെയുള്ളവരും കാണിക്കുന്ന 'ഷോ.' അതായത്, വേഷം കെട്ടൽ. കയ്യിലെയും കാതിലേയും കഴുത്തിലെയും ആഭരണങ്ങൾ, മേക്കപ്പ്, ഹെയർ സ്റ്റൈൽ, കുഴച്ചിൽ തുടങ്ങി എല്ലാ വേഷംകെട്ടും. അങ്ങനെ, ഇതു രണ്ടും കൂടിയതാണ് കുക്കറിഷോ. ഇപ്പോൾ മനസ്സിലായല്ലോ.

അങ്ങനെ, വളരെ വ്യത്യസ്തമായ ഇന്നത്തെ കുക്കറി ഷോ എല്ലാവർക്കും ഇഷ്ടപ്പെട്ടല്ലോ. നന്ദി, അടുത്ത ആഴ്ച്ച കാണും വരെ നമസ്കാരം.

○

അലംഘനീയമായ നിശ്ചയങ്ങൾ

പതുങ്ങിയിരുന്ന് ഇരയുടെ മേൽ ചാടുന്ന പുലിയെപ്പോലെയാണ്, അത്യാഹിതങ്ങൾ വരുന്നത്.

സോബിച്ചൻ, നല്ല ആരോഗ്യവാൻ. ഒരു ചികിത്സയ്ക്കുമായി ഒരു ആശുപത്രിയിലും പോകേണ്ടി വന്നിട്ടില്ല. ചിട്ടയായ ജീവിതവും വ്യായാമവും അയാൾക്ക് നിർബന്ധമാണ്. അങ്ങനെ ജീവിക്കണം എന്ന് അറിയാവുന്നവരോട് ഉപദേശിക്കാനും അയാൾ പിശുക്കു കാട്ടാറില്ല. എന്നിട്ടും ഇങ്ങനെയൊക്കെ സംഭവിച്ചാൽ ?

ശനിയാഴ്ച രാവിലെ സോബിച്ചൻ ഭാര്യ ഉണ്ടാക്കിയ ഫ്രഷ് പച്ചക്കപ്പ വേവിച്ചതും തൂക്കുമീൻ വറുത്തതും കഴിച്ച് കാപ്പിയും കുടിച്ചു.

എന്നിട്ട് പൂമുഖത്ത് പോയി ഇളവെയിൽ കൊണ്ട്, ചൂരൽ കസേരയിലിരുന്നു രാവിലത്തെ മനോരമ പത്രമെടുത്ത് പ്രധാന വാർത്തകൾ ഒന്ന് ഓടിച്ചു നോക്കി.

പിന്നെ അകത്തെ പേജിൽ അന്നത്തെ സ്വർണ്ണവില നോക്കിക്കൊണ്ടിരുന്നപ്പോഴാണ് അത് സംഭവിച്ചത്.

ഇടനെഞ്ചിൽ ഒരു വിലക്കം പോലെ. വലത് കൈയ്യെടുത്ത് നെഞ്ചിലൊന്ന് കയ്യോടിക്കാൻ ശ്രമിക്കുമ്പോഴേക്ക് കടുത്ത നെഞ്ചുവേദന പെട്ടെന്ന് കഴുത്തിലേയ്ക്കും ഇടം കയ്യിലേയ്ക്കും വ്യാപിച്ചു.

നെഞ്ചു വേദന കൊണ്ട് പുളഞ്ഞു. പത്രം അയാളുടെ കയ്യിൽ നിന്നും താഴെ വീണു. എന്താണ് സംഭവിക്കുന്നത് എന്നറിയാതെ സോബിച്ചൻ രണ്ടു കയ്യും നെഞ്ചിൽ ചേർത്തുപിടിച്ചു മുന്നോട്ട് കുനിഞ്ഞു.

അയാളുടെ നാഡീ ഞരമ്പുകൾ വലിഞ്ഞു മുറുകിക്കൊണ്ടിരുന്നു. അയാൾ ദുർബലശബ്ദത്തിൽ സഹായത്തിനായി ഭാര്യയെ വിളിച്ചു. നിർഭാഗ്യവശാൽ വീടിനകത്ത് എന്തോ ചെയ്തുകൊണ്ടിരുന്ന സൂസിയുടെ ചെവിയിൽ ആ വിളി എത്തിയില്ല.

മിനിറ്റിനുള്ളിൽ സോബിച്ചൻ കസേരയിൽ നിന്നും മാർബിൾ തറയിൽ വീണ് അന്ത്യശ്വാസം വലിച്ചു. അയാളുടെ അന്ത്യ നിമിഷങ്ങൾ അയാൾ ജനിച്ച ദിവസം തന്നെ തീരുമാനിച്ചിരുന്ന വിധി, നിശ്ചയം വിദ

ഗ്ധമായി നടപ്പാക്കി, സോബിച്ചന്റെ അമ്പത്തി ഒന്നാം വയസ്സിൽ.

അന്ന് ഉച്ചകഴിഞ്ഞ്, പ്രവാസ നാട്ടിൽ ജോലിയിൽ ഇരുന്നപ്പോഴാണ് വാട്സ്ആപ്പ് മെസ്സേജ് എന്റെ ഫോണിൽ വന്നത്.

ജർമ്മനിയിലെ പുരാതനവും പ്രസിദ്ധവുമായ കൊളോൺ പള്ളിയുടെ പ്രാന്തപ്രദേശത്ത് താമസിക്കുന്ന ബന്ധു ജോസ് കുമ്പിളുവേലിയാണ് സോബിച്ചൻ മരിച്ച വിവരം എനിക്ക് ടെക്സ്റ്റ് ചെയ്തത്.

അനേകം മനുഷ്യർ, ഞാൻ നേരിട്ട് അറിയുന്നവരും അറിയാത്തവരും, അപ്രതീക്ഷിതമായി മരിക്കുന്ന കാലം. നിരന്തര പ്രയോഗത്താൽ 'ആദരാഞ്ജലികൾ' എന്ന പ്രതികരണത്തിന്റെ വൈകാരികത പോലും ചോർന്നുപോയിക്കൊണ്ടിരിക്കുന്ന കാലഘട്ടമാണിത്. എന്നിട്ടും സോബിച്ചൻ എന്ന ഈ പൂർവ്വകാല സുഹൃത്തിന്റെ വേർപാടിൽ എന്റെ മനസ്സിന്റെ ഉള്ളറകളിൽ എവിടെയോ ഒരു മുള്ള് കൊള്ളുന്ന അധികവേദന എന്തു കൊണ്ടായിരിക്കും?

ഞാൻ ആലോചിച്ചു.

ഉദ്ദേശം ഇരുപതിൽപരം കൊല്ലങ്ങൾക്ക് മുൻപ് അറേബ്യൻ മണലാരണ്യത്തിൽ വെയിലും ചൂടുമേറ്റ് നിൽക്കുന്ന അടുത്തടുത്തുള്ള രണ്ടു ഫ്ളാറ്റുകളിൽ ബാച്ച്ലേഴ്സ് ആയി കഴിഞ്ഞിരുന്നവരാണ് ഞാനും സോബിച്ചനും, പിന്നെ മറ്റു രണ്ടു കൂട്ടുകാർ ജോയിയും ചാണ്ടിച്ചനും.

വാരാന്ത്യങ്ങളിൽ ഞങ്ങൾ ഒത്തുകൂടുകയും തണുത്ത ബിയർ നുണഞ്ഞ്, പെരുകുന്ന, ചെറുലഹരിയെ സംഗീതത്തിന്റെ തേരിലേറ്റി യേശുദാസും ജയചന്ദ്രനും ബ്രഹ്മാനന്ദനുമൊക്കെ ആകാൻ ശ്രമിച്ച സന്ധ്യകൾ.

പൊരിവെയിലിൽ സാന്ത്വനം കിട്ടുന്ന അറേബ്യൻ ബീച്ചിലേയ്ക്ക് ഡ്രൈവ് ചെയ്ത് ചെന്ന് ചെറുതിരകളുടെ ലാളനമേറ്റു കിടന്നുള്ള കടൽ സ്നാനങ്ങൾ.

പൊതുപരിപാടികളിലും ഇന്ത്യൻ ക്ലബ്ബിലുമൊക്കെ ഞങ്ങൾ ഒരുമിച്ചേ പോകൂ. പൊതു സമാഗമങ്ങളുടെ ഇടയിൽ തമ്മിൽ വിതറുന്ന നിർലോപമായ തമാശകൾ.

ഇതെല്ലാം ഞങ്ങൾക്ക് ഒരു കാലഘട്ടത്തിന്റെ നല്ലോർമ്മകളാണ്. അതിലെല്ലാം നിറഞ്ഞു നിന്നിരുന്ന സോബിച്ചന്റെ ഊർജ്ജസ്വലമായ സാന്നിധ്യത്തിന്റെ ഓർമ്മ ആയിരിക്കണം ഇന്നെന്റെ മനസ്സിനെ നൊമ്പരപ്പെടുത്തുന്നത്.

അന്നൊരിക്കൽ ഞാനും സോബിച്ചനും ഒരേ സമയം നാട്ടിൽ ലീവിലുണ്ടായിരുന്ന കാലം. അദ്ദേഹം എന്നെ കോട്ടയത്തെ വീട്ടിലേയ്ക്ക് ക്ഷ

ണിച്ചു. ഉപചാരങ്ങൾക്ക് ശേഷം അദ്ദേഹം എന്നോട് ചോദിച്ചു, 'നമുക്ക് കുമരകം വരെ ഒന്ന് പോയാലോ?'

ഞാൻ ചോദിച്ചു, 'എന്താണ് അവിടെ?'

'അവിടുത്തെ പള്ളിയുടെ സെമിത്തേരിയിലാണ് എന്റെ പിതാമഹന്മാരുടെ കല്ലറകൾ. അവിടെ പോയി മുട്ടുകുത്തി ഒന്ന് പ്രാർത്ഥിച്ചുവന്നാലോ?' സോബിച്ചൻ പറഞ്ഞു.

'ശരി പോയേക്കാം.' ഞാൻ സമ്മതിച്ചു.

അങ്ങനെ ഞാൻ സോബിച്ചന്റെ ബുള്ളറ്റിന്റെ പിന്നിലേറി അപ്പർ കുട്ടനാടൻ പാടശേഖരങ്ങളെ തഴുകി വരുന്ന കുളിർ കാറ്റുമേറ്റ് യാത്ര ചെയ്ത് കുമരകം പള്ളിയുടെ മറുകരയിൽ എത്തി. സോബിച്ചൻ ബൈക്ക് അവിടെ പാർക്ക് ചെയ്തു. എന്നിട്ട് മുന്നിലെ ചെറുതോടിനു കുറുകെ ഉയർന്നു നിൽക്കുന്ന നടപ്പാലം ചൂണ്ടിയിട്ട് പറഞ്ഞു, 'ദാ, ഈ പാലത്തിൽ കൂടി കയറി വേണം പള്ളി മുറ്റത്ത് എത്താൻ.'

എനിക്ക് അത്ര സുപരിചിതമല്ലാത്ത തരം ഉയർന്ന പാലത്തിൽ അദ്ദേഹം മുന്നിലും ഞാൻ പിൻപിലുമായി കയറി, അതിന്റെ മുകളിൽ എത്തി ഞങ്ങൾ പതിയെ മുൻപോട്ട് നീങ്ങുകയാണ്.

ചുറ്റും നോക്കിയാൽ കാണുന്നത്, കുലകളിൽ കനികൾ നിറച്ച തെങ്ങുകൾ. അപ്പുത്ത് പറമ്പിൽ പച്ചിലനാമ്പുകൾ കടിച്ചു തലയാട്ടിക്കൊണ്ട് നിൽക്കുന്ന രണ്ട് ആട്ടിൻകുട്ടികൾ. തോട്ടിറമ്പിലെ ചാഞ്ഞു നിൽക്കുന്ന വള്ളിച്ചെടികളെ ഒഴുക്കുനീർ പിടിച്ചു വലിക്കുന്നുണ്ട്.

താഴെ തോട്ടിലെ തെളിച്ചം കുറഞ്ഞ വെള്ളത്തിന്റെ മുകൾപ്പരപ്പിൽ ചെറുമീനുകൾ യഥേഷ്ടം ഉല്ലസിക്കുന്നത് കാണാം.

പാലത്തിന് അടുത്തുതന്നെ സാമാന്യം വലിപ്പമുള്ള ഒരു ഓടിട്ട വീട്.

ചുറ്റും മതിൽ കെട്ടിയ വീടിന്റെ ടൈൽസ് പാകിയ മുറ്റം പാലത്തിന്റെ മുകളിൽ നിന്നും ഇപ്പോൾ എനിക്ക് കാണാം.

ആ വീട്ടുമുറ്റത്തെ അയയിൽ അലക്കിയ തുണികൾ വിരിച്ചു കൊണ്ട് നിൽക്കുന്ന ഒരു യുവതി. പച്ചപാവാടയും മഞ്ഞ ബ്ലൗസും അണിഞ്ഞ അവൾ ഒരു ക്രീം കളർ ഹാഫ് സാരി ചുറ്റിയിട്ടുണ്ട്. കാർകൂന്തൽ പിന്നിലേയ്ക്ക് ഭംഗിയായി പിന്നിയിട്ടിരുന്ന അവളുടെ സുന്ദരമുഖം അവൾ അറിയാതെ ഞാൻ പാലത്തിൽ നിന്നും കണ്ടു. ഒരു അവിവാഹിതനായ ചെറുപ്പക്കാരൻ അവിചാരിതമായി കണ്ട ഒരു പാസ്സിങ് ഷോ മാത്രമായിരുന്നു അത്. എന്റെ മുൻപേ നടന്ന ചങ്ങാതിയാകട്ടെ ഇതൊന്നും അറിഞ്ഞതുമില്ല.

ഞങ്ങൾ പാലത്തിന്റെ മറുകരെ കുരിശ്ശിൻ തൊട്ടിയും കടന്ന് സെമി

ത്തേരിയിൽ എത്തി. സോബിച്ചൻ തന്റെ പിതാമഹാന്റെ കല്ലറയ്ക്ക് മുൻപിൽ മുട്ടുകുത്തി, കൂടെ ഞാനും.

ജോസഫ് ചാക്കോ

85 വയസ്സ്. മരണം 1975

മൂകമായ പ്രാർഥനയുടെ ഏതാനും നിമിഷങ്ങൾ കടന്നുപോയി. ഞങ്ങൾ എഴുന്നേറ്റു. ചുറ്റുമുള്ള കല്ലറകളിൽ പല പേരുകളിൽ ലോകയാപനം ചെയ്തു ഇവിടെ നിന്നും കടന്നുപോയവരുടെ മൂകകുടീരങ്ങൾ ജീവിതത്തിന്റെ നശ്വരതയെ ഓർമ്മിപ്പിച്ചു.

ഞാനും സോബിച്ചനും തിരിച്ചുപോകാനായി വീണ്ടും പാലത്തിന്റെ ചുവട്ടിൽ എത്തി. അതുവരെ പള്ളിയും ശ്മശാനവും നിറഞ്ഞു നിന്ന എന്റെ മനസ്സിലേയ്ക്ക് അത് തള്ളി മാറ്റിയിട്ട്, പാലത്തിന്റെ അപ്പുറത്തു അയയിൽ തുണിവിരിച്ചുകൊണ്ടിരുന്ന യുവതി എന്റെ അനുവാദം ചോദിക്കാതെ കയറി വന്നു.

പാലത്തിൽ കൂടി നടക്കുമ്പോൾ എന്റെ കണ്ണുകൾ ആ വീട്ടുമുറ്റത്ത് നേരത്തെ കണ്ട സുന്ദരിയെ തിരഞ്ഞു. നിരാശനായ എന്നെ, അയയിൽ കിടന്ന അവളുടെ പല കളറുള്ള തുണികൾ കളിയാക്കിക്കൊണ്ട് കാറ്റിൽ ഇളകി.

അവിചാരിതമായി സോബിച്ചന്റെ കൂടെ ഒരു പള്ളിയിൽ പോയപ്പോൾ വഴിമദ്ധ്യേയുള്ള ഒരു പാലത്തിന്റെ കരയിലെ ഒരു വീട്ടിൽ കണ്ട ഏതോ ഒരു പെൺകുട്ടിയെ ഞാൻ എന്തിനു വീണ്ടും തിരയണം? അവളെ വീണ്ടും കണ്ടില്ലെങ്കിൽ എന്തിനു പരിതപിക്കണം? ഞാൻ മനസ്സിനെ ശാസിച്ചു.

തിരികെ കോട്ടയത്ത് എത്തുന്നതിന് മുൻപേ എന്റെ ഈ ചിന്തകൾ ബുള്ളെറ്റ് ബൈക്കിന്റെ പട പട ശബ്ദത്തിൽ അലിഞ്ഞില്ലാതായി.

ഉദ്ദേശം രണ്ട് വർഷങ്ങൾക്ക് ശേഷം എന്റെ വിവാഹ ആലോചനാപരസ്യം മനോരമ പത്രത്തിൽ വന്നു.

ഞാൻ, പല സ്ഥലങ്ങളിലായി രണ്ടു മൂന്ന് വീടുകളിൽ പോയി ചൂട് കാപ്പിയും പലഹാരവും കഴിച്ചു. എന്നാൽ ഒന്നും ഒത്തുവന്നില്ല. ഒന്നുകിൽ അവർക്ക് ചേരില്ല, അല്ലെങ്കിൽ നമുക്ക് ചേരില്ല.

അങ്ങനെയിരിക്കെ ഒരു ദിവസം എന്റെ വീട്ടിലേയ്ക്ക് ഒരു ഫോൺ കാൾ വന്നു. പെണ്ണിന്റെ ആങ്ങളയാണ് സംസാരിച്ചത്. അതിൻ പ്രകാരം ഞാൻ എന്റെ വീട്ടുകാരെയും കൂട്ടി അടുത്ത ദിവസം ആ വീട്ടിൽ പെണ്ണ് കാണാൻ പോയി.

ഞങ്ങളുടെ കാർ ആ സ്ഥലത്ത് എത്തിയപ്പോൾ അവിടം എനിക്ക്

എന്തോ ഒരു പരിചയം ഉള്ളത് പോലെ തോന്നി.

അൽപ്പസമയം കൊണ്ട് മനസ്സിലായി, രണ്ടു വർഷങ്ങൾക്ക് മുൻപ് ഞാനും സോബിച്ചനും കൂടി പള്ളിയുടെ സെമിത്തേരിയിൽ പോകാൻ കയറിയ അതേ പാലം.

അതിന്റെ സൈഡിൽ ചുറ്റും മതിൽ കെട്ടിയ ഓടിട്ട വീട്. വീടിനുള്ളിൽ അവൾ പോലും അറിയാതെ പണ്ടേ ഞാൻ 'പെണ്ണുകണ്ട' പെണ്ണ്.

ആ ചെറുക്കനെ ഇതുവരെ കണ്ണുകൊണ്ട് കണ്ടിട്ടില്ലാത്ത പുതുക്കപ്പെണ്ണ്.

എന്നാൽ ഞങ്ങൾ അറിയുന്നതിന് എത്രയോ മുൻപേ ഈ ബന്ധം ഉടയവൻ നിശ്ചയിച്ചതായിരുന്നു.

ഞങ്ങളുടെ വിവാഹത്തിന് സോബിച്ചനും വന്നിരുന്നു. അന്നാണ് ഈ കഥ ഞാൻ സോബിച്ചനോട് പറഞ്ഞു ചിരിച്ചത്.

വേദന ഏൽപ്പിച്ചുകൊണ്ട് എന്റെ മുൻ സഹയാത്രികൻ സോബിച്ചനും ഇന്ന് കളമൊഴിഞ്ഞിരിക്കുന്നു.

ഇനിയും അറിയാത്ത നിശ്ചയങ്ങൾക്ക് ചെവി ഓർത്തുകൊണ്ട് ഇവിടെ നമ്മളും.

ഠ

കറികൊണ്ടുവന്ന വറി

'ദേ ചേട്ടാ ഇങ്ങോട്ടൊന്നു വന്നേ. അവിടെ എന്തെടുക്കുവാ.'

ശ്രീമതിയാ. അടുക്കളേന്നാ വിളിവരുന്നത്. ആ വിളി ഉടനെ അറ്റൻഡ് ചെയ്തില്ലെങ്കിൽ നേരമാകുമ്പോൾ കൈകഴുകിയേച്ചു തിന്നാൻ ചെന്നാൽ അതിന്റേതായ ദോഷം ഉണ്ടാകും എന്ന് രമേശനറിയാം. അതുകൊണ്ടാണ് വെറുതെ വാട്സ്ആപ്പ് കുത്തിക്കൊണ്ടിരുന്ന അയാൾ അതിലും വലിയ 'ആപ്പ്' വരുന്നേനു മുൻപേ ഫോൺ താഴെ വച്ചിട്ട് അടുക്കളയിലേക്ക് ചെന്നത്.

'എന്തിനാടീ എന്നേ വിളിച്ചത്?'

'നിങ്ങൾക്ക് അറിയാന്മേലെ എനിക്ക് ജോലിക്ക് പോകണ്ടേ.'

'അതിന്, ജോലിക്ക് പോകണ്ടാന്നു ഞാൻ പറഞ്ഞോ?' രമേശൻ അൽപ്പം തമാശ രൂപത്തിൽ പ്രതികരിച്ചു.

'എന്നാലേ, ദേ.. ചിക്കൻ കറി ഞാൻ അടുപ്പിൽ കയറ്റിയിട്ടുണ്ട്. ഒരു അരമണിക്കൂർകൂടി കഴിയുമ്പോൾ ഓഫ് ചെയ്ത് ഈ അരിഞ്ഞു വച്ചിരിക്കുന്ന മല്ലിയിലയും കൂടി ഇട്ടേരെ. അയ്യോ.. ഞാൻ പോയി കുളിക്കട്ടെ. വേഗം പോയില്ലേൽ ഇന്നും ലേറ്റ് ആകും.' അവൾ പറഞ്ഞു.

'മാനേജർ ഇന്നാളുംകൂടി പറഞ്ഞതാ. സുലേഖയ്ക്ക് വീട്ടിലേ തിരക്ക് കാരണം നേരത്തെ വരാൻ പറ്റില്ലെങ്കിൽ ഈ ജോലി അങ്ങ് നിർത്തരുതോ.' എന്ന്.

ഇലക്ട്രോണിക്സ് കടയിലെ സെയിൽസ് ഗേൾ എന്ന ചെറിയ ജോലിയാണെങ്കിലും ഒരു വരുമാനമല്ലേ? അതുകൊണ്ടാണ് ഞായറാഴ്ചയാണെങ്കിലും അവൾ ജോലിക്ക് പോകുന്നത്.

'രമേശേട്ടാ .. മോൻ എഴുന്നേറ്റു വരുമ്പോൾ പല്ല് തേപ്പിച്ചിട്ട് അവനും കൂടെ ബ്രേക് ഫാസ്റ്റ് കൊടുക്കണം.'

'ഓ.. ശരി,' അയാൾ സമ്മതിച്ചു. സമ്മതിക്കാതെ പറ്റില്ലല്ലോ. മാസാവസാനം കുറച്ച് ചിരിക്കുന്ന ഗാന്ധിമാർ അവളുടെ കൂടെയും വരുന്നതല്ലേ.

സുലേഖ വേഗം കുളി കഴിഞ്ഞ് ഒരുങ്ങി കുടയും ബാഗുമെടുത്ത്

അധികം ദൂരെയല്ലാത്ത ജോലി സ്ഥലത്തേയ്ക്ക് ഓടി. അവൾ രാവിലെ വല്ലതും കഴിച്ചോ ആവോ.

ങ്ഹാ. മോൻ കണ്ണും തിരുമ്മി എഴുന്നേറ്റു വന്നല്ലോ.

'വാ. നമുക്ക് പല്ലുതേക്കാം.' രമേശൻ അവനെയും ചേർത്തു പിടിച്ച് ബാത്ത്റൂമിൽ കൊണ്ടുപോയി പ്രഭാത കർമ്മങ്ങൾ ചെയ്യിച്ച് പല്ലും തേപ്പിച്ചു.

'മോനേ. അപ്പാ ബ്രേക്ക് ഫാസ്റ്റ് തരാം, അതുകഴിഞ്ഞിട്ട് മോന് സ്മാർട്ട് ഫോണിൽ ഓൺലൈൻ ക്ലാസ്സിൽ പോകണ്ടേ?' അയാൾ പറഞ്ഞു.

'അപ്പാ, അപ്പാ, ആ ഫോണിന് എന്താ സ്മാർട്ട് ഫോൺ എന്ന് പറയുന്നേ?'

ഹോർലിക്സ് കുടിച്ചുകൊണ്ടിരുന്നപ്പോൾ അവനൊരു സംശയം.

'മോനേ. അത് ഉണ്ടാക്കുന്ന ഫോൺ കമ്പനിക്കാരും പിന്നെ അതിന്റെ വിൽപ്പനക്കാരും സ്മാർട്ടാ മോനേ, ഓരോ ഓഫറും പറഞ്ഞ് ആളെ പ്പറ്റിക്കാൻ. അതുകൊണ്ടാണ് അവർ ആൾക്കാരെ പറ്റിക്കുന്ന ഫോണിന് സ്മാർട്ട് ഫോൺ എന്ന് പറയുന്നത്.'

മറുപടി കേട്ട മോൻ പിന്നെ ഒന്നും അതിനെ കുറിച്ച് ചോദിച്ചില്ല. കുഞ്ഞുങ്ങൾക്ക് 'പറ്റിപ്പ്' എന്ന് പറഞ്ഞാൽ അറിയില്ലല്ലോ.

രമേശൻ മോനു കുറച്ച് ഓട്ട്സ് കൂടി കൊടുത്തിട്ട് സ്മാർട്ട് ഫോൺ ഓൺ ചെയ്ത് അവനെ പഠിക്കാൻ ഇരുത്തി.

സുലേഖ ഇലക്ട്രോണിക്സ് കടയുടെ സെയിൽസ് കൗണ്ടറിന്റെ പുറകിൽ കയറിയാൽ പിന്നെ എല്ലാം മറന്ന് പുതിയ ഒരാളാകും. ആധുനിക ഇലക്ട്രിക്കൽ, ഇലക്ട്രോണിക്സ് ഉൽപ്പന്നങ്ങളുടെ മാസ്മരിക ശ്രേണികൾ നിരന്ന മായാലോകത്തേയ്ക്ക് കടന്നു വരുന്ന കസ്റ്റമേഴ്സിനെ നല്ലവണ്ണം കൈകാര്യം ചെയ്ത് സെയിൽസ് കൂട്ടാൻ അവൾ മിടുക്കിയാണ്. അതുകൊണ്ടാണ് സമയനിഷ്ഠ കുറവാണെങ്കിലും മാനേജ്മെന്റിനു സുലേഖയോട് താൽപ്പര്യം.

ഇടയ്ക്ക് അൽപ്പം തിരക്ക് കുറഞ്ഞപ്പോഴാണ് അവൾ ഭർത്താവിനോട് ഒരു കാര്യം പറയാനുള്ളത് ഓർത്തത്.

'എടീ വന്ദനേ, എനിക്ക് വീട്ടിലോട്ടൊന്ന് വിളിക്കണം, രമേശേട്ടനോട് ഒരു കാര്യം പറയാൻ മറന്നു. ഞാൻ ഇപ്പോ വരാം.'

അവൾ അടുത്ത് നിന്ന സെയിൽസ് ഗേളിനോട് പറഞ്ഞിട്ട് ഭർത്താവിനെ ഫോൺ ചെയ്യാനായി സ്റ്റാഫ് റൂമിലേക്ക് പോയി.

അവൾ ഭർത്താവിന്റെ നമ്പർ ഡയൽ ചെയ്തു. എൻഗേജ്ഡ് ആണ്. പത്തു മിനിറ്റിൽ വീണ്ടും ഒന്ന് കൂടി ട്രൈ ചെയ്തു. അപ്പോഴും ഫോൺ എൻഗേജ്ഡ് ആണ്.

സുലേഖ പിന്നെയും പല ഇടവേളകളിൽ ഭർത്താവിനെ ഫോണിൽ

ട്രൈ ചെയ്തു.

ഫോൺ അപ്പോഴും എൻഗേജ്ഡ് തന്നെ.

അവൾക്ക് ദേഷ്യം വന്നു. ഒരു അത്യാവശ്യത്തിന് വിളിച്ചാൽ കിട്ടത്തില്ല. ഫോൺ ബിസി തന്നെ ബിസി.

എങ്ങനെ ബിസി ആകാതിരിക്കും. വീട്ടിൽ നടക്കുന്ന പ്രശ്നം വല്ലതും സുലേഖ അറിയുന്നുണ്ടോ!

രമേശൻ ചിക്കൻ കറി വെന്തപ്പോൾ വാങ്ങിവച്ചു. അതിൽ,സുലേഖ പറഞ്ഞപോലെ അരിഞ്ഞു വച്ചിരുന്ന മല്ലിയിലയും ചേർത്തിളക്കി.

അയാൾ കുറച്ച് ചിക്കൻ കറി എടുത്ത് രണ്ട് പീസ് ബ്രെഡ്ഡും കൂട്ടി കഴിക്കാൻ തുടങ്ങിയപ്പോഴാണ് പ്രശ്നം മനസ്സിലായത്.

കറിക്ക് ഒരു രുചിയും ഇല്ല. കുറേശ്ശേ മണം കിട്ടുന്നുണ്ട് എന്ന് തോന്നുന്നു. അത് ചിലപ്പോൾ ചിക്കൻ കറിയുടെ മണം പരിചിതമായതുകൊണ്ട് തോന്നുന്നതായിരിക്കാം.

കറിക്കു രുചിയേ ഇല്ല. ഇതെന്താ ഇങ്ങനെ.

പെട്ടെന്നാണ് അയാൾക്ക് കാര്യം മനസ്സിലായത്.

ദൈവമേ ഇതതു തന്നെ. അയാൾക്ക് സംശയമില്ല. എന്നാലും ഒന്നു കൂടെ പരീക്ഷിക്കാം. അയാൾ മോനേ വിളിച്ച് ഒന്നും പറയാതെ അവന് അൽപ്പം കറി കഴിക്കാൻ കൊടുത്തു. എന്നിട്ട് പ്രതികരണം അറിയാൻ അവന്റെ മുഖത്തേയ്ക്ക് നോക്കി.

'അപ്പാ, ഇതിനെന്താ ഒരു ടേസ്റ്റും ഇല്ലല്ലോ.'

ദൈവമേ അവനും പിടിച്ചു എന്ന് തോന്നുന്നു. രണ്ടാൾക്കും ടേസ്റ്റ് നഷ്ടപ്പെട്ടിരിക്കുന്നു.

അയാൾ ഉടനെ ഫോൺ എടുത്ത് അടുത്ത ഹെൽത്ത് സെന്ററിലെ കൊറോണ സെല്ലിൽ വിളിച്ചു.

എത്ര നേരം പിടിച്ചോണ്ടിരുന്നിട്ടാണ് ലൈൻ കിട്ടിയത്.

'ഹലോ... സാറെ ഞാൻ രമേശൻ കാവിൽനടയിൽ. എനിക്കും മോനും ടേസ്റ്റ് നഷ്ടപ്പെട്ടു. എനിക്ക് ഒരു പരവേശം പോലെ തോന്നുന്നുണ്ട്. ഞങ്ങൾ എന്ത് ചെയ്യണം?'

'എന്നാണ് തുടങ്ങിയത്?'

'ഇന്നാണ് സാറെ.'

'മണം കിട്ടുന്നുണ്ടോ?'

'ഉറപ്പില്ല സാറെ.'

'നിങ്ങളുടെ വീട്ടിൽ പുറത്തുനിന്നും ആരെങ്കിലും വന്നാരുന്നോ?'

'ഉവ്വ് .പാല് കൊണ്ടു തരാൻ ഒരാള് വരാറുണ്ട്.'

'ശരി, നിങ്ങൾ ഉടനെ കോവിഡ് ടെസ്റ്റ് ചെയ്യണം. കോവിഡ് ആയിരിക്കും. അതുവരെ നിങ്ങൾ ഒരു മുറിയിൽ സ്വയം ക്വാറന്റൈൻ ചെ

യ്യുക.

വീട്ടിലുള്ള മറ്റുള്ളവരുമായി പതിനാലു ദിവസം ഇടപഴകരുത്. പനിയും ചുമയുമൊക്കെ പുറകെ തുടങ്ങും. അന്നേരം പാരസെറ്റമോൾ എടുക്കണം. കുറവില്ലെങ്കിൽ ആംബുലൻസ് വിളിക്കണം. ഏതായാലും ഭയപ്പെടാതിരിക്കുക. എന്തു തന്നെ സംഭവിച്ചാലും നേരിടാൻ സർക്കാർ വേണ്ട അറേഞ്ച് മെന്റ് കൾ ചെയ്തിട്ടിട്ടുണ്ട്. കേട്ടോ.'

'ശരി സാർ.' എന്നു പറഞ്ഞു അയാൾ ഫോൺ വച്ചു.

പേടിക്കണ്ടത്രേ... അവർക്ക് അങ്ങനെ പറയാം. എത്ര പേരാ മരിച്ചത്, കൊറോണ കൊണ്ട്!

മേലേടത്തെ രാഘവൻ നായർ കൊറോണ വന്ന് മരിച്ചിട്ട് ഒരു മാസമല്ലേ ആയുള്ളൂ. കിഴക്കേലെ ശിവദാസനും പടിക്കലെ ദേവകി ചേച്ചിയും ഇപ്പോഴും ആശുപത്രിയിലല്ലേ.

മനസ്സിൽ ഒരു കൊള്ളിയാൻ മിന്നി. ഭയം കൊണ്ട് അയാളുടെ നെഞ്ചിടിപ്പ് കൂടി.

ശരീരം വിയർക്കുന്നു. പനി വരാനായിരിക്കും.

രണ്ടാഴ്ചക്കുള്ളിൽ മുഖ്യമന്ത്രി ടീവി യിൽ പറയുന്ന മരിച്ചവരുടെ കൂട്ടത്തിൽ താനും കാണുമോ ?

ഓർത്തിട്ടു അയാളുടെ കണ്ണിൽ ഇരുട്ട് കയറുന്നു.

അയാളുടെ വെപ്രാളം കണ്ടിട്ട് മകൻ ചോദിച്ചു, 'എന്ത് പറ്റി അപ്പാ?'

'മോനേ നമ്മൾ നമ്മടെ കുറച്ച് തുണികളൊക്കെ എടുത്തോണ്ട് ഒരു മുറിയിലോട്ട് മാറണം. നമുക്ക് പനിയും ചുമയും വരാൻ പോകുവാ.'

'മോൻ പേടിക്കണ്ടാ കേട്ടോ. അപ്പാ കൂടെ ഉണ്ടല്ലോ.' എന്നും പറഞ്ഞ് അയാൾ മോനെയും കൂട്ടി അലമാരയിൽ നിന്നും രണ്ടാൾക്കും കുറേ തുണിയുമെടുത്ത് ബാഗിലാക്കി ഒരു മുറിയിലേക്ക് മാറി. മോനെ അവിടെ ഇരുത്തി.

മുറിയിൽ അത്യാവശ്യം സാധനങ്ങളെല്ലാം കൊണ്ടുപോയി വയ്ക്കണം. പതിനാല് ദിവസം ഇരിക്കണ്ടേ.

സുലേഖ വന്നിട്ടുവേണം കോവിഡ് ടെസ്റ്റിനു പോകാൻ. ക്വാറന്റൈൻ മുറിയിൽ വേണ്ടത് എല്ലാം എടുത്ത് വച്ചിട്ടുവേണം സുലേഖയെ വിളിച്ചു വിവരം പറയാൻ.

അവൾക്കും ഇൻഫെക്ഷൻ ഉണ്ടോ ആവോ.

മൊബൈൽ ഫോണും ചാർജ്ജറും കുടിക്കാൻ കുറേ വെള്ളവുമെടുത്ത് മുറിയിൽ വച്ചു.

ഓ ഫോണും കൂടി ഇല്ലെങ്കിൽ ക്വാറന്റൈനിലിരുന്ന് മനുഷ്യന് ഭ്രാന്ത് പിടിച്ചേനെ, സംശയമില്ല.

ദൈവമേ. എങ്ങനായിത്തീരുമോ?

അയാളുടെ കയ്യിലിരുന്ന ഫോൺ ശബ്ദിച്ചു. അതു രമേശന്റെ കൂട്ടുകാരൻ സതീഷ് ആയിരുന്നു.

'ഹലോ... രമേശാ.. എന്ത് പറയുന്നു ബ്രോ? സുലേഖ ജോലിക്കു പോയോ?'

'ഞാൻ അങ്ങോട്ട് വരട്ടെ? നമുക്ക് കുറച്ച് റമ്മി കളിച്ചാലോ?'

'അയ്യോ.. വേണ്ടാ സതീശാ... വരണ്ടാ. എനിക്കും മോനും കോവിഡ് ആണെന്ന് തോന്നുന്നു. ഉടനെ സുലേഖയെ കൂടി വിളിച്ചു ടെസ്റ്റ് ചെയ്യാൻ പോകുവാ.'

'ശ്ശോ കഷ്ടമായല്ലോ, സൂക്ഷിക്കണേ. ഏതായാലും എന്തെങ്കിലും വേണേൽ വിവരം അറിയിക്ക്.' എന്ന് പറഞ്ഞു വിഷണ്ണനായി സതീഷ് ഫോൺ കട്ട് ചെയ്തു.

അന്നേരം റോഡിൽ കൂടി ഒരു ആംബുലൻസ് അലറിവിളിച്ചു പോകുന്നത് കേട്ടു. ആരെയെങ്കിലും അത്യാസന്നനിലയിൽ ആശുപത്രിയിൽ കൊണ്ടുപോകുന്നതായിരിക്കും. അല്ലെങ്കിൽ ഇത്ര സ്പീഡിൽ പോകുമോ?

പല വിധ ചിന്തകളാൽ ആകുലനായി അയാൾ കിച്ചണിൽ ഇരുന്ന ബ്രെഡും പഴവും ജാമും മുറിയിലേക്കെടുത്തുകൊണ്ട് പോകുമ്പോഴാണ് സുലേഖയുടെ ഫോൺ വിളി വന്നത്.

'ഹലോ രമേശേട്ടാ. നേരത്തെ ഞാൻ എത്ര നേരം കിടന്ന് വിളിച്ചു, ഒരു കാര്യം പറയാൻ. ആളെ ഫോണിൽ കിട്ടണ്ടേ.'

'എടീ പണി പാളി. ഞാൻ നിന്നെ ഇപ്പം അങ്ങോട്ട് വിളിക്കാൻ പോകുവാരുന്നു.'

'എന്തോവാണേലും ചേട്ടാ ഞാൻ മറന്നുപോയ കാര്യം ആദ്യം പറയട്ടെ. എനിക്ക് കസ്റ്റമർ വരുന്നേനു മുൻപേ കൌണ്ടറിലോട്ട് പോകണം. അതുകൊണ്ട് ഞാൻ പറഞ്ഞു കഴിഞ്ഞിട്ട് ചേട്ടന് പറയാനുള്ളത് വേഗം പറ. എന്താ ചേട്ടന്റെ സ്വരത്തിനൊരു പതർച്ച? സുഖമില്ലേ?'

'പിന്നേ രമേശേട്ടാ, ഞാൻ രാവിലെത്തെ ധൃതിയിൽ ചിക്കൻ കറിയിൽ ഉപ്പിടാൻ മറന്നേ പോയി. അത് പറയാനാ രാവിലെ തൊട്ട് അങ്ങോട്ട് വിളിക്കുന്നെ. ആളെ ഫോണിൽ കിട്ടണ്ടേ. ഇനി പറ, ചേട്ടൻ എന്താ പറയാൻ വന്നത്?'

'എന്ത്? നീ എന്താ പറഞ്ഞത്? ചിക്കൻ കറിയിൽ ഉപ്പ് ഇട്ടില്ലാരുന്നെന്നോ?'

ഠ

ആദ്യരാത്രിയിൽ

ഇന്ന് മനോജ് മാത്യുവിന് ആദ്യരാത്രിയാണ്. ഈ രാത്രി അയാൾക്ക് ഒരുപാട് പുതിയ ജീവിതാനുഭവങ്ങളുടെ തുടക്കമാകും. ഒരു പുതിയ അദ്ധ്യായം കുറിക്കുന്ന ആദ്യരാത്രിയ്ക്ക് ഇനി മണിക്കൂറുകൾ മാത്രം.

പള്ളിയിലെയും വീട്ടിലെയും ചടങ്ങുകൾ എല്ലാം ഭംഗിയായി കഴിഞ്ഞു. ആളുകൾ ഓരോരുത്തരായി യാത്ര പറഞ്ഞു പിരിഞ്ഞു പോയി. അമ്മാവനാണ് പന്തലുകാർക്കും വീഡിയോക്കാർക്കുമൊക്കെ പണം കൊടുത്ത് കണക്കുതീർത്ത് പറഞ്ഞു വിട്ടത്.

വൈകുന്നേരം വരെ അമ്മാവൻ ജോർജ് വർഗീസും മോളി അമ്മായിയും അവരുടെ മകൻ ജോഷിയും മനോജിന്റെ കൂടെ വീട്ടിൽ ഉണ്ടായിരുന്നു. സ്വർഗ്ഗസ്ഥരായ അപ്പച്ചന്റെയും അമ്മച്ചിയുടേയും കുറവ് അവരാണ് നികത്തിയത്.

'മോനേ മനോജേ, എന്നാൽ ഞാനും അമ്മായിയും ചെല്ലട്ടെ. ജോഷി കൂടെ കുറച്ചു ദിവസം ഇവിടെ നിൽക്കട്ടെ. നിനക്കൊരു സഹായമായിട്ട്. ഞങ്ങൾ ദൂരെയൊന്നുമല്ലല്ലോ. നാളെ ഞാൻ വിളിക്കാം.' അമ്മാവൻ പറഞ്ഞു.

തല കുലുക്കി സമ്മതം അറിയിച്ച മനോജ് അമ്മാവന്റെ മാരുതി സ്വിഫ്റ്റ് വീടിന്റെ ഗേറ്റ് കടക്കുന്നതുവരെ നോക്കി നിന്നു. എന്നിട്ട് വന്ന് ജോഷിക്ക് അവന്റെ മുറി കാണിച്ചുകൊടുത്തു.

'അങ്കിൾ, എന്തെങ്കിലും ആവശ്യം ഉണ്ടെങ്കിൽ എന്നെ വിളിക്കണം.'

'ശരി ജോഷി മോനേ.' എന്ന് പറഞ്ഞു മനോജ് തന്റെ കിടപ്പുമുറിയിലേക്ക് പോയി.

ആൾക്കൂട്ടം, ചടങ്ങുകൾ എല്ലാം കൂടി പകലത്തെ തിരക്ക് കാരണം അയാൾക്ക് വല്ലാത്ത ക്ഷീണം തോന്നി.

ഒരു ദിവസം മുഴുവൻ കൂടെ ഉണ്ടായിരുന്ന പകലിനെ യാത്രയാക്കിയിട്ടു സൂര്യൻ പടിഞ്ഞാറേ ചക്രവാളത്തിൽ നിന്നും പോയിക്കഴിഞ്ഞു. ജീവിതത്തിൽ മനുഷ്യൻ സുഖദുഃഖസമ്മിശ്രമായ എന്തെല്ലാം അനുഭ

വങ്ങളിലൂടെയാണ് കടന്നു പോകേണ്ടത്, മനോജ് ഓർത്തു.

മുറിയിൽ ചെന്ന് വസ്ത്രം മാറിക്കൊണ്ടിരുന്ന അയാൾ തന്റെ മറുതുണി കാണാഞ്ഞിട്ട് 'നിമ്മീ' എന്ന്, തന്റെ ഭാര്യയെ വിളിക്കാൻ നാക്ക് വളച്ചതാണ്.

കഴിഞ്ഞ പതിനഞ്ച് വർഷങ്ങളായുള്ള ശീലമല്ലേ.

എന്താവശ്യം ഉണ്ടെങ്കിലും ഉടനെ വിളിക്കും, 'നിമ്മീ എന്റെ ഷർട്ട് എന്തിയെ, പാന്റ്സ് അലക്കിയത് എവിടെയാണ് വച്ചത്, എന്റെ കണ്ണട കണ്ടോ, ടീവിയുടെ റിമോട്ട് കണ്ടോ' ഇങ്ങനെയുള്ള ഓരോരോ ചോദ്യങ്ങൾ.

മനോജിന് എല്ലാത്തിനും മറുപടിയും സഹായവുമായി കൂടെ നിന്നവളല്ലേ. ഇത് മനോജിന് തന്റെ വിവാഹശേഷം നിമ്മി എന്ന ഭാര്യ കൂടെ ഇല്ലാത്ത ആദ്യരാത്രിയാണ്.

'നിമ്മി, ഈ നിൽക്കുന്ന മനോജ് മാത്യുവിനെ നിന്റെ ഭർത്താവായി സ്വീകരിക്കാൻ സമ്മതമാണോ?' എന്ന് അൽത്താരയുടെ മുന്നിൽ നിന്നും ബന്ധുക്കളെ സാക്ഷിയാക്കി പുരോഹിതൻ ചോദിച്ചപ്പോൾ സമ്മതമാണ് എന്ന് പറഞ്ഞ് വർഷങ്ങൾക്ക് മുൻപ് തന്റെ കൂടെ ജീവിക്കാൻ വന്നവൾ.

ബെഡ് റൂമിൽ ഒട്ടും സാധാരണമല്ലാത്ത ഒരു മൂകത അയാൾക്ക് അനുഭവപ്പെട്ടു. ഒരിക്കലും അവിടെ ഉണ്ട് എന്ന് ശബ്ദം കേൾപ്പിച്ചിട്ടില്ലാത്ത ടൈംപീസിൽ നിന്ന് തകിലടിപോലെ ഉയർന്ന ശബ്ദം. ജനലിന് അപ്പുറം മുറ്റത്ത് ഒരു മഴത്തുള്ളി വീണാൽപ്പോലും കേൾക്കാവുന്നത്ര നിശ്ശബ്ദത. വസ്ത്രം മാറി ബെഡിലേയ്ക്ക് സാവധാനം ചായുമ്പോൾ ആ മുറിയിൽ ഒട്ടും പരിചയമില്ലാത്ത, ശ്വാസം മുട്ടിക്കുന്ന ഏകാന്തത അയാളറിഞ്ഞു.

ഒറ്റപ്പെടലിന്റെ അശാന്തി, വേദനയുടെ പാനപാത്രവുമായി അയാൾക്കൊപ്പം ശിഷ്ടജീവിതം പങ്കിടാൻ വന്നിരിക്കുന്നു. ഇനിയുള്ള ജീവിതം അശാന്തിക്കൊപ്പമാണല്ലോ. മനോജിന്റെ തലയ്ക്കുള്ളിൽ അസ്വസ്ഥത പുകയുകയാണ്.

വിശാലമായ ബെഡിൽ ഒരു അനക്കവും ഇല്ലാതെ ഒഴിഞ്ഞു കിടക്കുന്ന പാതി ഭാഗം. ബെഡിന്റെ അടുത്ത് തേക്കുതടിയിൽ ചിത്രപ്പണികളുള്ള ഡ്രസ്സിങ്ങ് ടേബിൾ. അതിൽ നിമ്മി ഉപയോഗിക്കുന്ന പെർഫ്യൂമുകൾ, വാട്റോബിൽ അവളുടെ ഡ്രസ്സുകൾ. എല്ലാം ഒരു മാറ്റവും ഇല്ലാതെ അവിടെത്തന്നെയിരിക്കുന്നു. ഇല്ലാത്തത് അയാളുടെ പാതിമനം ആയിരുന്ന പ്രിയതമ മാത്രം.

ഉറങ്ങുന്നതിനു മുൻപേ നിമ്മി അന്നത്തെ ദിവസത്തെക്കുറിച്ച്, അവിടെ ജോലിക്ക് വരുന്ന ജാനുവിനെക്കുറിച്ച്, അവളുടെ ആങ്ങളയുടെ മോള് ഫോൺ വിളിച്ചതിനെക്കുറിച്ച്, അടുത്ത ഞായറാഴ്ച പള്ളിയിൽ പോകുന്നതിനെ കുറിച്ച്, അങ്ങനെ എന്തെങ്കിലുമായി അവൾ അയാളോട് പറ്റിക്കിടന്ന് കുറേ നേരം സംസാരിക്കും. പിന്നെ അവന്റെ നെഞ്ചിന്റെ താളം കൈകളിൽ അറിഞ്ഞു കൊണ്ട് മെല്ലെ ഉറക്കത്തിലേയ്ക്ക്. അതായിരുന്നു പതിവ്. അവളാണ് ഇന്നലെ തന്റെ ജീവിതത്തിൽ നിന്ന് അനുവാദം ചോദിക്കാതെ പടിയിറങ്ങി പോയിരിക്കുന്നത്.

ഇന്ന് കിടക്കറയിൽ ഉറങ്ങാൻ കിടക്കുമ്പോൾ അയാളോട് സംസാരിക്കാൻ പ്രക്ഷുബ്ധമായ സ്വന്തം മനസ്സു മാത്രം. മുൻപ് ഒരിക്കലും അനുഭവിച്ചിട്ടില്ലാത്തത്ര വേദനയുടെ ഈ രാത്രി അയാളുടെ ഉള്ളിൽ ഓർമ്മകളുടെ നിലയ്ക്കാത്ത വേലിയേറ്റങ്ങൾ തീർക്കുകയാണ്.

മന്ത്രകോടിയണിഞ്ഞു സർവ്വാഭരണവിഭൂഷിതയായി വലതുകാൽ വച്ച് നിമ്മി തന്റെ മണിയറയിലേക്ക് കടന്നുവന്ന ആദ്യരാത്രി മുതൽ അവൾ അനന്തതയിലേക്ക് കൂടുവിട്ടു പറന്നു പോയതിനു ശേഷം, അവളില്ലാത്ത ഈ ആദ്യരാത്രിവരെ, പതിനഞ്ച് വർഷത്തെ ദാമ്പത്യത്തിന്റെ ഓർമ്മപ്പുസ്തകത്താളുകൾ ഓരോന്നായി മറിയുകയാണ്.

ഇനി അതായിരിക്കും അയാൾക്ക് ശിഷ്ടകാലം ജീവിക്കാനുള്ള ഊർജ്ജ സ്രോതസ്.

ഒരാഴ്ചയല്ലേ ആയുള്ളൂ നിമ്മി അവിടുന്ന് ആശുപത്രിയിലേക്ക് പോയിട്ട്. കുറേ വർഷങ്ങളായി അവൾക്ക് ഡയബറ്റിസ് ഉണ്ടായിരുന്നു. അതിനുള്ള മരുന്നും കഴിക്കുന്നുണ്ടായിരുന്നു. കൃത്യമായ അളവിലും സമയത്തും ഇൻസുലിൻ എടുക്കാൻ അവൾക്ക് മടിയായിരുന്നു. ഡയബറ്റിസ്സിനെ അവൾ ഒരു തമാശയായേ കണ്ടുള്ളു.

അങ്ങനെയല്ലേ ആറു മാസം മുൻപ് അവളുടെ കാലുകളിൽ നീരുമായി ഡോക്ടറെ കണ്ടപ്പോൾ ചില ടെസ്റ്റുകൾ കൂടി നടത്തണം എന്ന് ഡോക്ടർ പറഞ്ഞത്.

ഇൻസുലിനിന്റെ ശരിയല്ലാത്ത ഉപയോഗം കൊണ്ടാകാം ലിവർ സിറോസ്സിസ് വന്നത് എന്ന് ടെസ്റ്റിന് ശേഷം ഡോക്ടർ പറഞ്ഞപ്പോൾ 'അത് കള്ളു കുടിയന്മാരുടെ രോഗമല്ലേ ഡോക്ടർ' എന്ന് പറഞ്ഞു നിമ്മി ചിരിച്ചെങ്കിലും രോഗത്തിന്റെ ഗൗരവം അറിയാമായിരുന്ന മനോജിന്റെ മനസ്സ് അന്നേ ഉലഞ്ഞിരുന്നു.

മക്കളില്ലെന്നൊരു ദുഃഖം ആദ്യ കാലങ്ങളിൽ മാത്രമേ അവരെ അലട്ടിയിരുന്നുള്ളു. എന്നാൽ രണ്ടുപേരിൽ ആർക്കാണ് കുഴപ്പം എന്നറിയാൻ

പോവേണ്ട എന്നവർ തീരുമാനിക്കുകയാണുണ്ടായത്. അതുകൊണ്ടു ആ ദുഃഖം അവർ മനഃപൂർവ്വം മറന്നു സന്തോഷത്തോടെ ജീവിക്കാൻ പഠിച്ചിരുന്നു.

'ദൈവം യോജിപ്പിച്ചത് മനുഷ്യൻ വേർപിരിക്കാതിരിക്കട്ടെ' എന്ന ബൈബിൾ വചനപ്രകാരം കൂട്ടി യോജിക്കപ്പെട്ടവളെ ഇന്ന് ദൈവം തന്നെ വേർപെടുത്തിയിരിക്കുന്നു.

കഴിഞ്ഞയാഴ്ച രാത്രിയിൽ വയറു വേദന എന്ന് പറഞ്ഞാണ് നിമ്മി മനോജിനെ തട്ടി ഉണർത്തിയത്. വായിൽ നിന്നും രക്തം വരുന്നത് കണ്ടപ്പോഴാണ് അവർ ആശുപത്രിയിലേക്ക് ഓടിയത്. ആദ്യത്തെ മൂന്നാല് ദിവസം ചികിത്സ കൊണ്ട് അവൾക്ക് നല്ല കുറവ് ഉണ്ടായിരുന്നു.

ഏതാനും ദിവങ്ങൾക്കുള്ളിൽ അവൾ വീട്ടിൽ തിരിച്ചെത്തും എന്നാണ് അവർ പ്രതീക്ഷിച്ചത്. അത് സാധാരണ ഉണ്ടാകുന്നത് പോലെ ഒരു ആശുപത്രിയിൽ പോക്ക് മാത്രമായിരിക്കുമെന്ന് കരുതി ഇരുന്നപ്പോഴാണ് നിമ്മിയുടെ രോഗം മൂർച്ഛിച്ചു എന്ന് പറഞ്ഞ് വേഗം ചെല്ലാൻ ഡോക്ടർ വിളിക്കുന്നത്. മനോജ് ഹോസ്പിറ്റലിലേക്ക് ഓടിച്ചെല്ലുമ്പോഴേയ്ക്കും ഹാർട്ട് അറ്റാക്ക് വന്ന് അവളുടെ ആത്മാവ് അവനെ കാത്ത് നിൽക്കാതെ കൂടുവിട്ട് യാത്രയായി.

അങ്ങനെയാണ് മനോജിന്റെ ജീവിതത്തിൽ വല്ലാത്തൊരു ശൂന്യത തീർത്തുകൊണ്ട് ഓർക്കാപ്പുറത്ത് അവൾ മരണത്തിന്റെ മറുതീരത്തേയ്ക്ക് പറന്നുപോയത്. സ്രഷ്ടാവ് തിരികെ വിളിച്ചാൽ സൃഷ്ടി ചെല്ലാതിരിക്കുന്നതെങ്ങനെ.

അല്ലെങ്കിലും ആദ്യം അവൾക്ക് പോകണമെന്നും, മനോജ് ഇല്ലാതെ ജീവിക്കില്ല എന്നുമായിരുന്നല്ലോ അവൾ പണ്ടേ പറഞ്ഞു കൊണ്ടിരുന്നത്. അവൾ ആഗ്രഹിച്ചത് അവൾ നേടി.

ഇന്ന് ഈ രാത്രിയിൽ ബെഡിൽ അയാൾ ഒറ്റപ്പെടലിന്റെ മുറിവുമായി നീറിനീറിക്കിടക്കുമ്പോൾ ജീവാംശമായ നിമ്മി ഒന്നും അറിയാതെ അണിഞ്ഞൊരുങ്ങി കൈകളിൽ കൊന്തമണികളും ചേർത്തുപിടിച്ച്, ആറടി മണ്ണിൽ കിടക്കുന്നു, 'മനുഷ്യാ നീ മണ്ണാകുന്നു' എന്ന വചനവും ഓർത്തുകൊണ്ട്.

അവൾക്ക് ഈ ലോകത്ത് ഇനി ഒന്നും ചെയ്യുവാനില്ലല്ലോ.

നിത്യവിശ്രമത്തിലേയ്ക്ക് വിളിക്കപ്പെട്ട അവളുടെ മുഖത്ത് തികഞ്ഞ ശാന്തത മാത്രം.

പാതിതുറന്നു കിടന്ന ജനലിലൂടെ കർട്ടൻ അനക്കിക്കടന്നുവന്ന ഇളം കാറ്റ് കട്ടിലിൽ ഉറക്കമില്ലാതെ വിചാരപരവശനായി കിടന്ന മനോജി

നെ മെല്ലെ തഴുകിക്കടന്നു പോയി. ആ കുളിർ കാറ്റ് അവന് ഒരാശ്വാസവും പകർന്നില്ല.

മനോജ് മാത്യു വിഭാര്യനാകാൻ വിധിക്കപ്പെട്ട വരും ദിനങ്ങളുടെ ആദ്യരാത്രി. അത് അനുഭവിച്ചിട്ടുള്ളവർക്കേ അതിന്റെ അഴലും ആഴവും അറിയൂ.

ഠ

അജിമോൻ ആരാ മോൻ

'അജിമോനെ, എടാ അജിമോനെ. അവനെന്തിയേ ലീലാമ്മേ?'

'എന്റെ മനുഷ്യേനെ, നിങ്ങൾ ഇങ്ങനെ വിളിച്ച് കൂവാതെ. ചെറുക്കൻ മുറിയിൽ ഇരുന്ന് PSCയ്ക്കോ മറ്റോ പഠിക്കുകയാ.' അടുക്കളയിൽ, അടുപ്പിൽ കിടക്കുന്ന ചോറിന്റെ വേവ് നോക്കിക്കൊണ്ട് നിന്ന ലീലാമ്മച്ചേട്ടത്തി വിളിച്ചു പറഞ്ഞു.

'അവന്റെ ഒരു പടുത്തം! വീട്ടിലെ ഒരു ജോലിയും ചെയ്യാൻ കഴിയില്ല.' എന്ന് പിറുപിറുത്തുകൊണ്ട് മുറ്റത്തേയ്ക്ക് ഇറങ്ങിയ ജോണിച്ചേട്ടൻ അയയിൽ വെയിൽ കൊള്ളാൻ ഇട്ടിരുന്ന റബ്ബർ ഷീറ്റുകൾ മറിച്ചിട്ടു. എന്നിട്ട് കൂട്ടിൽ നിൽക്കുന്ന കന്നുകാലിക്ക് കച്ചിയിട്ടുകൊടുക്കാൻ വടക്കേപ്പുറത്തേയ്ക്ക് പോയി.

അപ്പൻ ജോണിച്ചേട്ടന്റെ വിളി കേൾക്കാഞ്ഞിട്ടല്ല അജിമോൻ മുറിയിലെ കറങ്ങുന്ന കസേരയിൽ സ്പീഡിൽ കറങ്ങുന്ന ഫാനിന്റെ കീഴിലുള്ള കമ്പ്യൂട്ടറിന്റെ മുന്നിൽ മിണ്ടാതിരുന്നത്. അവൻ ടെസ്റ്റിന് പഠിക്കുകയാണ് എന്ന വ്യാജേന പുതിയ കാറുകളുടെ വീഡിയോകൾ കണ്ടുകൊണ്ടിരിക്കുകയാണ്.

കമ്പ്യൂട്ടർ സ്ക്രീനിൽ തെളിയുന്ന പുത്തൻ കാറുകളുടെ ബിംബങ്ങൾ അവന്റെ കണ്ണിൽ തട്ടി തിളങ്ങുന്നുണ്ട്. അവൻ ആളൊരു ഒരു വല്ലാത്ത വണ്ടി ഭ്രാന്തൻ ആണ്. കല്യാണം ആലോചന മുറുകിയ ശേഷം എന്തോ വണ്ടി പ്രാന്തും കൂടിയിട്ടുണ്ട്. ഓരോ പുതിയ മോഡലുകളും കാണുമ്പോൾ അതുവേണം എന്ന് തോന്നും. അടുത്ത മാസം വേറൊരു വണ്ടിയുടെ പ്രൊമോ വീഡിയോ കാണുമ്പോൾ അവന് അത് മതി എന്ന് തോന്നും.

ഇങ്ങനെ ദിനം പ്രതി അവന്റെ വണ്ടി മോഹങ്ങൾ മാറിമറിഞ്ഞു കൊണ്ടിരിക്കുകയാണ്.

ഇതുകേൾക്കുമ്പോൾ നിങ്ങൾക്ക് തോന്നും ഇപ്പോൾ അവന് ഏതോ മുന്തിയ കാറ് ഉണ്ടെന്ന്. എന്നാൽ കേട്ടോ. അവന്റെ കയ്യിൽ ആകെയു

ള്ളത് പത്തുവർഷം പഴക്കം ഉള്ള ഒരു ഹോണ്ടാ സ്കൂട്ടർ ആണ്. എഴുന്നേറ്റു നിന്ന് നാല് പ്രാവശ്യം ചവിട്ടിയാൽ വിഷമിച്ചു സ്റ്റാർട്ട് ആകുന്ന ഒരെണ്ണം. എന്നുകരുതി അവന് ഒരു നല്ല കാറ് മോഹിക്കാൻ പാടില്ല എന്ന് നിയമമൊന്നും ഇല്ലല്ലോ.

അജിമോൻ BSc കഷ്ടിച്ചാണ് കടന്നുകൂടിയത്. തോൽക്കും എന്ന് ഉറപ്പിച്ചിട്ടും അവൻ എന്തിനോ വേണ്ടി ജയിച്ചു. പിന്നെ ഒരോ ജോലിക്കായി PSC ടെസ്റ്റുകൾ എഴുതി. രണ്ടുവർഷംകൂടി കടന്നപ്പോഴാണ് അവന് വിവാഹപ്രായം ആയി എന്ന് അപ്പൻ ജോണിച്ചേട്ടന് തോന്നിത്തുടങ്ങിയത്.

കടനാട്ട് പേഴുംതോട്ടത്തിൽ കുര്യച്ചന്റെ മകൾ ലാലിക്കുട്ടിയുമായി അവന്റെ വിവാഹം പറഞ്ഞുവച്ചിരിക്കുകയാണ്. ഉടനെ ഉറപ്പിച്ച് കല്യാണം നടത്തണം എന്ന് പെണ്ണുവീട്ടുകാർ പറഞ്ഞപ്പോൾ, ആറു മാസം കൂടി കഴിയട്ടെ അപ്പോഴേയ്ക്കും PSC റാങ്ക് ലിസ്റ്റ് വരും, ജോലി കിട്ടും, അത് കഴിഞ്ഞു മതി കല്യാണം എന്ന് അജിമോന് ഒരേ നിർബന്ധം.

ഇപ്പോൾ സ്ത്രീധനമെന്നൊന്നും പറയാൻ പാടില്ലെങ്കിലും പേഴുംതോട്ടത്തിലെ പെങ്കൊച്ചിനെ അങ്ങനെ 'ഒന്നും കൊടുക്കാതെ' കുര്യച്ചൻ പറഞ്ഞുവിടില്ലെന്നു ജോണിച്ചേട്ടനും ലീലാമ്മയ്ക്കും അറിയാം. ഉറപ്പീരിന് വരുമ്പോൾ അവർ ഡീറ്റെയിൽസ് പറയാതിരിക്കുമോ?

മാസം രണ്ടുമൂന്നായി. ചെറുക്കന് അനക്കം ഇല്ല. എന്നാലും ഈ ചെറുക്കൻ എന്തിനാണ് PSC യുടെ കാര്യം പറഞ്ഞ് അവന്റെ വിവാഹം ഉറപ്പീരു നീട്ടിക്കൊണ്ട് പോകുന്നത് എന്ന് ജോണിച്ചേട്ടനും ഭാര്യക്കും അങ്ങോട്ട് ബോധ്യപ്പെട്ടിട്ടില്ല.

ഒരു നല്ല വണ്ടി കണ്ട് ബോധിച്ചിട്ടു മതി കല്യാണം എന്ന അവന്റെ രഹസ്യ തീരുമാനം അവൻ ആരോടും പറഞ്ഞിട്ടില്ലല്ലോ. എല്ലാർക്കും ഒരു സർപ്രൈസ് ആയിക്കോട്ടെ.

മാരുതി ജിമ്നിയുടെ ഫോർ ഡോർ വരുന്നു എന്ന് യൂട്യൂബിൽ കണ്ടപ്പോൾ അജിമോൻ അതിന്റെ ഫീച്ചേർസ് നോക്കി.

നല്ല ഷേപ്പ്, പൊക്കം. ഒരു SUV യും ജീപ്പും ചേർന്നപോലത്തെ രൂപം.

ഇതുകൊള്ളാം എന്ന് വിചാരിച്ചിരിക്കുമ്പോൾ അതാ വരുന്നു ടാറ്റയുടെ ഹൈ മൈലേജ് ഇലക്ട്രിക് കാറുകൾ. കുറച്ചു കൂടെ വില കൂടും. എന്നാലും ഫ്യൂവൽ അടിക്കാൻ പൈസ വേണ്ടല്ലോ. അതും നല്ലൊരു ചോയ്സ് തന്നെ. ഈ വണ്ടി ഓടിച്ചു വഴിയെ പോകുമ്പോൾ അതിലിരുന്ന് അറിയുന്നവർക്ക് 'ടാറ്റാ' പറയാൻ എന്ത് രസം ആയിരിക്കും.

സ്വതവേ വണ്ടി ഭ്രാന്തൻ ആയ അജിമോൻ തന്റെ വണ്ടി നോട്ടം ഏ

തിൽ ഉറപ്പിക്കണം എന്ന് തീരുമാനിക്കാൻ ബുദ്ധിമുട്ടുകയാണ്. ടാറ്റാ, ഹോണ്ടാ, മാരുതി, മഹീന്ദ്ര ഒക്കെ അവന്റെ ഇഷ്ട ബ്രാന്റുകൾ ആണ്.

അതിനപ്പുറമുള്ള ജർമ്മൻ വണ്ടികൾ ഇഷ്ടമില്ലാഞ്ഞിട്ടല്ല, അത് തൽക്കാലം നടക്കത്തില്ല എന്ന് അറിയാവുന്നത് കൊണ്ട് ആ പൂതി അങ്ങ് മാറ്റി വച്ചു എന്നേയുള്ളു.

അവൻ ഗ്ലാസ്സിൽ ബാക്കിയിരുന്ന ചൂട് ഹോർലിക്സ് കുടിച്ചു തീർത്തുകൊണ്ട് അടുത്ത വീഡിയോ നോക്കി.

ഇപ്പോൾ യൂ ട്യൂബിൽ തെളിയുന്ന ഹോണ്ടാ സിറ്റിയുടെ ഈ പുതിയ മോഡൽ ഉഗ്രൻ.

അവന് നന്നായി പിടിച്ചു. ഫുൾ ഓട്ടോ മാറ്റിക്, നാവിഗേറ്റർ, നാല് എയർ ബാഗുകൾ, മെറ്റാലിക് റെഡ്, നല്ല മൈലേജ് ഉള്ള ഡീസൽ ടർബോ തുടങ്ങി നിരവധി ഫീച്ചേഴ്സ്.

അടുത്ത ആഴ്ച ഇറങ്ങുന്നു.

റോഡിൽ കൂടി പോകുന്ന കണ്ടാൽ ആരും ഒന്ന് തിരിഞ്ഞു നോക്കുന്ന സ്റ്റൈൽ.

'അജിമോനെ, എടാ.'

കമ്പ്യൂട്ടറിന്റെ മുൻപിൽ ഇരുന്ന മകനെ പറമ്പിൽ നിന്നും കയറിവന്ന ജോണിച്ചേട്ടൻ വീണ്ടും വിളിച്ചു.

'എന്താ അപ്പച്ചാ.'

'പേഴുംതോട്ടത്തിൽ കുര്യച്ചൻ രാവിലെയും വിളിച്ചാരുന്നു. കല്യാണം വേഗം ഉറപ്പിക്കണം എന്ന് ഇന്നും പറഞ്ഞു. നീ എന്തൊവാ ഇത് നീട്ടികൊണ്ട് പോകുന്നത്. PSC യും ജോലിയുമൊക്കെ പുറകെ ആയിക്കോളും.'

'ശരി അപ്പച്ചാ, അവരോട് ഉറപ്പീരിന് അടുത്ത ആഴ്ച്ച വന്നോളാൻ പറ. എനിക്ക് ഇനി താമസം ഇല്ല. ഒരു കാര്യം റെഡി ആകാനുണ്ടായിരുന്നു. അത് റെഡി ആയി.'

'ശരി, അവരോട് അപ്പച്ചൻ വരാൻ പറയാം. എന്തോവാടാ റെഡി ആയി എന്ന് പറഞ്ഞത്?'

'അത് അപ്പച്ചൻ ഇങ്ങുവന്നേ. ദേ, ഇതുകണ്ടോ. ഹോണ്ട സിറ്റി ന്യൂ മോഡൽ. എന്താ ശേൽ അല്ലേ. എനിക്ക് കല്യാണത്തിന് കാറ് ഇത് തന്നാൽ മതിയെന്ന് അപ്പച്ചൻ അവരോട് പറഞ്ഞേരെ.'

മകന്റെ കമ്പ്യൂട്ടർ സ്ക്രീനിലെ മിന്നുന്ന 'ഹോണ്ടാ' കണ്ടപ്പോൾ 'വേണ്ടാ' എന്ന് പറയാൻ, ആദർശങ്ങൾ വിളമ്പാറുള്ള അപ്പന്റെ നാവിന് ചികിത്സ ഇല്ലാത്ത തളർവാതം !!

താളം തെറ്റിയാൽ

'അവൻ ഈ പ്രാവശ്യവും നമ്മളെ പറ്റിക്കുവോടീ?'

സിറ്റിംഗ് റൂമിൽ സോഫയിൽ അലക്ഷ്യമായി ഇരുന്ന ഭർത്താവ് ഈപ്പച്ചൻ തല ഉയർത്തി ഡൈനിങ്ങ് ടേബിളിന് അടുത്ത് നിന്നിരുന്ന ഭാര്യ വിമലയെ നോക്കിക്കൊണ്ട് ചോദിച്ചു.

'ഒരു പ്രാവശ്യം പറഞ്ഞ പോലെ ചെയ്യാൻ പറ്റിയില്ല എന്ന് കരുതി നിങ്ങൾ ജോസ്കുട്ടിയെ ഇങ്ങനെ അവിശ്വസിക്കരുത്, ചേട്ടാ. നമ്മൾ അവനെ കാത്തിരിക്കുകയാണെന്ന് അവനും അറിയാവുന്നതല്ലേ. അവൻ വരും, വരാതിരിക്കില്ല. ഡാഡിയുടെ ബർത്ത്ഡേ അവനും മനഃപാഠമല്ലേ.'

ഭർത്താവിനോട് സമാധാനവാക്ക് പറഞ്ഞുകൊണ്ട് വിമല മേശയിൽ ഇരുന്ന ഫ്ളവർവേസിലെ പൂങ്കുലയിലെ വാടിയ ഇലകൾ നുള്ളി മാറ്റിക്കൊണ്ടിരുന്നു.

ആർമിയിൽ ജോലി തേടിപ്പോയ ഏകമകനെ ഓർത്തുകൊണ്ട് അവർ ദീർഘനിശ്വാസം വിട്ടു.

ഈപ്പച്ചൻ കാനറാ ബാങ്കിൽ നിന്നും റീജിയണൽ മാനേജർ പദവി വരെ എത്തി വിരമിച്ചിട്ടു പത്തു കൊല്ലം കഴിഞ്ഞു. അദ്ദേഹത്തിന്റെ ഭാര്യ വിമല പ്ലസ്ടൂ അദ്ധ്യാപികയായിരുന്നു. രണ്ടാളും റിട്ടയേർമെന്റ് കഴിഞ്ഞ് സുഖകരമായ അലസജീവിതം നയിച്ച് അധികമാകുന്നതിനു മുൻപാണ് വിമലയ്ക്ക് ഭർത്താവിൽ സംശയം തോന്നിത്തുടങ്ങിയത്.

രണ്ടാൾക്കും നല്ല പരിചയമുള്ള വിമലയുടെ കൂട്ടുകാരിയെ ഒരിക്കൽ സൂപ്പർ മാർക്കറ്റിൽ വച്ച് കണ്ടപ്പോൾ അവരോട് ഇവർ വർത്തമാനമൊക്കെപ്പറഞ്ഞു.

അവർ പോയിക്കഴിഞ്ഞപ്പോഴാണ് ഈപ്പച്ചൻ വിമലയോട് ചോദിച്ചത്, 'ആ സ്ത്രീയുടെ പേരെന്താ?'

അന്നേരം വിമലയ്ക്ക് അതൊരു സാധാരണ മറവി ആയേ തോന്നിയുള്ളു. എന്നാലും ഇങ്ങനെ എങ്ങനെയാ ആളുകളെ മറക്കുന്നത് ?

പിറ്റേ ദിവസം രാവിലെ അവർ ഭർത്താവിന് ബ്രേക്ക് ഫാസ്റ്റ് എടുത്ത് ഡൈനിങ്ങ് ടേബിളിൽ വച്ചിട്ട് പറഞ്ഞു, 'ചേട്ടാ, വാ, പുട്ടും കടലേം റെഡി.'

അപ്പോൾ ഈപ്പച്ചൻ പറഞ്ഞത് അയാൾ 'പല്ലുതേച്ചില്ല, പല്ലുതേച്ചിട്ട് വരാം.' എന്നാണ്.

ഇത് കേട്ടപ്പോൾ ചായയിൽ പഞ്ചസാരയിട്ട് ഇളക്കിക്കൊണ്ടിരുന്ന അവരുടെ കയ്യിലെ സ്പൂൺ നിശ്ചലമായി.

അവർക്ക് ചെറിയൊരു ഞെട്ടൽ അനുഭവപ്പെട്ടു. കാരണം, കുറച്ച് മുൻപേ ഈപ്പച്ചൻ പല്ലുതേച്ചു മുഖം കഴുകി വാഷ്ബേസിന്റെ അടുത്ത് നിന്നും പോകുന്നത് വിമല കണ്ടതാണ്.

ഇന്നലെ കൂട്ടുകാരിയുടെ പേര് മറന്നതും ഇന്ന് പല്ലുതേച്ചു എന്ന് മറന്നതും അവളിൽ സംശയം ഉണ്ടാക്കി.

ദിവസങ്ങൾ പോകവേ ഈപ്പച്ചനിൽ മറവിയുടെ കൂടുതൽ ലക്ഷണങ്ങൾ കണ്ടതോടെയാണ് ഡോക്ടറെ കണ്ട് രോഗം സ്ഥിരീകരിച്ചത്.

അൽഷിമേഴ്സ് ആണ്. മറവി ഉള്ള രോഗം.

ഇന്നിപ്പോൾ അഞ്ചാറ് വർഷം ആയിരിക്കുന്നു. മരുന്ന് കൊണ്ട് വലിയ പ്രയോജനം ഇല്ല. അൽഷിമേഴ്സിന്റെ വരവിന്റെ വേഗത കുറയ്ക്കാം. അത്രേയുള്ളൂ. ആരെങ്കിലും സഹായത്തിന് എപ്പോഴും കൂടെയുണ്ടാവണം. അയാൾക്ക് സ്വയം കാര്യങ്ങൾ ചെയ്യാനുള്ള കഴിവും ഓർമ്മയും കുറയുകയാണല്ലോ.

വിശ്രമിക്കേണ്ട കാലത്ത് അവർക്ക് വന്ന ദുര്യോഗം. പണമോ പദവിയോ ഉണ്ടായിട്ട് എന്തു കാര്യം.

ചിലനേരം വിമലയെപ്പോലും ഏതോ ഒരു സ്ത്രീ എന്നാണ് ഭർത്താവ് ഈപ്പന് തോന്നുന്നത്. വിമല എല്ലാം സഹിക്കുകയാണ്. അവരുടെ വിഷമം ആരോട് പങ്ക് വയ്ക്കാൻ.

സന്തോഷവും സന്താപവും പങ്കുവയ്ക്കാൻ കിട്ടിയ ആളല്ലേ ഒന്നുമറിയാതെ കൂടെ ഇരിക്കുന്നത്.

ഈപ്പച്ചന് ഭക്ഷണം കൊടുത്താൽ കുറേശ്ശേ കഴിക്കും. ചിലപ്പോൾ ഭക്ഷണം കഴിഞ്ഞ് അധികം കഴിയാതെ വീണ്ടും 'ഭക്ഷണം കൊണ്ടുവാ കഴിച്ചില്ലല്ലോ' എന്ന് പറയും.

ചില ദിവസം രാവിലെ ഈപ്പച്ചൻ പറയും, 'വിമലേ വേഗം ബ്രേക്ക് ഫാസ്റ്റ് താ, എനിക്കിന്ന് നേരത്തെ ഓഫീസിൽ പോണം, ഓഡിറ്റിംഗ് തുടങ്ങുന്ന ദിവസമാ.'

ജോലിയുണ്ടായിരുന്ന കാലത്തെ ഓർമ്മ ശകലങ്ങൾ അയാളുടെ മനസ്സിൽ കാലം തെറ്റി തെളിയുന്നതാണ്. അപ്പോഴൊക്കെ അനുകൂലമായ

മറുപടി പറഞ്ഞാൽ മതി, അടുത്ത നിമിഷം അയാൾ പറഞ്ഞത് തനിയെ മറന്നു പോകും എന്ന് ഇപ്പോൾ വിമലയും പഠിച്ചു കഴിഞ്ഞിരിക്കുന്നു.

നല്ല ക്ഷമയും അനുകമ്പയും ഉള്ളവർക്കേ ഈ അവസ്ഥയിൽപ്പെട്ടവരെ പരിചരിക്കാൻ പറ്റൂ. സമർത്ഥനായ ഒരു ബാങ്കർ ആയിരുന്ന ഈ മനുഷ്യന് സ്വന്തം ഷർട്ടിന്റെ ബട്ടൺസ് നേരെ ഇടാൻ പോലും ഇപ്പോൾ സംശയമാണല്ലോ.

വർഷങ്ങളിലൂടെ ഈപ്പന്റെ ഓർമ്മയുടെ താളുകൾ ഓരോന്നായി മറവിയുടെ ചിതലുകൾ തിന്ന് കൊണ്ടിരിക്കുകയാണ്. അവയിൽ രേഖപ്പെടുത്തിയിരുന്നത് പലതും ദ്രവിച്ചു പോയിരിക്കുന്നു. ബാക്കിയുള്ളവ നിറം മങ്ങി ചിതറിക്കിടക്കുന്നു.

അതുകൊണ്ടല്ലേ രണ്ട് വർഷം മുൻപ് കശ്മീർ താഴ്വാരയിൽ ഭീകരരുടെ തോക്കിനിരയായി, നാട്ടിലെ ഇടവകപ്പള്ളിയിൽ കബറടങ്ങിയ, ധീര സൈനികൻ ക്യാപ്റ്റൻ ജെ. കെ. ഈപ്പന്റെ വരവും പ്രതീക്ഷിച്ച് വിമലയോട് ഇടക്കിടെ മകനെക്കുറിച്ച് അയാൾ ചോദിച്ചുകൊണ്ടേയിരിക്കുന്നത്.

○

ഒരു അറേബ്യൻ 'ഷീഫ്' എഞ്ചിനീയർ

ഉമ്മിണി കാലം മുൻപാണ് കേട്ടോ. ആയിരത്തി തൊള്ളായിരത്തി അറുപതുകളുടെ അവസാനം. അന്ന് അറബി, തന്റെ കിണറ്റിൽ നിന്നും എണ്ണ കുറേശ്ശേ കോരാൻ തുടങ്ങിയിട്ടേയുള്ളു. വല്ല്യ പത്രാസൊന്നുമായിട്ടില്ല. അധികം അറബികളും പാവങ്ങൾ.

ഞാൻ ബഹറിനിലെ ഷെയ്ഖ് സൽമാൻ റോഡിലൂടെ ഇസ്സ ടൗണിൽ നിന്നും മനാമയ്ക്ക് വണ്ടി ഓടിച്ചു പോവുകയാണ്. എന്റെ വണ്ടി ഖമീസ് പോലീസ് സ്റ്റേഷനടുത്ത വളവ് തിരിഞ്ഞപ്പോൾ അതാ വഴിയോരത്ത് മൂന്നാലാളുകൾ എന്റെ വണ്ടിക്ക് കൈ കാണിക്കുന്നു. ആരോ ഏഷ്യക്കാർ ആണെന്ന് മനസ്സിലായതുകൊണ്ട് ഞാനെന്റെ ശകടം സൈഡ് ആക്കി അവരുടെ മുൻപിൽ നിർത്തി.

തണുപ്പ് നേരിടാൻ അവർ ഷാൾ തല വഴി ഇട്ടു വാരി പുതച്ചിട്ടുണ്ട്. ക്ഷീണിച്ച മുഖങ്ങൾ. കണ്ണുകളിൽ ദൈന്യത.

വല്ല്യ ഗതി ഇല്ലാത്തവർ ആണെന്ന് വേഷം കണ്ടാൽ അറിയാം.

എന്താണ് കാര്യം എന്ന് അറിയണമല്ലോ.

വല്ല സ്പോൺസറെ വെട്ടിച്ചു ഒളിച്ചു പോകുന്ന കേസ് ആണെങ്കിൽ അതിൽ തല ഇടില്ല. വണ്ടി വിട്ടു പോകണം ഞാൻ ഉറപ്പിച്ചു.

എന്റെ തുരുമ്പ് പിടിച്ച പഴഞ്ചൻ കൊറോള കാറിന്റെ മൂട്ടിൽ നിന്നു നാലാളും കൂടി കെഞ്ചുകയാണ്.

'ഭായ്...മനാമാ.. ജായേഗാ....?'

അവരുടെ മുഖത്തെ ദൈന്യത കണ്ട് എന്റെ മനസ്സലിഞ്ഞു. എന്നെപ്പോലെ അവരും അറബിനാട്ടിൽ വലിയ മോഹത്തോടെ പൊന്ന് വാരാൻ വന്നവരല്ലേ. അവരും വാരാൻ പറ്റുന്നിടത്തോളം വാരട്ടെ. എന്തെങ്കിലും നിവൃത്തി ഉണ്ടെങ്കിൽ ആരെങ്കിലും ആടിന് പുല്ലുമേടിക്കാൻ ചന്തയ്ക്ക് പോകുന്ന ഇതുക്കൂട്ടു പാട്ടവണ്ടിക്കു കൈ കാണിക്കുമോ..?

ഹും... എന്ന് മൂളിക്കൊണ്ട് ഞാൻ എന്റെ തല അവരുടെ നേരെ തിരിച്ചു. കണ്ണുകൊണ്ട്, പുറകിലത്തെ സീറ്റിലോട്ട് കയറിക്കോളാൻ ആം

ഗ്യം കാണിച്ചു.

വർദ്ധിച്ച സന്തോഷത്തോടെ നാൽവരും പുതപ്പും വാരിപ്പിടിച്ചു വണ്ടിയുടെ പിൻസീറ്റിൽ കയറിയിരുന്നു.

ഖുബ്ബൂസ് തിന്നു മഞ്ഞ നിറമായ പല്ലുകൾ പുറത്തു കാട്ടിയ അവരുടെ മുഖത്ത് ആശ്വാസത്തിന്റെ ചിരി വിടർന്നു.

ഞാൻ വണ്ടി സ്റ്റാർട്ട് ചെയ്ത് മനാമയെ ലക്ഷ്യമാക്കി വീണ്ടും ഓടിക്കാൻ തുടങ്ങി. അപ്പോൾ പുറകിലത്തെ സീറ്റിൽ നിന്നും അടക്കിപ്പിടിച്ച സംസാരം.

'ഈ ഡ്രൈവർ ശ്രീലങ്കൻ ആണെന്ന് തോന്നുന്നു. ഏതായാലും ഇവൻ നമ്മളെക്കാൾ ഭേദം, ഒരു പാട്ടവണ്ടിയെങ്കിലുമുണ്ടല്ലോ.'

'അമ്പടാ മിടുക്കന്മാരേ, അപ്പം നിങ്ങൾ മലയാളികളാ അല്ലേ?'

എന്റെ പെട്ടെന്നുള്ള പ്രതികരണം കേട്ട് അവരൊന്നു ഞെട്ടി. ഞാൻ ശ്രീലങ്കൻ ആണെന്നല്ലേ അവർ കരുതിയത്.

'അല്ല, എങ്ങോട്ടാ എല്ലാരുംകൂടെ?' ഞാൻ ചോദിച്ചു.

'എങ്ങോട്ടാണേലും ഞാൻ അവാൽ സിനിമയുടെ അവിടേയ്ക്കാ. നിങ്ങളെ അവിടെ ഇറക്കിയേക്കാം.'

'അതുമതി ചേട്ടാ വലിയ ഉപകാരം. ചേട്ടനും മലയാളി ആണെന്ന് അറിഞ്ഞില്ല. ക്ഷമിക്കണം,' അതിൽ ഒരുത്തൻ പറഞ്ഞു.

'അപ്പോൾ ചേട്ടന്റെ പേരെന്താ ?' എന്ന് മറ്റവൻ.

'എന്ത് ചെയ്യുന്നു?' അടുത്തവനും അറിയണം.

'എന്റെ പേര് ഡേവിഡ്. ഞാൻ സനഡിൽ ഷീപ്പ് എഞ്ചിനീയർ ആയി ജോലി ചെയ്യുന്നു.'

എന്റെ ജോലി എന്താണ് എന്ന് പറഞ്ഞത് ശരിക്കു മനസ്സിലായില്ലെങ്കിലും തിരിച്ചു വീണ്ടും എന്നോട് ചോദിയ്ക്കാൻ ധൈര്യപ്പെടാതെ അവർ തമ്മിൽ കുശുകുശുക്കുന്നത് കേട്ടു.

'ഇങ്ങേര് എന്ത് എഞ്ചിനീയർ ആണെന്നാ പറഞ്ഞേ?' എന്ന് ഒരുത്തൻ.

'എന്തെങ്കിലും ആട്ടെടാ നമുക്കെന്താ, നീ മിണ്ടാതിരി' എന്ന് മറ്റവൻ.

'എങ്ങിനെയെങ്കിലും മനാമായിൽ എത്തിയാൽ മതി' എന്ന് അടുത്തവൻ.

അവർ എന്റെ ജോലിയെക്കുറിച്ച് കൂടുതൽ ചോദിയ്ക്കാൻ ഞാൻ ആഗ്രഹിച്ചില്ല എന്ന് അവർ അറിഞ്ഞതുമില്ല.

വണ്ടി ഗുദേബിയയും കടന്നു ഷെയ്ഖ് ഹമദ് റോഡിൽകൂടി സേക്രട്ട് ഹാർട്ട് ചർച്ചും കടന്ന് അവാൽ സിനിമയുടെ മുന്നിൽ എത്തി. ഞാൻ വണ്ടി നിർത്തി അവരോട് അവിടെ ഇറങ്ങിക്കോളാൻ പറഞ്ഞു.

രണ്ട് മൂന്ന് സെക്കന്റ് കഴിഞ്ഞിട്ടും അവന്മാർ വണ്ടിയിൽ നിന്നും ഇറങ്ങുന്ന ലക്ഷണം കണ്ടില്ല. തന്നെയുമല്ല ഒരുത്തൻ ഇരുന്ന് ഉറക്കവുമാണ്.

അല്ലേ... ഇത് കുരിശാകുമോ? ഞാൻ ഒന്ന് പരുങ്ങി. അപ്പോഴേയ്ക്കും ഒരുത്തൻ പറഞ്ഞു തുടങ്ങി, 'ചേട്ടാ. എന്റെ പേര് കനേഷ്യസ് അത്തിപ്പൊഴിയിൽ, ഇത് മുരളി മുകുന്ദൻ, ഇയാള് ജെ പി, പിന്നെ ഇവൻ അനീഷ്.'

'ഓക്കേ, നിങ്ങളൊക്കെ എന്ത് ചെയ്യുന്നു?'

'ഞാൻ ഒരു അറബിയുടെ കാർപെന്ററി കടയിൽ അറക്കപ്പൊടി വാരുന്ന പണിയാണ്. കനേഷ്യസ് എന്ന പേര് വിളിക്കാൻ പറ്റാത്തുകൊണ്ട് അറബി എന്നേ കരീം അത്തിപ്പൊടിയിൽ എന്നാണ് വിളിക്കുന്നത്.'

എനിക്ക് ചിരി വന്നില്ല. ഞാൻ പറഞ്ഞു, അത്രേയല്ലേയുള്ളു. ഞാനറിയുന്ന ഒരു മലയാളിയുണ്ട്. പേര് അലക്സാണ്ടർ. അയാളുടെ പേര് ഉച്ചരിക്കാൻ അറിയാത്തകൊണ്ട് അറബി അയാളെ വിളിക്കുന്നത് സിലിണ്ടർ എന്നാണ്. അതിലും ഭേദമല്ലേ കരിം അത്തിപ്പൊടി എന്ന് വിളിക്കുന്നത്.

അടുത്ത ആളുടെ പേര്... മുരളി.

'മുരളി തുമ്മാരുകുടി ആണോ?'

'ഏയ്, അല്ല മുരളി മുകുന്ദൻ. തൃശ്ശൂര് കാരനാ.'

'മൂന്നാമന്റെ പേരോ?'

'അത് ജെപി.'

'ജെ പി യോ. എന്ത് ജെപി?'

'പിന്നെ ചേട്ടാ പുള്ളിക്കാരന് അത് വന്നിട്ട്, മുഴുവൻ പേര് ജോൺ പോൾ എന്നാണ്. ആള് ഒരെഴുത്തുകാരനാ. അതുകൊണ്ട് ആര് ചോദിച്ചാലും ജെ പി എന്നേ പറയൂ.'

'അതു ശരി... എഴുത്തുകാരനോ....എന്തൊക്കെ എഴുതീട്ടുണ്ട്..?'

'ചേട്ടാ, അങ്ങനത്തെ എഴുത്തുകാരനല്ല. ഇയാൾക്ക് പണി സൽമാബാദിലെ ഒരു സിമന്റ് കട്ട കമ്പനിയിൽ മിക്സർ ഓപ്പറേഷൻ ആണ്. ഇയാളുടെ പരിചയത്തിൽ എഴുത്തും വായനയും അറിയാൻ മേലാത്ത കുറച്ച് മലയാളികൾ ഉണ്ട്. അവരുടെ വീട്ടിൽ നിന്നും വരുന്ന കത്തുകൾക്ക് മറുപടികൾ എഴുതിക്കൊടുക്കുന്ന പണി, അതാണ് എഴുത്തുകാരൻ എന്ന് പറഞ്ഞത്.'

'ബെസ്റ്റ്. എഴുത്തുകാരൻ... ഇപ്പം മനസ്സിലായി.'

'ഇനി ഒരാൾ ഉള്ളത് അനീഷ്. ഉള്ളതിൽ ചെറുപ്പം.'

'ശരി, അനീഷിന് എന്താ ജോലി.?'

'ചേട്ടാ അനീഷ് പത്രപ്രവർത്തകനാ.'

'കൊള്ളാമല്ലോ നല്ല ജോലിയാണല്ലോ!'

'ഉവ്വ്. നല്ലജോലി. മനാമായില് കാർപാർക്കില് ഗൾഫ് ഡെയിലി പത്രം കൊണ്ടുനടന്ന് വിൽക്കുന്ന പണിയാ.' എന്ന് പറഞ്ഞിട്ട് മുരളി ഒന്ന് ചിരിച്ചു.

'തനിക്ക് അതുപോലും ഇല്ലല്ലോ.' മുരളിയോട് അനീഷിന് ദേഷ്യം വന്നു. രണ്ടുപേരുടെയും മുഖഭാവം മാറി.

സംഗതി വഷളാകുന്നതിനു മുൻപേ കരീം അത്തിപ്പൊഴി തുടർന്നു.

അതാ ചേട്ടനോട് പറയാൻ വന്നത്. മുരളിച്ചേട്ടന് ഒരു ജോലി വാങ്ങിക്കൊടുക്കാമോ? അയാളുടെ അമ്മാവന് ഇവിടെ കോൾഡ്സ്റ്റോർ ഉണ്ട്. പക്ഷെ മുരളി അവരുമായിട്ട് ചേരുകേല. കുറേ നാൾ അവിടെ ജോലിക്ക് നിന്ന ഇയാളുടെ പണി അവിടെ ഷെൽഫിൽ ഇരിക്കുന്ന സാധനങ്ങൾ മാജിക് കാണിച്ചു അപ്രത്യക്ഷമാക്കൽ ആണ്. അവര് പിന്നെ ജോലിക്ക് വെക്കുമോ? ചേട്ടൻ ഞങ്ങളെ ഒന്ന് സഹായിക്കണം.

ആളിന് മാജിക് അല്ലാതെ ഒന്നും വശമില്ലല്ലോ. മജീഷ്യൻ മുതുകാടിന്റെ ശിഷ്യൻ ആകണം എന്നായിരുന്നു മുരളിയുടെ ജീവിത ലക്ഷ്യം.

പഠിക്കാൻ പറഞ്ഞുവിട്ട കാലത്ത് ആള് വെറുതേ തൃശ്ശൂർ സ്വരാജ് റൗണ്ട് ചുറ്റി കറങ്ങി നടന്നു കാലം കഴിച്ചു.

എനിക്ക് സങ്കടം തോന്നി. വല്ലതും പഠിച്ചിരുന്നേൽ മറ്റൊരു മുരളി തുമ്മാരുകുടി ആകാനുള്ള മുഖശ്രീയൊക്കെയുണ്ട് ആളിന്. പറഞ്ഞിട്ടെന്തു ഫലം. ഞാൻ ഡ്രൈവർ സീറ്റിൽ ഇരുന്ന് കുറേ നേരം ആലോചനയിൽ മുഴുകി.

പ്രായമായ മുതുക്ക് ആടുകളെ നോക്കാൻ ഒരാളെക്കൂടി വച്ചാലോ എന്നൊരാലോചന ഇന്നാള് എന്റെ മുതലാളി അറബി പങ്കു വച്ചത് ഓർത്തു.

മുതുക്കാടുകളുടെ വാതം വന്ന കാലിൽ ചൂട് വേപ്പെണ്ണ പുരട്ടി തടവിക്കൊടുക്കണം ഇതാണ് പ്രധാന ജോലി.

മുരളിയെ കൂട്ടി കൊണ്ട് ചെന്നാലോ ? ഒത്താൽ ഒക്കട്ടെ. ചിലവ് നടക്കും എന്തെങ്കിലും ശമ്പളോം കിട്ടും. ഒന്നും ഇല്ലാത്തതിൽ ഭേദമല്ലേ...

'ശരി, മുരളി എന്റെ കൂടെ വാ. ഞാൻ ഒരു ചെറിയ ജോലി ഒപ്പിച്ചുതരാം. ആട് പരിപാലനം. എന്താ വരുന്നോ മുരളി?'

മുരളി മറ്റുള്ളവരുടെ മുഖത്തേയ്ക്ക് ദയനീയമായി ഒന്ന് നോക്കിയിട്ടു സമ്മതരൂപത്തിൽ തലയാട്ടി. വിശപ്പടക്കാൻ എന്തെങ്കിലും പണി ചെ

യ്യണ്ടേ. വിസ എടുത്ത് അറബി നാട്ടിൽ വന്നു പോയാൽ അറിയാവുന്ന പണി കിട്ടിയില്ലെങ്കിൽ കിട്ടുന്ന പണി ചെയ്തല്ലേ പറ്റൂ.

അങ്ങനെ ഞാൻ മനാമായിൽ നിന്നും തിരിച്ചുപോയപ്പോൾ മുരളിയേയും കൂട്ടി. ഞങ്ങൾ വലപ്പാട്കാരൻ ഉസ്മാനിക്കയുടെ സമൂസപ്പീടികയിൽ നിന്നും ഒരോ സമൂസയും തിന്ന് സുലൈമാനിയും വാങ്ങിക്കുടിച്ചു. കാശു ഞാൻ കൊടുത്തു എന്ന് പറയേണ്ടല്ലോ.

ഉടനെ അറബിയുടെ വീട്ടിലേയ്ക്ക് പോയി.

എന്റെ അറബിയുടെ കാലുപിടിച്ചു. ഇയാൾ ആട് ഡോക്ടർ ആണ്. ഷാഫി എന്നാണ് പേര് എന്നും കള്ളം പറഞ്ഞ് മുരളിയുടെ അപ്പോയ്ന്റ്മെന്റ് വാങ്ങി കൊടുത്തു.

അങ്ങനെ മാജിക്കുകാരൻ 'മുതുകാടി'നെ നോക്കി നടന്ന മുരളി അറബിയുടെ വാതം പിടിച്ച 'മുതുക്ക് ആടിന്റെ' കാലു തിരുമ്മുന്ന Dr. ഷാഫി ആയി.

ഏറെ താമസിയാതെ ഒരു ദിവസം എന്റെ ജോലി എന്താണെന്ന് ആട്ടിൻ കൂട്ടിൽ വച്ച് മുരളി കണ്ടുപിടിച്ചു.

'അല്ല.. ഡേവിഡ് ചേട്ടൻ ഷിപ്പ് എഞ്ചിനീയർ ആണെന്ന് പറഞ്ഞിട്ട് ആട്ടിൻ കൂട്ടിലാണോ പണി.?'

'മുരളീ.. അതു നിങ്ങൾ കേട്ടതിന്റെ കുഴപ്പമാ.. ഞാൻ പറഞ്ഞത് ഷീപ്പ് എഞ്ചിനീയർ എന്നാ...' എന്ന് പറഞ്ഞു ഞാൻ തടി തപ്പി. എഞ്ചിനീയറിംഗ് ഡിപ്ലോമക്കാരനായ എനിക്ക് ബഹറിനിൽ അന്ന് കിട്ടിയ തൊഴിൽ എന്താണെന്ന് ഒരുത്തർക്കും പിടികൊടുക്കാഞ്ഞ എന്റെ കള്ളി ഇവിടെ പൊളിഞ്ഞു. ഉപകാരം ചെയ്യാൻ പോയാൽ വരുന്ന ഉപദ്രവം, ഞാൻ ഓർത്തു.

എന്തോ, മുരളി പിന്നെ എന്നോട് തർക്കിക്കാൻ നിന്നില്ല. ഒരു ജോലി മേടിച്ചു കൊടുത്ത ആളല്ലേ എന്നോർത്ത് വെറുതെ വിട്ടതാകും.

കുറേ നാൾ കഴിഞ്ഞു. ഒരു ദിവസം രാവിലെ പതിവില്ലാതെ 'മുതുക്ക് ആടിന്റെ' കൂട്ടിൽ നിന്നും ഒരു കൂട്ട കരച്ചിൽ. എന്താണെന്നറിയാൻ അറബിയും ഞാനും കൂടി ഷാഫിയെന്ന് പേരിട്ട മുരളിയെ വിളിച്ചു.. പക്ഷെ അയാളെ അവിടെയെങ്ങും കാണുന്നില്ല. തന്നെയുമല്ല, കൂട്ടിൽ ചെന്ന് നോക്കുമ്പോൾ വലിയ ഒരു മുട്ടനാടിനെയും കാണുന്നില്ല.

മുരളി ആടിനെയും അടിച്ചുകൊണ്ട് മുങ്ങിയതിനു അറബിയുടെ തെറി മുഴുവൻ കേട്ടത് ഞാൻ. ഒരാൾക്ക് ഉപകാരം ചെയ്തതിന്റെ ഗുണം. മുരളി മുകുന്ദനെ പിന്നെ എവിടെയും കണ്ടവരില്ല.

ഞാൻ ഈ വിവരം പറയാൻ കനേഷിയസ് അത്തിപ്പൊഴിയെ കാ

ഞാൻ അയാൾ ജോലി ചെയ്യുന്ന കാർപെന്ററി ഷോപ്പിൽ പോയി.

അയാളെ കണ്ടാൽ ഇപ്പോൾ 'കരീം അറക്കപ്പൊടിയിൽ' എന്ന് ആരും വിളിച്ചുപോകും. അതാണ് കോലം.

ചോദിച്ചിട്ട് അയാൾക്കും മുരളിയെക്കുറിച്ച് ഒരു വിവരവും ഇല്ല എന്ന് പറഞ്ഞു.

വർഷങ്ങൾ പലത് കഴിഞ്ഞു. എന്റെ അറബി വല്ല്യ പണക്കാരനായി. പത്രാസ് കാണിക്കാൻ അങ്ങേര് പത്ത് റേസ് കുതിരകളെ വാങ്ങി.

ഞങ്ങളുടെ കുതിരയെയും കൊണ്ട് ഇംഗ്ലണ്ടിലെ 'അസ്കോട്ട്' കുതിര ഓട്ടത്തിന് ഞാനും അറബിയും പോയി.

അറേബ്യൻ രാജാക്കന്മാർ വരെ കുതിരപ്പന്തയത്തിന് വരുന്ന സ്ഥലം ആണത്.

ഞങ്ങൾ കുതിരയെ ഓട്ടത്തിന് ഒരുക്കുന്നതിനിടയിൽ അപ്പുറത്തെ ഇംഗ്ലീഷ് കാരന്റെ കുതിരയുടെ മറവിൽ നിന്നും തൊപ്പി വച്ച ഒരു ബുൾഗാൻ താടിക്കാരൻ എന്നെ ഒളിഞ്ഞു നോക്കുന്നത് എന്റെ ശ്രദ്ധയിൽ പെട്ടു. ആരായിരിക്കും അത് ?

ഞാൻ കണ്ടില്ലാത്ത മട്ടിൽ നിന്നപ്പോൾ അയാൾ വീണ്ടും എന്നെ തിരിഞ്ഞു നോക്കി...

ദൈവമേ ഇയാൾ ഇവിടിയും എത്തിയോ? അതാ..കനേഷ്യസ് അത്തിപ്പൊഴിയിൽ.!!! തലയിൽ അറക്കപ്പൊടി ഇരിക്കുന്നപോലെ കുറേശ്ശേ നരച്ചിട്ടുണ്ട്.

അയാളെ ഒന്ന് മുട്ടണമല്ലോ. ഒരു ചായ കുടിച്ചിട്ട് വരട്ടെ എന്ന് അറബിയോട് കള്ളം പറഞ്ഞിട്ട് ഞാൻ ഓടി കനേഷ്യസിന്റെ അടുത്ത് ചെന്നു.

അപ്പോൾ അതാ ദൂരെനിന്നും വേറൊരു ഗഡി അങ്ങോട്ട് നടന്നു വരുന്നു. എന്നെ കണ്ടിട്ട് തിരിഞ്ഞു നടക്കാൻ നോക്കുന്നു. വേണ്ട, പോകണ്ട നില്ക്കൂ. എനിക്ക് ആളിനെ മനസ്സിലായി. ബഹറിനിൽ നിന്നും മുട്ടനാടിനെയും കൊണ്ട് കടന്ന Dr. ഷാഫി എന്ന കള്ളപ്പേരുകാരൻ മുരളി മുകുന്ദൻ !!!

എന്റെ അറബിയുടെ കണ്ണിൽ പെടേണ്ട.

ഞങ്ങൾക്ക് പരസ്പരം മനസ്സിലായ സ്ഥിതിക്ക് ഞങ്ങൾ മൂവരുംകൂടി അടുത്ത റെസ്റ്റോറന്റിലേയ്ക്ക് നടന്നു. ഓരോ 'എക്സ്പ്രസ്സോ' കോഫി ഓർഡർ ചെയ്തു.

'മുരളീ, മുട്ടനാടിനെയും മോഷ്ടിച്ചോണ്ട് കടന്ന നിങ്ങളൊക്കെ ഇവിടെ ഇംഗ്ലണ്ടിൽ horse racing എങ്ങനെ എത്തി?'

മറുപടി കനേഷ്യസ് ആണ് പറഞ്ഞു തുടങ്ങിയത്.

'മുരളി, മുതുക്കാടിന്റെ കാലിൽ വേപ്പെണ്ണ തിരുമ്മിത്തിരുമ്മി മടുത്തു എന്ന് എന്നും എന്നെ കാണുമ്പോൾ പരാതി പറയും. കേട്ട് മടുത്തപ്പോൾ ഞാനാണ് ഉപദേശിച്ചത്. മുരളിയോട്, നിങ്ങൾ അവിടുന്ന് ഒരു നല്ല മുട്ട നാടിനെ അടിച്ചു മാറ്റിക്കൊണ്ടുവാ. ബാക്കി എന്ത് വേണമെന്ന് ഞാൻ പറയാമെന്ന്.

അപ്രകാരം മുരളി ഒരു രാത്രി അവിടുന്ന് ഒരു മുട്ടനെ അടിച്ചോണ്ട് എന്റെ അടുത്ത് വന്നു. എന്തായിരിക്കും എന്റെ പ്ലാൻ എന്ന് അതുവരെ പറഞ്ഞില്ല. മുരളി വിചാരിച്ചു കാണും ആടിനെ സൂപ്പ് വയ്ക്കാനാണെന്ന്.

ഞാൻ പറഞ്ഞു. മുരളി....താങ്കൾക്ക് മാജിക്ക് അറിയാവുന്ന ആളല്ലേ.

ഈ മുട്ടനാടിനെ ഒരു വെളുത്ത race horse ആക്കിമാറ്റൂ. ഞാൻ അറിയുന്ന ഒരു സായിപ്പ് ഇവിടെയുണ്ട്. കുതിരപ്പന്തയക്കാരൻ. ഭയങ്കര ക്രേസാ....ഇവിടെ കസേര നന്നാക്കാൻ വന്നുള്ള പരിചയമാ. നമ്മുടെ കുതിരയെ അയാൾക്ക് കൊടുത്താൽ നമ്മളെ എല്ലാം അയാൾ ഇംഗ്ലണ്ടിൽ കൊണ്ടുപോകും.

മുരളി ഭായ് ഒന്ന് പരുങ്ങി. ആടിനെ പട്ടി ആക്കുക എന്ന് കേട്ടിട്ടുണ്ട്. ആടിനെ കുതിര ആക്കാനൊക്കെ പറഞ്ഞാൽ...? ഇത് ഞാൻ കൂട്ടിയാൽ കൂടുമോ, കരിം ഭായ്? ഇത് എന്റെ കയ്യിലുള്ള മാജിക് കൊണ്ട് നടക്കുമോ?

കരിം ഭായിയോ? അറബിയ്ക്ക് മാത്രമേ എന്നെ അങ്ങനെ വിളിക്കാൻ ഞാൻ ലൈസൻസ് കൊടുത്തിട്ടുള്ളു. ഞാൻ കനേഷ്യസ് ഭായ്... മനസ്സിലായല്ലോ!

പിന്നെ മുരളി. നിങ്ങൾ വലിയ മാജിക് കാരൻ ആണെന്ന് വീമ്പിളക്കി നടന്നിട്ട് ഒരു ആടിനെ കുതിരയാക്കാൻ പറ്റുമോന്നു സംശയമോ?

സംശയം ഉണ്ടെങ്കിൽ പഴയ ആട് ജീവിതം തുടർന്നുകൊള്ളൂ.

അതെ. ആദ്യം അവനവനിൽ ഒരു വിശ്വാസം വേണം. എന്നേ നോക്ക് ഞാൻ സിനിമ കണ്ട് കണ്ട് ഇനി സിനിമ ഡയറക്ടർ ആകാൻ പോകുവാ.

തലയിൽ ഇരുന്ന അറക്കപ്പൊടി തട്ടിക്കളഞ്ഞുകൊണ്ട് ഞാൻ കാച്ചിയ ഡയലോഗുകൾ കൊള്ളേണ്ടേടത്തു കൊണ്ടു. എന്നിട്ടും മുരളി ആട്ടിൻമുട്ടനെ കുതിരയാക്കാൻ നടത്തിയ ആദ്യ മാജിക്കിൽ പൊങ്ങി വന്നതോ ഒരു കോവർ കഴുത.

പണ്ട് പാൽക്കടൽ കടഞ്ഞപ്പോൾ എന്തെല്ലാം അൽകുരുത്തു പൊങ്ങി വന്നതിനു ശേഷമാണ് അമൃതകുംഭം കിട്ടിയത് .

മുരളിക്ക് അക്കഥ അറിയാം മുരളി വിട്ടില്ല. കോവർകഴുതയെ ഇറ

ക്കി വിട്ടിട്ടു സർവ്വ ശക്തിയും എടുത്ത് വീണ്ടും മാജിക് തുടർന്നു.

അവസാനം ആട്ടിൻമുട്ടൻ അതാ നല്ലൊരു വെള്ളക്കുതിരയായി പൊങ്ങി വരുന്നു.!! സന്തോഷത്താൽ തുള്ളിച്ചാടിയ മുരളി ഭായ് ശ്രീലങ്കൻ ചാരായം അടിച്ചു മയങ്ങി ഇരുന്ന എന്നെ കൊട്ടി വിളിച്ചു.

'കരിം, ഇതു കണ്ടോ നമ്മുടെ കുതിര !!!'

'ഇതാണ് ഡേവിഡ് ഭായി സംഭവിച്ചത്.' കാനേഷ്യസ് പറഞ്ഞു. 'ആ കുതിര യാണ് അവിടെ നിൽക്കുന്നത്. അവന്റെ തലയെടുപ്പ് കണ്ടോ ഭായി. അവന്റെ പേരാണ് ഡിങ്കരില. കളത്തിൽ ഇറക്കിയാൽ ഗൾഫ് എയർ വിമാനം പോലെ പറക്കുന്നവനാ കക്ഷി.'

'സായിപ്പിന് ഞങ്ങൾ കുതിരയെ കൊടുത്തു. പകരം ഞങ്ങൾക്ക് സായിപ്പ് കുതിരനോട്ടക്കാരുടെ വിസ തന്നു. ജെപി യും അനീഷിനെയും ബഹറിനിൽ ഉപേക്ഷിക്കാൻ മനസ്സ് അനുവദിച്ചില്ല. അവരും ബഹറിനിൽ കിടന്ന് കുറേ ഖുബ്ബൂസ് തിന്നതല്ലേ. അവരെയും കൊണ്ടുവന്നു. ഇവിടുണ്ട്. രണ്ടാളും കുറച്ച് കഴിയുമ്പോൾ വരും.അവരാണ് കുതിരയെ കുളിപ്പിക്കുന്നത്. ഈ ലോകത്ത് നടക്കുന്ന ഓരോ അത്ഭുതങ്ങളേ. അതല്ലേ നമ്മൾ വീണ്ടും കണ്ടത്. പിന്നെ അല്ലാതെന്തു പറയാനാ ചേട്ടാ.

ഞാൻ കഥ കേട്ട് തരിച്ചിരുന്നു.

ഡേവിഡ് ചേട്ടാ. ചേട്ടന്റെ പഴയ കൊറോളയിൽ കയറിയതോടെയാ ഞങ്ങളുടെ ഭാഗ്യം തെളിഞ്ഞത്. നന്ദിയൊണ്ട് ചേട്ടാ. പാട്ടവണ്ടിയാണെങ്കിലും അതിനൊരു ഐശര്യമുണ്ടായിരുന്നു. ചില വസ്തുക്കളും ആളുകളും അങ്ങനെയാ... ലുക്കിലല്ല കാര്യം.

'ആ വണ്ടി ഇപ്പോഴുമുണ്ടോ?' മുരളി മുകുന്ദൻ ചോദിച്ചു.

അടുത്ത് നിന്ന കരീം അറപ്പുപൊടി, സോറി, കനേഷ്യസ് അത്തിപ്പൊഴിയുടെ കണ്ണിലും ഇതേ ചോദ്യമുണ്ടായിരുന്നു.

അപ്പോഴും ആട് വൈദ്യൻ Dr. ഷാഫിയായി പണ്ട് ആൾ മാറാട്ടം നടത്തിയ മുരളിഭായിയുടെ ചുറ്റും പഴയ വേപ്പെണ്ണയുടെ മണം തങ്ങി നിന്നിരുന്നു.

○

ആകസ്മികങ്ങൾ

എഞ്ചിനീയറിംഗ് കഴിഞ്ഞതിനു ശേഷം ഒരു ജോലിയോ അപ്രന്റീസ് ഷിപ്പോ അന്വേഷിച്ചു നടന്ന കാലം. പല കമ്പനികളുടെയും അഡ്രസ്സുകൾ തപ്പിപ്പിടിച്ചു ആപ്ലിക്കേഷൻ തയാറാക്കി പോസ്റ്റ് ഓഫീസിൽ പോയി തൂക്കിച്ചു നോക്കും. 'വലിയ തുകയ്ക്കുള്ള സ്റ്റാമ്പ് ആകരുതേ അരുവിത്തുറപ്പുണ്യാളാ' എന്ന് പ്രാർത്ഥിച്ചുകൊണ്ട് നിൽക്കുമ്പോൾ പോസ്റ്റ് മാസ്റ്റർ പറയുന്ന കാശ് വിചാരിക്കുന്നതിലും കൂടുതൽ ആയിരിക്കും.

എന്നാലും വേണ്ടെന്ന് വയ്ക്കാൻ പറ്റുമോ? ഒരു ജോലിക്കാര്യമല്ലേ. ഓക്കേ, എന്ന് പറഞ്ഞു. അപേക്ഷകൾക്ക് വേണ്ടത്ര സ്റ്റാമ്പും ഒട്ടിച്ചു പോസ്റ്റ് പെട്ടിയിലേക്ക് അത് കൊണ്ടുപോയി ഇടുന്നതിന് മുൻപേ പെട്ടിയുടെ മുൻപിൽ അറ്റെൻഷൻ ആയിട്ട് നിൽക്കും. എന്നിട്ട് കണ്ണുകൾ പകുതി അടച്ചു ആകാശത്തിലേയ്ക്ക് ഉയർത്തിയിട്ട് ' ഇതിനെങ്കിലും മറുപടി വരണേ' എന്ന് പ്രാർത്ഥിച്ചു കൊണ്ട് അപേക്ഷ പെട്ടിയിലേക്ക് ഇടും. എന്നിട്ട് വലിയ പ്രതീക്ഷയുമായി മുണ്ടും മടക്കിക്കുത്തി വീട്ടിലോട്ട് പോകും.

പോകുന്ന വഴി അയച്ച അപേക്ഷയ്ക്കുള്ള മറുപടി വരാൻ സാധ്യതയുള്ള ദിവസങ്ങൾ കണക്കുകൂട്ടി നോക്കും.

കേരളത്തിൽ എവിടെയെങ്കിലുമാണെങ്കിൽ ഒരാഴ്ച. മദ്രാസിൽ നിന്നോ ബോംബെയിൽ നിന്നോ കൽക്കട്ടയിൽ നിന്നോ ആണെങ്കിൽ രണ്ടാഴ്ച്ച. അത്രയും ദിവസങ്ങൾ പോസ്റ്റ് നോക്കി ഇരിക്കും, മറുപടി ഉണ്ടോ എന്നറിയാൻ.

അവസാനം, ഇപ്പോഴത്തെ സാനിറ്റൈസർ കമ്പനിക്കാർ പറയുന്ന പോലെ '99.99%' അപേക്ഷകൾക്കും ഒരു മറുപടിയും വരില്ല. മനസ്സുമടുക്കുമ്പോൾ ഞാൻ പറമ്പിലോട്ട് ഇറങ്ങിപ്പോകും. വിഷമം തീർക്കാൻ ചെറിയ ഉരുളൻ കല്ലുകൾ പെറുക്കി വാഴക്കിട്ടോ മാവിനിട്ടോ ഏറിയും.

അന്നേരം ഒരു ചെറിയ ആശ്വാസം കിട്ടും.

വീണ്ടും പുതിയ കമ്പനികളും അവയുടെ അഡ്രസ്സുകളും തിരഞ്ഞു

ജോലിക്കുള്ള അപേക്ഷ അയപ്പ് തുടർന്ന് കൊണ്ടേയിരുന്നു. പിന്നെയും പിന്നെയും പറമ്പിൽ നിൽക്കുന്ന വാഴകളും മാവുകളും എന്റെ കല്ലേറ് കൊള്ളും, അവറ്റകൾ ഇതിൽ പ്രതികളല്ലെങ്കിലും അതായിരുന്നു അവരുടെ വിധി.

എന്റെ ആകാശത്തിനോ എന്റെ ഭൂമിക്കോ ഒരു പ്രത്യേകതയും ഇല്ലാതെ മാസങ്ങൾ കടന്ന് പൊയ്ക്കൊണ്ടിരുന്നു. സൂര്യൻ എവിടെ ഉദിച്ചാലും എവിടെ അസ്തമിച്ചാലും എനിക്ക് ഒരുപോലെ. ഒപ്പം എന്റെ മുഖത്തെ മീശരോമങ്ങളുടെ എണ്ണവും കൂടിക്കൂടി വന്നു.

ചക്കക്കുരുവിന് പോലും അന്ന് കിലോ പത്തുപൈസ വിലയുണ്ടായിരുന്നെങ്കിലും എന്റെ വില മാർക്കറ്റിൽ സീറോ ആയി തുടർന്നു.

ഏതു പട്ടിയ്ക്കും പൂച്ചയ്ക്കും 'ഒരു ദിവസം' ഉണ്ടല്ലോ. അങ്ങനെ ഒരു ദിവസം ഞാൻ 'അപ്പന്റെ അംബാസ്സിഡർ' ആയിട്ട് ഒരു ബന്ധു വീട്ടിൽ സന്ദർശനത്തിനു പോയതായിരുന്നു. അവിടുത്തെ ഡൈനിങ്ങ് ടേബിളിൽ ഇളയമ്മ കൊണ്ടുവന്നുവച്ച അച്ചപ്പം കടിച്ചു കൊണ്ടിരുന്നപ്പോൾ എന്റെ തല, ഞാൻ അറിയാതെ അൽപ്പം ഉയർന്ന്, ദൃഷ്ടി അവിടെ ഭിത്തിയിൽ കിടന്ന ഒരു കലണ്ടറിൽ ചെന്നു കൊണ്ടു.

കടിച്ചെടുത്ത ചെറിയ അച്ചപ്പക്കക്ഷണം അണപ്പല്ലുകൾക്കിടയിലാക്കി പൊടിച്ചുകൊണ്ടിരുന്നപ്പോൾ ഊറിവന്ന മധുരം ആസ്വദിച്ചുകൊണ്ട് ഞാൻ ആ കലണ്ടറിൽ എഴുതിയിരുന്നത് വെറുതെ വായിച്ചു.

Associated Engineering Corporation.
Punnan road. TVM.
Trivandrum, Cochin, Calicut.
Managing Director: P. Krishnan.

ആരാണേൽ എനിക്കെന്ത് എന്ന് തോന്നിയെങ്കിലും അടുത്ത നിമിഷം മനസ്സുപറഞ്ഞു. ' ഇതാടാ ഒരു പുതിയ കമ്പനി അഡ്രസ്സ്, അയക്കടാ ആപ്ലിക്കേഷൻ.'

അതേ മനസ്സിന്റെ മറ്റൊരു മൂലയ്ക്കുനിന്നും ഉടനെ മറ്റൊരു അശരീരി വന്നു.

'വേണ്ട, മോനേ, വെറുതെ സ്റ്റാമ്പിന്റെ പൈസ കളയേണ്ട.'

എന്റെ മനസ്സ് ഡബിൾ റോൾ കളിക്കുകയാണ്.

അന്ന് വൈകുന്നതിനു മുൻപ് ഞാനാ വീട്ടിൽ നിന്നും എന്റെ വീട്ടിലേയ്ക്ക് തിരിച്ചു പോകാൻ തുടങ്ങുകയാണ്. ഡൈനിങ്ങ് ടേബിളിൽ നിരത്തിയ നാലുമണിക്കാപ്പിയും ഇളയമ്മ വാഴയിലയിൽ ചുട്ടുകൊണ്ടുവന്ന കൂവ അടയും കഴിച്ചു കൊണ്ടിരുന്നപ്പോൾ നല്ല ആവി ഉണ്ടായിരുന്നു.

രംഗം തണുപ്പിക്കാൻ ഇളയമ്മ സീലിംഗ് ഫാൻ ഓൺ ചെയ്തു.

അതാ ഭിത്തിയിൽ തൂക്കിയിരുന്ന നേരത്തെ കണ്ട കലണ്ടർ എന്നെ നോക്കി ഇളകിയാടുന്നു. അത് എന്തോ ഒരു സിഗ്നൽ പോലെ.

'അപേക്ഷ അയച്ചു നോക്ക്' എന്ന് ആ കലണ്ടർ എന്നോട് വീണ്ടും പറയുന്നപോലെ. കാപ്പികുടി കഴിഞ്ഞ് ഞാൻ ആരും ശ്രദ്ധിക്കാതെ കലണ്ടറിൽ കണ്ട ഡീറ്റെയിൽസ് എഴുതി എടുത്തു.

വെറുതെ ഒന്നുകൂടി ശ്രമിച്ചു നോക്കാം. ഞാൻ അസോസിയേറ്റഡ് എഞ്ചിനീയറിംഗ് കോർപ്പറേഷനുള്ള എന്റെ ജോലിക്കുള്ള അപേക്ഷ തയ്യാറാക്കി. ഈ പ്രാവശ്യം ആ കലണ്ടറിൽ കണ്ട മാനേജിങ് ഡയറക്ടറുടെ പേരിൽ അപേക്ഷ അഡ്രസ്സ് ചെയ്തു.

അപ്പന്റെ പൊതുഖജനാവിൽ നിന്നും അപേക്ഷ അയക്കാൻ സ്റ്റാമ്പ് വാങ്ങുന്ന ഇനത്തിൽ നല്ലൊരു തുക ഇതിനോടകം പോയിക്കഴിഞ്ഞിരുന്നു.

അതുകൊണ്ട് അപേക്ഷ പോസ്റ്റ് ചെയ്യുന്ന ഈ പാഴ്വേലയ്ക്ക് ഫണ്ട് അനുവദിക്കാൻ അപ്പനും ഉത്സാഹം ഇല്ലാതായി വരികയാണ്.

വിറക് പുരയുടെ ഉത്തരത്തിൽ നിന്നും കീഴ്പ്പോട്ട് തൂക്കി ഇട്ടിരിക്കുന്ന തൂമ്പാകളിൽ ഒന്നെടുത്തു 'നിനക്ക് ഇനി കപ്പയ്ക്ക് കിളച്ചുകൂടെ' എന്ന ചോദ്യം അപ്പന്റെ നാവിന്റെ മൂട്ടിൽ മുളയ്ക്കാറായിട്ടുണ്ട് എന്ന് അദ്ദേഹത്തിന്റെ മുഖം കണ്ടാലറിയാം.

ഒരു തരത്തിൽ അപ്പന്റെ കസേരയുടെ പുറകിൽ തല ചൊറിഞ്ഞു നിന്ന് ഈ അപേക്ഷ അയക്കാനുള്ള പൈസയും വാങ്ങിയെടുത്തു.

രാവിലെ തന്നെ ഐശ്വര്യമായിട്ടു പോസ്റ്റ് ഓഫീസിൽ ചെന്ന് അപേക്ഷ തൂക്കി നോക്കിച്ചു വേണ്ട സ്റ്റാമ്പും ഒട്ടിച്ചു.

സാധനം പെട്ടിയിലേക്ക് ഇടുന്നതിന് മുൻപേ അറ്റെൻഷനായി നിന്ന് കണ്ണുകൾ പാതി അടച്ച് ആകാശത്തിലേയ്ക്ക് ദയനീയമായി നോക്കുന്ന പതിവുള്ള ചടങ്ങുകൾ നിർവ്വഹിച്ചു.

'ഇതെങ്കിലും കിട്ടണേ' എന്ന് പ്രാർത്ഥിച്ചു.

അപേക്ഷ പോസ്റ്റ് പെട്ടിയിൽ ഇട്ടു. പെട്ടിയുടെ പള്ളയ്ക്ക് സ്നേഹപൂർവ്വം രണ്ട് തട്ടും കൊടുത്തു.

മുണ്ടും മടക്കിക്കുത്തി വീട്ടിലേയ്ക്ക് പോകുന്ന വഴിയിൽ ഒരു തവിട്ട് നിറമുള്ള പട്ടി നാക്കും നീട്ടി അണച്ചുകൊണ്ട് എന്റെ എതിരെ കൂടി വന്നു പോയി. അതിന്റെ നീണ്ട വാല് നല്ലതുപ്പോലെ വളച്ച് ഉയർത്തി പിടിച്ചിട്ടുണ്ടായിരുന്നു.

അതൊരു ദുഃസ്സൂചന ആണോ? പട്ടിയുടെ നിവരാത്ത വാല്, ഒരിക്ക

ലും നടക്കാൻ പോകാത്ത എന്റെ ജോലി സ്വപ്നം എന്നാണോ? ഞാൻ ഭയപ്പെട്ടു.

ആ ഭയം ശരിയായിരുന്നു എന്നപോലെ രണ്ടുമൂന്നു മാസം കടന്നു പോയി.

ഒന്നും സംഭവിച്ചില്ല. ഞാൻ എറിഞ്ഞുവിട്ട ഉരുളങ്കല്ലുകൾ കൊണ്ട് പറമ്പിലെ വാഴയും മാവും വീണ്ടും പുളഞ്ഞുകൊണ്ടിരുന്നു.

ഒരു ദിവസം രാവിലെ ഞാൻ കാപ്പികുടിയൊക്കെഴിഞ്ഞ്, ഒന്നും ചെയ്യാനില്ലാതെ വിറകുപുരയുടെ അടുത്തുകൂടെ പോയപ്പോൾ അതിന്റെ ഉത്തരത്തിൽ തൂങ്ങിക്കിടക്കുന്ന തൂമ്പകൾ കണ്ടു. ഇനി തൂമ്പയും എടുത്തുകൊണ്ട് പറമ്പിലേയ്ക്ക് ഇറങ്ങുക തന്നെ.

ഞാൻ തീരുമാനിച്ചു. ജോലി കിട്ടാൻ പോകുന്നില്ല.

ഞാൻ ഒരു തൂമ്പായെടുത്തു അതിന്റെ ഉറപ്പും മൂർച്ചയും ഒക്കെ പരിശോധിച്ചു കൊണ്ടിരുന്നപ്പോഴാണ് അമ്മ വിളിച്ചത്.

'എടാ, ജോസുകുട്ടി നീ എവിടാ. ഇങ്ങോട്ടൊന്നുവന്നെ, ഇതേ പോസ്റ്റ്മാൻ നിന്നെ തിരക്കുന്നു.'

തൂമ്പയും എറിഞ്ഞിട്ട് ഞാൻ ഓടിച്ചെന്നു.

'ജോസുകുട്ടി, ഒരു രജിസ്റ്റർ ഉണ്ട്, ഇവിടൊന്ന് ഒപ്പിട്ടെ.'

എവിടുന്നാ, ഏതാ, എന്നൊന്നും നോക്കാതെ അയാൾക്കു ഒപ്പിട്ടു കൊടുത്തു കവർ കയ്യിൽ വാങ്ങി. അവിടെ നിന്ന് തന്നെ പൊട്ടിച്ച് നോക്കി.

'എന്തോവാടാ അത്.' അമ്മ ചോദിച്ചു.

'നോക്കട്ടെ അമ്മേ' എന്ന് പറഞ്ഞു ഞാൻ ആ ലെറ്റർ വായിച്ചു നോക്കി.

You are invited to attend an interview at Cochin branch.

അസോസിയേറ്റഡ് എഞ്ചിനീയറിംഗ് കോർപ്പറേഷനിൽ നിന്നാണ്.

'നാളെ കഴിഞ്ഞു 10 മണിക്ക് കൊച്ചി ബ്രാഞ്ചിൽ ചെല്ലാൻ ഇന്റർവ്യൂ ലെറ്റർ ആണമ്മേ.'

ഇത് കേട്ടിട്ട് അപ്പുറത്ത് ദീപിക പത്രം വായിച്ചുകൊണ്ടിരുന്ന അപ്പൻ ഒന്നും മിണ്ടിയേ ഇല്ല.

'ഇതൊണ്ടോ കിട്ടാൻ പോകുന്നു.'

ഞാനും അപ്പനും അമ്മയും മനസ്സിൽ വിചാരിച്ചത് ഒന്നു തന്നെ ആയിരുന്നെങ്കിലും ഞങ്ങൾ മൂവരും അങ്ങനെ പറഞ്ഞില്ല എന്നുമാത്രം.

ഒന്നൊന്നര വർഷത്തിനിടയിൽ ഏതെങ്കിലും ഒരു കമ്പനി ഇന്റർവ്യൂവിനെങ്കിലും വിളിക്കുന്നത് ആദ്യമായിട്ടാണ്. അതുകൊണ്ട് പ്രതീക്ഷയില്ലെങ്കിലും പോയി നോക്കാം.

ഞാൻ പതിവുപോലെ വണ്ടിക്കൂലിക്ക് അപ്പന്റെ ഖജനാവിൽ നിന്നും ഓവർ ഡ്രാഫ്റ്റ് എടുത്ത് കൊച്ചി ഓഫീസിൽ ഇന്റർവ്യൂവിനു ചെന്നു. കുറേപ്പേരെ അവിടെ ഇന്റർവ്യൂവിന് ഞാൻ കണ്ടു. അപ്പോഴേ എന്റെ വണ്ടിക്കൂലിക്കാശ് വെറുതെ പോയെന്ന് എനിക്ക് മനസ്സിലായി.

ഇന്റർവ്യൂ നടന്നു. കുറെ ടെക്നിക്കൽ ചോദ്യങ്ങളൊക്കെ ചോദിച്ചു. അപ്രന്റീസ്ഷിപ്പ് ആണ്. വലിയ ശമ്പളം ഒന്നും ഇല്ല. ട്രെയിനിങ് കഴിഞ്ഞു കമ്പനിക്ക് ഇഷ്ടപ്പെട്ടാൽ സ്ഥിരപ്പെടുത്തും.

കിലുക്കം സിനിമയിൽ ലോട്ടറി അടിച്ചു എന്ന് രേവതി പറയുമ്പോൾ 'ഹും... ഇതൊക്കെ ഞാൻ കേട്ടിട്ടുണ്ട്.' എന്ന് പറഞ്ഞ ഇന്നസെന്റിനെപ്പോലെ എനിക്കുണ്ടോ ഇത് കിട്ടാൻ പോകുന്നു എന്ന മട്ടിൽ എല്ലാം മൂളിക്കേട്ടിട്ടു തല കുലുക്കി അവർക്ക് കയ്യും കൊടുത്ത് വീട്ടിലേയ്ക്ക് തിരിച്ചു പോന്നു.

രണ്ടുമൂന്ന് ആഴ്ച കഴിഞ്ഞു. ഒന്നും സംഭവിച്ചില്ല. ഞാൻ വീണ്ടും വിറകുപുരയുടെ അടുത്തുപോയി എനിക്ക് പറ്റിയ നല്ല ഒരു തൂമ്പ നോക്കിക്കൊണ്ട് നിൽക്കുമ്പോൾ പോസ്റ്റ് മാൻ വീണ്ടും ഞങ്ങളുടെ വീട്ടിലേയ്ക്ക് വരുന്നത് കണ്ട് ഞാൻ ഓടി ചെന്നു.

വീണ്ടും ഒരു രജിസ്റ്റർ എന്റെ പേരിൽ!

പൊട്ടിച്ചു വായിച്ച് നോക്കുമ്പോൾ എന്റെ കണ്ണുകൾ നിറഞ്ഞു തുളുമ്പി.

രണ്ടുതുള്ളി നീർമണികൾ ആ ലെറ്ററിൽ വീണ് പടർന്നു.

'ദൈവമേ, ഈ ജോലി എനിക്ക് എങ്ങനെ കിട്ടി?'

അപ്പോയ്ന്റ്മെന്റ് ലെറ്റർ അസോസിയേറ്റഡ് എഞ്ചിനീയറിംഗ് കോർപറേഷനിൽ നിന്നാണ്.

അടുത്ത ആഴ്ച ജോയിൻ ചെയ്യണം !!!

പറമ്പിലേക്കുള്ള എന്റെ കല്ലേറ് അവസാനിച്ചു.

ജോലിയിൽ പ്രവേശിച്ചു രണ്ടുമൂന്നു ആഴ്ച്ച കഴിഞ്ഞപ്പോൾ എന്നോട് എന്റെ സെക്ഷണൽ മാനേജർ ചോദിക്കുകയാണ്.

'ഞങ്ങളുടെ മാനേജിങ് ഡയറക്ടറെ ഒക്കെ പരിചയം ഉണ്ടല്ലേ.'

○

പാഷീസ് ആപ്പ്

ഇന്നത്തെ കാലത്തു ആപ്പുകൾ പല വിധം.

ചില ആപ്പുകൾ നമുക്ക് ഗുണം ചെയ്യും എന്ന് ഞാൻ മനസ്സിലാക്കിയത് കൂലി പണിക്കാരൻ പാപ്പിയിൽ നിന്നാണ്.

എന്റെ ചെറുപ്പത്തിൽ ഞങ്ങളുടെ വീട്ടിൽ കൃഷിപ്പണിക്ക് വന്നിരുന്ന പാപ്പിയും അയാളുടെ കരിവീട്ടിപോലുള്ള ശരീരവും ജോലി ചെയ്തു ഉറച്ച കയ്യിലെ മസിലുകളും അതിന്റെ മുകളിൽ പുളിമരത്തിന്റെ വേര് പോലെ എഴുന്നുനിൽക്കുന്ന ഞരമ്പുകളും എന്നെ ആകർഷിച്ചിരുന്നു.

ഒരു ദിവസം രാവിലെ തലയിൽ ഒരു ഈരിഴ തൂവർത്തും കെട്ടി തെങ്ങിന് തടമെടുക്കാൻ പോയ പാപ്പി കുറച്ചു കഴിഞ്ഞപ്പോൾ തൂമ്പയും കൊണ്ട് തിരിച്ചു വന്ന് അടുക്കളപ്പുറത്തു ചെന്ന് എന്റെ അമ്മയെ വിളിച്ചു.

'കൊച്ചമ്മോ, ആ വെട്ടരുവാൾ ഇങ്ങെടുത്തോ.'

അടുക്കളയിൽ പുട്ടുകുറ്റിയിൽ നിറയ്ക്കാൻ ചെമ്പാവ് അരിപ്പൊടിയും തേങ്ങയും തയ്യാറാക്കിക്കൊണ്ടിരുന്ന അമ്മ യാതൊരു ഭാവഭേദവും കൂടാതെ ഇടതു കൈ കൊണ്ട് വെട്ടരുവാൾ എടുത്തുകൊണ്ട് അടുക്കളപ്പടിയിൽ വന്ന് എന്തിനാണ് എന്നുപോലും ചോദിക്കാതെ പാപ്പിയ്ക്കു കൊടുത്തു.

ഇന്നത്തെ കാലത്ത് ആരെങ്കിലും വന്ന് വെട്ടരുവാൾ ചോദിച്ചാൽ ഒരു വീണ്ടു വിചാരവും ഇല്ലാതെ നമുക്ക് ഉയിരുറപ്പിച്ച് എടുത്ത് കൊടുക്കാൻ പറ്റുമോ?

രാവിലെ തന്നെ 'അപ്പനെ വെച്ചേക്കേലിയെ' എന്ന ഹിന്ദി പാഠവും വായിച്ചു പഠിച്ചിട്ടു ഞാൻ സ്കൂളിൽ പോകാൻ പുസ്തകങ്ങൾ എടുത്ത് ബാഗിൽ വയ്ക്കുന്ന നേരത്താണ് ഈ സംഭവം നടക്കുന്നത്.

ചെയ്യുന്ന ജോലിയിൽ അശ്രദ്ധ വേണ്ടുവോളം കൈമുതലായിട്ടുണ്ടായിരുന്ന എന്റെ ശ്രദ്ധ പിന്നെ പാപ്പിയിലായി.

ഇയാൾ എന്തിനായിരിക്കും വെട്ടുകത്തി ചോദിച്ചത്?

വെട്ടുകത്തിയും കൊണ്ട് വിറകുപുരയുടെ അടുത്ത് ചെന്ന് പാപ്പി ഒരു ഒടിഞ്ഞ തൂമ്പാ കൈ എടുത്തു. വെട്ടുകത്തി ഉപയോഗിച്ച് അയാൾ അതിൽ നിന്നും ഒരു ചീള് കീറിയെടുത്തു.

അപ്പോഴേയ്ക്കും ഗവേഷണം മൂത്ത്, അയാൾ എന്താണ് കാണിക്കുന്നത് എന്ന് കാണാൻ പുസ്തകങ്ങളുടെ അടുത്തുനിന്നും എണീറ്റ് ഞാൻ പാപ്പിയുടെ അടുത്ത് ചെന്ന് നിന്നു. വല്ലതും കഴിച്ചിട്ട് സ്കൂളിലേയ്ക്ക് പോകുന്ന കാര്യം ഒന്നും അപ്പോൾ എന്റെ തലയിൽ ഇല്ല.

കീറിയെടുത്ത ചീള് അയാൾ അവിടെ ഇരുന്ന ചുറ്റിക എടുത്തു അയാളുടെ തൂമ്പാ കുഴയിൽ അടിച്ചു കയറ്റി.

'പാപ്പി എന്താ ചെയ്തത്?' ഉദ്വേഗം കൊണ്ട് ഞാൻ ചോദിച്ചു.

'കുഞ്ഞേ, ഇതാണ് ആപ്പ്. ഈ തൂമ്പാ ഇളകുന്നുണ്ടായിരുന്നു. ഞാൻ അതിനൊരു ആപ്പ് വയ്ക്കുകയായിരുന്നു.' അയാൾ തൂമ്പാ തിരിച്ചും മറിച്ചും നോക്കിക്കൊണ്ട് പറഞ്ഞു.

തൂമ്പായ്ക്ക് ആപ്പ് വച്ചിട്ട്, 'തുമ്പയിൽ' നിന്നും റോക്കറ്റ് വിട്ടവന്റെ ഗമയിൽ ഹാപ്പി ആയി നിൽക്കുന്ന പാപ്പിയിൽ നിന്നാണ് ആപ്പ് എന്ന വാക്ക് ഞാൻ ആദ്യമായി കേൾക്കുന്നത്.

എന്നാൽ ചില ആപ്പുകൾ നമുക്ക് ദോഷം ചെയ്യുമെന്ന് എനിക്ക് മനസ്സിലാക്കിത്തന്നത് എന്റെ അയൽക്കാരനായിരുന്ന ഗോപിയാണ്.

സ്കൂൾ വിട്ടുകഴിഞ്ഞാൽ നേരത്തെ വീട്ടിൽ എത്താതെ ബാസ്കറ്റ് ബോൾ കളിയ്ക്ക് വേണ്ടി സ്കൂൾ ഗ്രൗണ്ടിൽ തങ്ങുന്ന ഒരു പരിപാടി എനിക്കുണ്ടായിരുന്നു.

ഭാവിയിൽ ഒരു മൈക്കിൾ ജോർഡൻ ആകും എന്നായിരുന്നു അന്നെന്റെ വിചാരം. സ്കൂൾ എന്ന് പറഞ്ഞാൽ പഠിത്തം മാത്രം എന്ന് പഠിച്ചുവച്ചിരുന്ന എന്റെ മാതാപിതാക്കളുണ്ടോ ഇതുവല്ലോം അറിയുന്നു?

വൈകുന്നേരം വീട്ടിൽ എത്തുമ്പോൾ 'എന്താടാ താമസിച്ചത്?' എന്ന് ചോദിക്കുമ്പോൾ സ്പെഷ്യൽ ക്ലാസ്സ് ഉണ്ടായിരുന്നു എന്ന ഉണ്ടയില്ലാത്ത വെടി കൊണ്ട് ഞാൻ വീട്ടുകാരെ വിദഗ്ധമായി പറ്റിച്ചു പോന്നു.

പക്ഷേ, നല്ലതൊന്നും ഒരുപാട് കാലം അനുഭവിക്കാൻ നമുക്ക് യോഗമില്ലല്ലോ.

അങ്ങനെയിരിക്കേ എന്തോ പ്രശ്നത്തിന് ഞാൻ ഗോപിയുമായി പിണങ്ങി. എന്നെ എങ്ങനെ ഉപദ്രവിക്കണം എന്ന് ആലോചിച്ചു നടന്ന അവൻ ഒരു പണി ചെയ്തു. ഒരു ദിവസം വൈകുന്നേരം ഞാൻ എന്റെ പ്രസ്തുത 'സ്പെഷ്യൽ ക്ലാസ്സും' കഴിഞ്ഞു വീട്ടിലെത്തി.

'എന്താടാ താമസിച്ചത്?' എന്നെ കാത്തിരുന്ന അപ്പൻ ചോദിച്ചു.

അപ്പന് ഇന്ന് എന്താണിത്ര സ്നേഹം എന്നോർത്തുകൊണ്ട് ഞാൻ സ്പെഷ്യൽ ക്ലാസ്സ് എന്ന ആപ്പ് എടുത്തിട്ടു. പറഞ്ഞു തീർന്നതും കൈയിൽ ഒളിച്ചു പിടിച്ചിരുന്ന വടികൊണ്ട് അപ്പൻ എന്നെ അറഞ്ചം പുറഞ്ചം പൂശി.

എന്നിട്ടൊരു ചോദ്യം,'അപ്പുറത്തെ വീട്ടിലെ ഗോപി നിന്റെ ക്ലാസ്സിൽ അല്ലേ, അവൻ ഇതിലേ ഒന്നര മണിക്കൂർ മുൻപേ പാട്ടും പാടി പോകുന്നത് ഞാൻ കണ്ടല്ലോ?'

മതി, എനിക്ക് എല്ലാം മനസ്സിലായി. അവൻ വിരോധം തീർക്കാൻ എനിക്കിട്ടു ചെയ്ത ആപ്പ് ആയിരുന്നു അത് എന്ന് പിന്നീട് ഞാൻ അറിഞ്ഞു.

അങ്ങനെ 'ഗോപീസ് ആപ്പ്' എന്നെ വല്ലാതെ വേദനിപ്പിച്ചു.

ആപ്പുകൾ കൊണ്ട് ഗുണവും ദോഷവും ഉണ്ട് എന്ന് നന്നേ ചെറുപ്പത്തിലേ ഞാൻ ഇങ്ങനെ ചില അനുഭവങ്ങൾ കൊണ്ട് പഠിച്ചു.

അതോടെ 'നിന്നെപ്പോലെ നിന്റെ അയൽക്കാരനെ സ്നേഹിക്കണം.' എന്ന ബൈബിൾ വചനം ഞാൻ എന്റെ മനസ്സിൽ നിന്നും വെട്ടിക്കളഞ്ഞു.

ഗോപി എന്നൊരു അയൽക്കാരൻ ഇല്ലാഞ്ഞതുകൊണ്ട് യേശു ക്രിസ്തുവിന് അങ്ങനെ ഒക്കെപ്പറയാം.

ഗോപി എന്റെ കടുത്ത ശത്രുവായി.

വളരെക്കാലങ്ങൾക്ക് ശേഷം ഒരിക്കൽ പള്ളിയിൽ ഉച്ചക്കുർബാനയ്ക്ക് ഇരുന്നപ്പോൾ അച്ചൻ പ്രസംഗിക്കുന്നത് കേട്ടു, ശത്രുവിനെ സ്നേഹിക്കണമെന്ന്.

അന്നേരം ഞാൻ ഗോപിയെ ഓർത്തു.

അതിന് ശേഷം ഞാൻ ആ ബൈബിൾ വചനം ഉപയോഗിച്ചാണ് അയൽക്കാരനായ അവനെ ശത്രുവിന്റെ ലേബലിൽ കൂടി സ്നേഹിക്കാനുള്ള വഴികണ്ടത്.

അവനോട് എനിക്കുണ്ടായ പക തീർക്കാൻ പകരം ഒരു ആപ്പ് എനിക്ക് വയ്ക്കാനും അന്ന് കഴിഞ്ഞില്ല. കാലം പോകെ അവൻ പ്രയോഗിച്ച ആപ്പ് അപ്ഡേറ്റ് ഇല്ലാതെ കാലഹരണപ്പെട്ടു പോയി. എന്നാലും ആ ആപ്പ് മൂലം ഉണ്ടായ പാടുകൾ എന്റെ തുടയിൽ ഇപ്പോഴും കാണും.

പഴയ ആപ്പുകളെക്കുറിച്ച് വീണ്ടും ഓർക്കാൻ ഇന്ന് കാരണം ഉണ്ടായി.

എട്ടാം ക്ലാസ്സിൽ പഠിക്കുന്ന എന്റെ മൂത്ത ചെറുക്കൻ ബിജു കണക്കിന് കുറച്ച് പുറകോട്ടാ.

അത് പ്രമാണിച്ച് എന്റെ ഭാര്യ കുഞ്ഞമ്മയാണ് ഈയിടെ എന്നോട് ഉപദേശിച്ചത്.

'അച്ചായാ, ഒരു കാര്യം അത്യാവശ്യമായിട്ട് ചെയ്യണം.'

'എന്തോവാടീ, ആലൂക്കാസിൽ പുതിയ മോഡലിലുള്ള വല്ല മാലയുടേയും പരസ്യം നീ കണ്ടോ, അതോ വല്ല പുതിയ സാരിയും മേടിക്കണോ?' ഞാൻ ചോദിച്ചു.

'എനിക്കിട്ട് ഒന്ന് താങ്ങിയതാണല്ലേ, എന്നാലേ, ഇത് അതല്ല.' അവൾ തലയാട്ടിക്കൊണ്ട് പറഞ്ഞു. 'ബൈജൂസ് ആപ്പ് എന്ന് പറഞ്ഞ് ഒരു സംഗതിയുണ്ട്. ആ ആപ്പ് ഉള്ളവർ നൂറിൽ 99.99% മാർക്കും മേടിക്കും എന്നാണ് കേൾക്കുന്നത്.'

'അതെന്തോവാടി ഈ 99.99%? അതുവല്ല സാനിറ്റൈസറും ആണോ?' ഞാൻ ചോദിച്ചു.

'തമാശ കള. ചെറുക്കന്റെ പടുത്തത്തിന്റെ കാര്യമാ. ആപ്പൊരെണ്ണം മേടിച്ച് നമ്മുടെ ബിജൂന് കൊടുത്തില്ലേൽ അവൻ മര്യാദയ്ക്ക് പ്ലസ്ടൂ കടക്കുകേല, പറഞ്ഞേക്കാം.'

അവളുടെ ഭീഷണി കേട്ട് ഞാൻ ചെറുക്കന് ബൈജൂസ് ആപ്പ് മേടിച്ച് കൊടുത്തു.

മനസ്സമാധാനമാണല്ലോ എല്ലാത്തിലും വലുത്.

ഈ ആപ്പ് അവന് ഗുണമായില്ലെങ്കിൽ അവനെ അമേരിക്കയിൽ വിട്ട് എഞ്ചിനീയറിംഗ് പഠിപ്പിക്കണം എന്ന് എന്റെ ഭാര്യയുടെ മോഹം ആപ്പിലാകും.

'എനിക്കും ഒരു ആപ്പുണ്ടെങ്കിൽ....എന്ത് ഞാൻ വിളിക്കും...?' പൗലോസ് എന്ന് പേരുള്ള ഞാൻ, ജയസൂര്യ പാടി അഭിനയിച്ച ഒരു സിനിമാപ്പാട്ടിന്റെ രീതിയിൽ അറിയാതെ മൂളിപ്പോയി.

സ്മാർട്ട് ആണെന്ന് 'പറയപ്പെടുന്ന' ഫോണിൽ ആപ്പും കൊണ്ടിരിക്കുന്ന മോനേ കണ്ടപ്പോൾ എന്റെ പഴേ ആപ്പുകളെക്കുറിച്ച് ഞാൻ ഒന്ന് ഓർത്തു പോയതാണേ.

○

ബിസ്സിനസ്സ് മാനേജ്മെന്റ്

പതിവില്ലാതെ സെക്ഷൻ മാനേജർ രാവിലെ എന്നെ അയാളുടെ കാബിനിലേക്ക് വിളിച്ചപ്പോഴേ അപകടം മണത്തു.

ഇടക്കിടയ്ക്ക് വിളിച്ച് വേണ്ടതിനും വേണ്ടാത്തതിനും കുതിര കയറുന്നതു അങ്ങേരുടെ സ്വഭാവമാണ്.

'ആ വർക്ക് ഇതുവരെ തീർന്നില്ലേ, ആ ജോലി എനിക്ക് ഇപ്പോൾ തീർത്ത് കിട്ടണം' എന്നൊക്കെ കിടന്ന് ചാടുന്ന മാനേജർ പോത്തൻ മത്തായി എന്ന കടുവ വളരെ മയത്തിൽ 'ജോബി ഓഫീസിലേയ്ക്ക് ഒന്ന് വരൂ.' എന്നാണ് വിളിച്ചു പറഞ്ഞതെങ്കിലും ഒരുൾഭയം.

എന്റെ അടുത്തകാലത്തെ പെർഫോമൻസ് കണ്ട് കരുണ തോന്നിയിട്ട് വല്ല ഇൻക്രിമെന്റ് തരാനുമായിരിക്കണേ ഈ ഭവ്യത എന്ന് പ്രാർത്ഥിച്ചുകൊണ്ടാണ് ഞാൻ മാനേജർ പോത്തൻ കടുവയെ കാണാൻ ചെന്നത്.

ക്യാബിന്റെ ഡോറിൽ മുട്ടിയിട്ടു വലിയ വിനയം ഭാവിച്ചു ഞാൻ അദ്ദേഹത്തിന്റെ മുന്നിലേയ്ക്ക് ചെന്നു. കടിച്ചു കീറുകയോ നക്കിത്തോർത്തുകയോ എന്തു വേണേൽ ചെയ്തോ എന്ന ഭാവേന ഒരു ആട്ടിൻകുട്ടിയെപ്പോലെ എന്തിനും തയ്യാറായി ഞാൻ നിന്നു.

പറമ്പിൽ പുല്ലു തിന്നോണ്ടിരുന്ന പോത്ത് എന്തോ കേട്ടിട്ട് തല പൊക്കുന്നതു പോലെ ഫയലിൽ കണ്ണ് നട്ടിരുന്ന കടുവ എന്നെ കണ്ട് തല ഉയർത്തി നോക്കി.

'ങ്ഹാ. ജോബി. ഞാൻ വിളിപ്പിച്ചത് ഒരു കാര്യം പറയാനാ,' അദ്ദേഹം തുടങ്ങി.

പതിവില്ലാതെ എന്തൊരു വിനയം എന്ന് ഞാൻ ഓർത്തുകൊണ്ടിരുന്നപ്പോൾ ഒരു ചോദ്യം: വീട്ടിൽ ഭാര്യയും കുഞ്ഞും സുഖമായിരിക്കുന്നല്ലോ ജോബി?

'വല്ല്യ കുഴപ്പം ഇല്ലാതെ പോകുന്നു, സാർ.'

ദൈവമേ ഈ കടുവയ്ക്ക് എന്തുപറ്റി? എന്തൊരു മര്യാദ. ഞാൻ ഒ

ന്നും മനസ്സിലാകാതെ നിന്നു.

'ശരി. ജോബി ഗൾഫിൽ ജോലിക്ക് വന്നിട്ട് അഞ്ചെട്ടു കൊല്ലമായില്ലേ.'

'ആയി സാർ.'

'ങ്ഹാ. ഇനി അധികം താമസിയാതെ ജോബിക്ക് വീട്ടുകാരെയൊക്കെ കാണാം. അത് പറയാനാ ഞാൻ വിളിപ്പിച്ചത്.' കടുവ മൊഴിഞ്ഞു.

ദൈവമേ ഫാമിലി വിസ തരാനാ വിളിച്ചത്. എത്രയോ നാളായി ഞാൻ ആഗ്രഹിക്കുന്ന കാര്യമാ. നല്ല മനുഷ്യൻ. ഞാൻ എന്തെല്ലാം വേണ്ടാത്ത കാര്യങ്ങളാ ഞാൻ ഈ തങ്കപ്പെട്ട സാറിനെക്കുറിച്ച് ചിന്തിച്ചു കൂട്ടിയത്.

എത്ര ദുഷ്ടനും ചിലപ്പോൾ മാലാഖയാകും. സാറിനെ സംശയിച്ചതിൽ ഞാൻ മനസ്സാ പശ്ചാത്തപിച്ചു.

ഫാമിലി വിസ തരുന്നതിന്റെ കൂടെ ഫ്രീ അക്കൊമൊഡേഷൻ കൂടി തന്നിരുന്നെങ്കിൽ എന്ന് വിചാരിച്ചു കൊണ്ട് നിൽക്കുമ്പോൾ അദ്ദേഹം വീണ്ടും പറയുകയാണ്, 'ജോബി പിന്നെ കമ്പനിയ്ക്ക് പണിയൊക്കെ കുറഞ്ഞു വരികയാ. അതുകൊണ്ട് ആളിനെ കുറയ്ക്കാൻ അറബി പറഞ്ഞിരിക്കുവാ. ജോബിക്ക് ഒരു മാസത്തെ നോട്ടീസ് തരാൻ പോകുവാ. അത് പറയാനാ വിളിപ്പിച്ചത്. സർവീസ് മണി ഒക്കെ കണുക്കു കൂട്ടി വച്ചേയ്ക്കാം. അധികമൊന്നും കാണില്ല. റെഡി ആകുമ്പോൾ അക്കൗണ്ടന്റിന്റെ അടുത്ത് നിന്നും മേടിച്ചോ. എന്നാൽ പിന്നെ ഓൾ ദ ബെസ്റ്റ് ജോബി.'

എന്റെ മനക്കോട്ട ഇടിച്ചു നിരത്തിക്കൊണ്ട് അയാൾ നിർത്തി.

സാലറി ഇൻക്രിമെന്റ് വാർത്ത കേൾക്കാൻ ഉത്സാഹിച്ച് ചെന്ന ഞാൻ ഫാമിലി വിസ കിട്ടും എന്ന് മോഹം പൂണ്ട് നിൽക്കുമ്പോൾ, കേട്ടത് ജോലി പോയെന്നാണ്.

വെള്ളിടി വെട്ടിയ തെങ്ങു പോലെ വാടി വളഞ്ഞ് തലയും താഴ്ത്തി ഞാൻ സീറ്റിലേയ്ക്ക് യാന്ത്രികമായി തിരിച്ചു നടന്നു. പോകുന്ന വഴിയിൽ എന്റെ തല 'ഒന്നു കറങ്ങിയിട്ടു ബാക്കി കറക്കം പിന്നെ ആകാം' എന്ന മട്ടിൽ സ്റ്റെഡി ആയി.

ഈ മഹാപാപി ഈ ദുരന്തം വിളമ്പാനാണോ കാര്യമായിട്ട് എന്നെ വിളിച്ചത്? അയാൾ വിചാരിച്ചാൽ എന്നെ രക്ഷിക്കാൻ സാധിച്ചേനെയെന്നാണ് എനിക്ക് തോന്നുന്നത്. അങ്ങനെ അയാൾക്ക് തോന്നണമെങ്കിൽ അൽപ്പമെങ്കിലും മന:സാക്ഷി വേണമല്ലോ.

കമ്പനിയ്ക്ക് ഒട്ടും താൽപ്പര്യമില്ലാത്തവർക്കാണല്ലോ ആദ്യം നറുക്ക് വീഴുന്നത്.

പണ്ടെങ്ങോ വെറുമൊരു ക്ലാർക്കായിട്ട് കമ്പനിയിൽ കയറിപ്പറ്റിയ പോത്തൻ മത്തായി ആണ് വളർന്ന് വളർന്ന് മാനേജരായത്.

എന്നിട്ടും അയാൾക്ക് താഴെയുള്ളവരോട് പരമപുച്ഛം.

ജോലിക്കാരെ അനാവശ്യമായി ചാടിക്കും. ഒരുത്തരോടും ഒരു സൗഹൃദ മന:സ്ഥിതിയുമില്ല. അതുകൊണ്ട് ഒരു ജോലിക്കാരനും അയാളെ ഇഷ്ടവുമില്ല.

വന്ന വഴി മറന്ന ദുഷ്ടൻ എന്നെയാണ് പറഞ്ഞു വിടാൻ കണ്ടത്. ഇനിയും വേറെയും ടെർമിനേഷനുണ്ടോ ആവോ? ഞാൻ എന്റെ ചെയറിൽ ചെന്ന് തലയ്ക്കു കയ്യും കൊടുത്തിരുന്നു. ഒരു മാസം കൂടിയേ ഈ സീറ്റിൽ ഞാൻ ഉള്ളല്ലോ. ഓർത്തപ്പോൾ ഉള്ളൊന്നു കാളി. നാട്ടിൽ പോയാലെന്ത് പണി ചെയ്യും?

ഒരു ബികോംകാരന് ഗൾഫിൽ വേറെ എവിടെ എങ്കിലും ജോലി കിട്ടാനും ഇന്നത്തെ പരിതഃസ്ഥിതിയിൽ എളുപ്പമല്ല. എല്ലായിടത്തും ഒന്നുകിൽ സ്വദേശിവൽക്കരണം അല്ലെങ്കിൽ തൊഴിൽ മാന്ദ്യം.

അന്ന് രാത്രി ഓരോന്ന് ആലോചിച്ചു ഉറക്കം ഇല്ലാതെ കണ്ണും മിഴിച്ചു കിടന്നപ്പോഴാണ് രമണിയുടെ ഫോൺ വന്നത്.

'ഹലോ ചേട്ടാ, ഇന്നെന്തിയെ ഇതുവരെ ഫോൺ വിളിക്കാഞ്ഞത്? നോക്കിയിരുന്നു മടുത്തിട്ടാ ഞാനങ്ങോട്ട് വിളിക്കുന്നത്. മോള് നോക്കിയിരുന്നിട്ട് ഉറങ്ങി. അവൾക്ക് രാവിലെ സ്കൂളിൽ പോകേണ്ടതല്ലേ,'

രമണി സംസാരിച്ചു തുടങ്ങി.

നാട്ടിൽ നിന്നും ഭാര്യയാ.

ഞാൻ എന്നും വൈകിട്ട് നാട്ടിലോട്ട് വിളിക്കുന്നതാണല്ലോ.

'ഹലോ രമണീ നീ കിടന്നില്ലേ? ഒരു വിശേഷമുണ്ട്. അത് എങ്ങനെ അവതരിപ്പിക്കുമെന്നോർത്തിട്ടാ ഇന്ന് വിളിക്കാഞ്ഞത്. എടീ, എന്റെ ജോലി പ്രശ്നത്തിലാ. ഇന്ന് മാനേജർ വിളിച്ചു പറഞ്ഞു. ഒരു മാസം കൂടിയേ ജോലി ഉള്ളു എന്ന്. ഇവിടിപ്പോൾ വേറെ ജോലി കിട്ടാൻ ബുദ്ധിമുട്ടാ, നാട്ടിൽ വരേണ്ടിവരും.'

അങ്ങേ തലക്കൽ നിന്ന് ഒരു നീണ്ട മൗനമോ വേവലാതിയോ ആണ് ഞാൻ പ്രതീക്ഷിച്ചത്. ഭർത്താവിന്റെ ജോലി പോയില്ലേ. ഇനി വീട്ടു കാര്യങ്ങൾ എങ്ങിനെയാകും? മോള് അടുത്ത കൊല്ലം പത്തിലാകും. താമസിയാതെ കോളേജിൽ വിടേണ്ട ചിലവുകൾ വരും. പിന്നെ അവളുടെ കല്യാണത്തിനുള്ള വകയുണ്ടാക്കണം. എല്ലാമോർക്കുമ്പോൾ ഏത് അമ്മയ്ക്കാണ് സമാധാനമുണ്ടാവുക!

'ജോബി ചേട്ടാ. ഞാനിത് ഇന്നല്ലെങ്കിൽ നാളെ പ്രതീക്ഷിച്ചതാണ്.

അറബിനാട്ടിൽ നമ്മൾക്ക് എക്കാലവും ജോലി ഉണ്ടാവുമോ, ഇല്ല. അതുകൊണ്ട് ചേട്ടൻ വിഷമിക്കേണ്ട, അടുത്ത മാസം ഇങ്ങു പോരേ.'

എന്ന് അവൾ.

അവൾക്ക് ഇങ്ങനെ പറയാൻ എങ്ങനെ തോന്നി?

'എടീ, നീ എന്തുകണ്ടിട്ടാ. എനിക്ക് വേറെ ജോലി കിട്ടുന്നതുവരെ എന്ത് ചെയ്യും. നമ്മുടെ സമ്പാദ്യമൊക്കെ നിനക്കറിയാവുന്നതല്ലേ?'

'ചേട്ടൻ ഈ രമണിയെക്കുറിച്ച് എന്താ കരുതിയത്. ഞാൻ ഒരു വഴി കണ്ടിട്ടുണ്ട്.'

അവൾക്ക് വലിയ കോൺഫിഡൻസ്.

'എന്തോവാടി, എനിക്ക് അറിയാൻ മേലാത്ത ആ വഴി, നിനക്ക് വല്ല നിധിയും കിട്ടിയോ.' ഞാൻ ചോദിച്ചു.

'ഉണ്ടല്ലോ നിധി. ഞാൻ പറയാം. നമുക്കൊരു കാറ് വാങ്ങണമെന്ന് പറഞ്ഞു ഞാൻ കുറേ കാശ് ചേട്ടനോട് മേടിച്ചുകൊണ്ടിരുന്നത് ഞാൻ KSFE യിൽ ഇട്ടിട്ടുണ്ട്. അതിപ്പോൾ എല്ലാം കൂടി ഒരു അഞ്ച് ലക്ഷം കാണും.

അതിന്, 'ടാറ്റാ' മേടിക്കണമെങ്കിൽ ഇനിയും ഒരു ലക്ഷം കൂടിയെങ്കിലും വേണ്ടേ, അതെവിടുന്നുണ്ടാകും?'

'എന്റെ ചേട്ടാ, ജോലി പോയിനിൽക്കുമ്പോളാ ടാറ്റയും ബിർളയും! ചേട്ടന്റെ പഴയ സ്കൂട്ടർ ഇവിടുണ്ടല്ലോ. ഇപ്പോൾ അതുമതി. കാറ് നമുക്ക് ഉടനെ വേണ്ട. അത് ഇനിയും പൈസ ഉണ്ടാകുമ്പോൾ നോക്കാം.

'എന്നിട്ട്?'

'എന്നിട്ടോ? ചേട്ടൻ ഇങ്ങുവന്നിട്ട് ഇനി എങ്ങും പോകേണ്ട. കാറ് മേടിക്കാൻ സൂക്ഷിച്ചു വച്ചിരുന്നതെടുത്ത് 'മെഹേ മെഹേ' എന്ന് കാറുന്ന നാല് യമുനാ പ്യാരിയെ മേടിക്കാം. കൂട്ടത്തിൽ ഞാൻ ഒരു ചെറിയ ബിസിനസ്സ് പരീക്ഷിച്ചുകൊണ്ടിരിക്കുകയാണ്. ഞാൻ ചേട്ടനോട് പറയാനിരിക്കുകയായിരുന്നു.'

'എന്ത് ബിസിനെസ്സ്?'

എനിക്കൊന്നും മനസ്സിലായില്ല.

'അതേ, ഇന്നാള് ഞാൻ ചേട്ടന്, മൊയ്തുക്കയുടെ കയ്യിൽ കൊടുത്തുവിട്ട മീൻ അച്ചാറ് അവിടെ എല്ലാവർക്കും ഇഷ്ടപ്പെട്ടെന്നും അത് ചേട്ടന്റെ കൂട്ടുകാർ കൊതിയന്മാർ കൊണ്ടുപോയെന്നും ചേട്ടന് തൊട്ടുകൂട്ടാൻ പോലും കിട്ടിയില്ല എന്നും പറഞ്ഞില്ലേ?'

'പറഞ്ഞു, അതിന്?'

അതേ, ഞാൻ ഇപ്പോൾ ഇവിടെ മീൻ അച്ചാർ ഉണ്ടാക്കി വിൽക്കു

ന്നുണ്ട്.

അയൽപ്പക്കകാര് എല്ലാവരും ഇഷ്ട്ടപ്പെട്ടു വാങ്ങുന്നുമുണ്ട്. നമുക്ക് അതൊന്നു വിപുലീകരിക്കാം. നല്ല ചിലവ് ഉണ്ടാകും. എനിക്ക് ഉറപ്പുണ്ട്.'

എന്റെ ഉദ്വേഗം വർധിച്ചു. ഞാൻ ചോദിച്ചു, 'എന്നിട്ട്?'

'നമുക്ക് കേറി കിടക്കാൻ ഒരു കൊച്ചു വീടുണ്ടല്ലോ. അച്ചാറു ബിസിനെസ്സ് നോക്കി നടത്തിയാൽ ചിലവ് നടക്കാൻ ബുദ്ധിമുട്ട് വരില്ല എന്ന് എന്റെ മനസ്സ് പറയുന്നു. പിന്നെ ആടും ഉണ്ടല്ലോ. ചേട്ടനും കൂടി ഇവിടെ ഉണ്ടായാൽ മതി. ചേട്ടൻ ഇങ്ങു പോരേ.' അവൾ ഉത്സാഹത്തിലാണ്.

പീ... പ്പീ.. നാട്ടുപാതയിലൂടെ വളവു തിരിഞ്ഞു വീട്ടുമുറ്റത്തേയ്ക്ക് വരുന്ന മിനി ലോറിയുടെ ഹോൺ കേട്ടാണ് വരാന്തയിൽ ചായ കുടിച്ചു കൊണ്ടിരുന്ന ഞാൻ ചിന്തയിൽ നിന്നും ഉയർന്നത്.

ഹോൺ ശബ്ദം കേട്ടപ്പോൾ കൂട്ടിൽ നിന്നും ആടുകളും തലപൊക്കി നോക്കി 'മെഹേ' എന്ന് കരഞ്ഞു.

ഗൾഫിൽ നിന്നും പോന്നിട്ടു വർഷം ഇപ്പോൾ നാല് കഴിഞ്ഞിരിക്കുന്നു.

'രമണീസ് അച്ചാർ' കയറ്റാൻ വന്ന മിനി ലോറി വീടിനോട് ചേർന്നുള്ള അച്ചാർ ഫാക്ടറിയോട് ചേർന്ന് നിർത്തിയിട്ട് ഡ്രൈവർ പുറത്തിറങ്ങി.

'സാറിന്റെ ടാറ്റാ നെക്സോൺ അൽപ്പം അങ്ങോട്ട് മാറ്റിയിടേണ്ടി വരും.' ഡ്രൈവർ പറഞ്ഞു.

എന്നാൽ പിന്നെ ഞാൻ അങ്ങോട്ട് ചെല്ലട്ടെ. ലോഡ് വേഗം കയറ്റി വിടണ്ടേ.

മൂല്യവർദ്ധിത ഉൽപ്പന്നം

നേരം രാവിലെ പത്തുമണി കഴിഞ്ഞുകാണും. കൂട്ടിൽ കിടക്കുന്ന പട്ടിയുണ്ട് കുരയോട് കുര. പരിചയം തീരെ ഇല്ലാത്തവരെ കണ്ടാൽ അവൻ അങ്ങിനെയാണ്.

ആരോ ഗേറ്റ് കടന്ന് വരുന്നുണ്ടെന്ന് മനസ്സിലാക്കിയ ഞാൻ എന്റെ വീടിന്റെ മുൻവശത്തേയ്ക്ക് ചെന്നു.

ചളുങ്ങിയ അലുമിനിയം കലം പോലെ കവിളുകളുള്ള ഒരു മധ്യവയസ്കൻ മുറ്റത്ത് നിൽക്കുന്നു. അയാളുടെ തോളിൽ ഒരു ചാക്ക് സഞ്ചിയുണ്ട്.

കൂട്ടിൽ കിടന്ന് കുരച്ചുകൊണ്ടിരുന്ന പട്ടിയെ അയാൾ ഇടയ്ക്ക് നോക്കുന്നുണ്ട്.

'മിണ്ടാതിരി ടിപ്പു' എന്ന് ഞാൻ ശാസിച്ചപ്പോൾ പട്ടി കുര നിർത്തി.

'ആരാ, പോയിട്ട് ശനിയാഴ്ച വാ.' അയാളോട് ഒട്ടും താൽപ്പര്യം കാണിക്കാതെ ഞാൻ വരാന്തയിൽ നിന്നു കൊണ്ട് പറഞ്ഞു.

'സാറേ, ഞാൻ ധർമ്മക്കാരനല്ല. പഴയ സാധനങ്ങൾ വല്ലതുമുണ്ടെങ്കിൽ വാങ്ങുന്ന ആളാ.'

'ഓ, അതാണോ, ഇവിടെ ഇപ്പോൾ പഴയ സാധനം ഒന്നും കാണുമെന്ന് തോന്നുന്നില്ല.'

'നല്ല വില തരാം സാറേ. ചിലപ്പോൾ സാറ് ശ്രദ്ധിക്കാതെ ഈ വീടിന്റെ പരിസരത്ത് സാറ് വേണ്ടാഞ്ഞിട്ട് എറിഞ്ഞു കളഞ്ഞത് വല്ലതും കിടപ്പുണ്ടാകും. ഞാൻ ചുറ്റും നടന്നൊന്നു നോക്കിക്കോട്ടെ സാറേ?' ആഗതൻ ചോദിച്ചു.

'താൻ കള്ളനൊന്നുമല്ലല്ലോ. ആണെങ്കിൽ പറഞ്ഞേക്കാം, എന്റെ കയ്യിൽ തോക്കുണ്ട്. രാത്രിയെങ്ങാനും ഇവിടെ തപ്പാൻ വന്നാൽ തന്റെ കഥ ഞാൻ കഴിക്കും.' ഞാൻ അയാളെ ഒന്ന് വിരട്ടി.

ഒന്നിനെയും വിശ്വസിക്കാൻ പറ്റില്ല.

'സാറേ ഞാൻ അങ്ങനെയുള്ളവനല്ല. ഗൾഫ് മലയാളിയാ. അവിടെ

ലേബർ ക്യാമ്പിൽ ആയിരുന്നു. ജോലി പോയി നാട്ടിൽ വന്നിട്ട് ഒരു കൊല്ലമായി. ഇപ്പോൾ ഇതാണ് പണി. പഴയ ആക്രി സാധനങ്ങൾ പെറുക്കി ജീവിക്കുന്നു.'

'ശരി, ശരി. താൻ നോക്ക് . അവിടെങ്ങാനും വല്ലതുമുണ്ടോന്ന്. അപ്പുറത്ത് ഉപയോഗമില്ലാതെ ഒരു ആട്ടുകല്ലിരിപ്പുണ്ട്. അത് വേണോ?'

'വേണ്ട സാറേ. ഭയങ്കര ഭാരമല്ലേ, കൊണ്ടുപോകാൻ പാടാ.'

പുരയ്ക്ക് മുൻപിലും മുറ്റത്തെ പുറംമതിലിനുമപ്പുറം നിൽക്കുന്ന കാപ്പിച്ചെടികളുടെ ഇടയിലും തപ്പി നടന്ന് ഒരു വക്കുപോയ ഭരണിയും, അഞ്ചാറു പഴയ ടൂത്ത് ബ്രഷും എടുത്തുകൊണ്ട് വരുമ്പോഴാണ് അയാൾ പട്ടിയുടെ മുൻപിൽ ചോറ് കൊടുക്കുന്ന ചെമ്പുകിണ്ണം കണ്ടത്.

'സാറെ, ആ കിണ്ണം കൊടുക്കുന്നോ?'

'അത് പട്ടിയ്ക്ക് ചോറുകൊടുക്കുന്ന പാത്രമല്ലേ, അതെങ്ങനെയാ തനിക്ക് തരുന്നത്? ആ ചെമ്പുകിണ്ണം എന്റെ അപ്പൂപ്പന്റെ കാലം തൊട്ട് ഉള്ളതാ. പട്ടികൾ മാറി മാറി വരും. പക്ഷെ ചോറുകൊടുക്കുന്ന പാത്രം ഇന്നും അതു തന്നെ.' ഞാൻ പറഞ്ഞു.

'സാറെ ഇതിപ്പോൾ തിലകൻ പണ്ട് പരസ്യത്തിൽ പത്രം, അത് മനോരമ തന്നെ.' എന്ന് പറയുന്നപോലെ ആണല്ലോ, അയാൾ എന്നെ ഒന്ന് സുഖിപ്പിക്കാനെന്നപോലെ പറഞ്ഞു.

'സാറെ, പട്ടിയ്ക്ക് ചോറ് ഒരു അലൂമിനിയം കിണ്ണത്തിൽ കൊടുത്താലും മതിയല്ലോ. ആ ചെമ്പുകിണ്ണം കൊടുക്കുന്നേൽ നല്ല വില തരാം, സാറേ.'

നല്ല വില എന്ന് കേട്ടപ്പോൾ ഞാൻ വെറുതെ ചോദിച്ചു, 'ആട്ടെ എന്ത് തരും?

'ഒരയ്യായിരം രൂപ തരാം, സാറേ.'

ങ്ഹേ. അയ്യായിരം രൂപയോ, ഈ പഴയ പട്ടി കിണ്ണത്തിന്.

ഞാൻ ഞെട്ടി.

'അത് കുറവാ. ഒരു രണ്ടായിരം കൂടി തരാവെങ്കിൽ കച്ചവടം ഉറപ്പിക്കാം,' ഞെട്ടൽ പുറത്ത് കാണിക്കാതെ ഞാൻ വെറുതെ തട്ടിവിട്ടു.

ഓർക്കാപ്പുറത്ത് അയാളുണ്ടടാ അതിന് സമ്മതിച്ചു.

ഇനി ഞാൻ എന്ത് ചെയ്യും?

പട്ടിയുടെ മുൻപിൽ നിന്നും കിണ്ണം ഞാൻ എടുത്ത് കൊടുത്തു.

ഒന്നും മനസ്സിലാകാതെ ടിപ്പു എന്നെ നോക്കി വാലാട്ടി.

പൊട്ട ഭരണിക്ക് അഞ്ഞൂറ് രൂപയും അയാൾ തന്നു. അങ്ങനെ ഏഴായിരത്തി അഞ്ഞൂറ് രൂപ.

'അപ്പോൾ വേറെ ചിലതുകൂടി താൻ പറമ്പിൽ നിന്നു പെറുക്കിയല്ലോ. അതോ?'

'അത് സാറേ, അഞ്ചാറ് ടൂത്ത് ബ്രഷ്, അതിനും വേണോ കാശ്?'

'വേണം. വിലയില്ലാത്ത സാധനമാണെങ്കിൽ താൻ എടുക്കില്ലല്ലോ,' ഞാൻ വിട്ടില്ല.

അങ്ങനെ ബാർഗയിൻ ചെയ്തതുകൊണ്ട് അഞ്ച് ടൂത്ത് ബ്രഷ് ഒന്നിന് പത്ത് രൂപവച്ചു അൻപതു രൂപ കൂടി കിട്ടി.

ഭാര്യ കാണാതെ ഞാൻ കാശുവാങ്ങി മടിയിൽ തിരുകി.

വിചാരിച്ചിരിക്കാതെ വെറുതെ കുറച്ച് കാശ്. ഇയാഴ്ചത്തെ ബീവറേജ് ഇതുകൊണ്ട് നടക്കും, ഞാനും കരുതി.

'സാറെ ഈ പട്ടിയുടെ പേര് എന്താ വിളിച്ചത്?'

'ടിപ്പു' ഞാൻ പറഞ്ഞു. 'എന്താ ചോദിയ്ക്കാൻ?'

'ഒന്നുമില്ല. ഞാൻ നേരത്തെ കേട്ടത് ശരിയാണോ എന്നൊന്ന് ഉറപ്പ് വരുത്തി എന്നേയുള്ളൂ, സാറേ.'

ചെമ്പുകിണ്ണവും പൊട്ട ഭരണിയും ബ്രഷുകളും ചാക്കിലിട്ട് അയാൾ പോയി.

ഒരു മാസം കഴിഞ്ഞപ്പോൾ നഗരത്തിലെ പ്രസിദ്ധമായ 'ചീറ്റ്സൺസ് ആന്റീക്ക്' എന്ന പുരാവസ്തു വിൽപ്പനശാലയിൽ ഒരു പുതിയ ഐറ്റം കൂടി കണ്ടു.

ടിപ്പു സുൽത്താന്റെ കിണ്ണം. വില പത്തുകോടി.

○

ഷെർലോക് ഹോംലസ്സ്

ഭൂമിക്കടിയിൽ മൈലുകളോളം നീണ്ടു കിടക്കുന്ന അണ്ടർഗ്രൗണ്ട് റെയിൽപാതകൾ.

അവയുടെ സ്റ്റേഷനിൽ നിന്നും പുറത്തു വരുമ്പോൾ തറനിരപ്പിലുള്ള മെയിൻ റോഡുകൾ സേഫ് ആയി മുറിച്ചുകടക്കാനുള്ള വലിയ സബ്‌വേ.

അതിൽ ഒരറ്റത്ത് കയറി മുന്നോട്ട് നടന്നാൽ ലണ്ടനിലെ വാട്ടർലൂ സ്റ്റേഷന്റെ അപ്പുറത്തുള്ള യോർക്ക് സ്ട്രീറ്റിൽ ചെന്ന് കയറാം.

സായിപ്പന്മാർ ഉണ്ടാക്കിയ ഈ ഭൂഗർഭ പാതയിലാണ് ഞാൻ അയാളെ ആദ്യമായി കണ്ടുമുട്ടിയത്. ഒറ്റനോട്ടത്തിൽത്തന്നെ അയാളിലെന്തോ ഒരു പ്രത്യേകത എനിക്ക് തോന്നി.

ഈ മാളത്തിൽക്കൂടി അക്കരെ കടക്കാനായി പോകുമ്പോൾ ചില ദിവസങ്ങളിൽ മാളത്തിന്റെ ഒരു സൈഡിൽ നിന്ന് വയലിൻ വായിച്ച് വഴിയാത്രക്കാരെ സന്തോഷിപ്പിക്കുന്ന ചിലരെ കാണാം. അവരുടെ തുറന്നു വച്ചിരിക്കുന്ന വയലിൻ പെട്ടിയിൽ മഹാറാണിയുടെ ശിരസ്സിന്റെ പടമുള്ള ഏതെങ്കിലും ഒരു നാണയം എറിഞ്ഞു കൊടുത്താലും കൊടുത്തില്ലെങ്കിലും അവർക്ക് സന്തോഷം. മഹാനഗരത്തിൽ മഹാന്മാർ സ്യൂട്ടും ടൈയും കെട്ടിയും, മഹതികൾ ഹൈ ഹീൽഡിലും പായുമ്പോൾ ഒരു വേവലാതിയുമില്ലാതെ സംഗീതാർച്ചന നടത്തി, കിട്ടുന്ന ചില്ലറ കൊണ്ട് വയറ് പിഴപ്പിക്കാനുള്ള വഴി തെരഞ്ഞെടുത്തവരുടെ പ്രതിനിധികളാണവർ.

എന്നാൽ ഞാൻ കണ്ട ഇയാൾ അവരിൽ ഒരാളല്ല. ഇയാൾക്ക് മറ്റൊരു മുഖമാണ്.

ഈ സബ്‌വേയിൽ കൂടി ദിവസവും പായുന്ന പതിനായിരങ്ങളിൽ ഒരാളാണ് ഞാനും.

കഴിഞ്ഞ ശിശിരകാലത്തിനു മുൻപുള്ള സെപ്റ്റംബർ മാസത്തിലെ മേഘാവൃതമായ ഒരു പ്രഭാതത്തിലാണ് അയാൾ സബ്‌വേയിൽ നിന്നും

എന്റെ മനസ്സിലേയ്ക്ക് ചേക്കേറിയത്.

സബ്‌വേയുടെ ഉള്ളിൽ തെളിയുന്ന ട്യൂബ് ലൈറ്റിന്റെ വെട്ടത്തിൽ ഒരു സൈഡ് ചേർന്ന് ടൈൽസ് പാകിയ ഭിത്തിയിൽച്ചാരി തറയിൽ ഇരിക്കുകയായിരുന്നു കക്ഷി.

കാലുകൾ മടക്കി സ്ലീപ്പിംഗ് ബാഗിന് ഉള്ളിലേയ്ക്ക് വെച്ചിരിക്കുന്നു. ക്ലീൻ ഷേവ് അല്ലാത്ത മുഖം. നീണ്ട് അലസമായി കിടക്കുന്ന മുടി. മുഷിഞ്ഞ ടീഷർട്ട്. മുഷിഞ്ഞ വസ്ത്രത്തിലെ വിയർപ്പു നാറ്റം അയാളെ ചൂഴ്ന്നു നിൽപ്പുണ്ട്. ഒരു നാൽപ്പതു വയസ്സിൽ കൂടുതൽ പ്രായമുണ്ടാവില്ല. കയ്യിൽ നിവർത്തി പിടിച്ചിരിക്കുന്ന ബുക്ക് അയാൾ ശ്രദ്ധയോടെ വായിച്ചു കൊണ്ടിരിക്കുകയാണ്.

അടുത്തുകൂടി നടന്നു പോകുന്ന യാത്രക്കാരെ അയാൾ ഗൗനിക്കുന്നേയില്ല. അഞ്ചാറ് ഇംഗ്ലീഷ് ബുക്കുകളും ഒരു പഴയ ഷോൾഡർ ബാഗും അടുത്തിരിപ്പുണ്ട്. മുൻപിൽ മലർത്തി വച്ചിരിക്കുന്ന തൊപ്പിയിൽ ചില ചെമ്പും വെള്ളിയും നാണയങ്ങൾ തിളങ്ങുന്നുണ്ട്. അതിലേ നടന്ന് പോകുന്ന ആരെങ്കിലും അതിലേക്ക് ഇട്ടുകൊടുത്ത നാണയങ്ങളായിരിക്കണം.

അയാളെ കടന്നുപോകുമ്പോൾ ഞാൻ ആലോചിച്ചു. വായനയിൽ മുഴുകി ഇവിടെ ഇരിക്കുന്ന ഇയാൾ ആരായിരുന്നിരിക്കും? സബ്‌വേയിൽ ഭിക്ഷയ്ക്ക് ഇരിക്കുന്ന പല രീതികളും കണ്ടിട്ടുണ്ട്. എന്നാൽ കുറച്ച് പുസ്തകങ്ങളും അടുത്ത് വച്ച് അത് വായിച്ചുകൊണ്ടിരിക്കുന്ന ഒരു ഭിക്ഷക്കാരനെയും ഇതിനു മുൻപ് കണ്ടിട്ടില്ല.

പിന്നീടുള്ള ദിവസങ്ങളിലും എന്റെ യാത്രയ്ക്കിടയിൽ ഈ സബ്‌വേയിൽ ഞാൻ അയാളെ പതിവായി കണ്ടു തുടങ്ങി. വൈകുന്നേരം ഞാൻ അതുവഴി തിരികെ വരുമ്പോൾ അയാളെ അവിടെ കാണാറുമില്ല.

ഒരോ ദിവസവും അയാൾ വായിക്കുന്ന ബുക്കുകൾ ഏതാണെന്നു വ്യക്തമല്ല. ഇയാളെന്തിനാണ് ഇവിടിരുന്നു വായിക്കുന്നത്? സ്വന്തമായി ജോലിയോ വീടോ ഉള്ളവർ ഇങ്ങനെ ഇവിടെ വന്നിരിക്കുകയില്ലല്ലോ.

അടുത്ത ട്രെയിനിൽ കയറി യാത്ര തുടരുമ്പോഴും എന്റെ ചിന്ത അയാളെക്കുറിച്ചാണ്. അയാൾ ആരായാലും ഒരിക്കൽ എന്തെങ്കിലും ജോലി ഉണ്ടായിരുന്നിരിക്കണം. അയാൾക്ക് തീർച്ചയായും ഒരു പേരുമുണ്ട്. അയാളുടെ അച്ഛനമ്മമാർ ഇട്ട പേര്.

എന്തായിരിക്കും ആ പേര്? ജോൺ, ഡേവ്, അതോ, റിചാർഡ്, അല്ല, റുഡോൾഫ്?

ആർക്കറിയാം.

ഹോം ലെസ്സ് എന്ന് തോന്നിച്ച അയാൾക്ക്, സൗകര്യത്തിന് വേണ്ടി ഞാൻ എനിക്ക് ഇഷ്ടമുള്ള ഒരു പേരിട്ടു.

'ഷെർലോക് ഹോംലെസ്സ്'

ഏതാനും ദിവസങ്ങൾ കഴിഞ്ഞു. വായനയിൽ മുഴുകിയ ഷെർലോക് ഹോംലെസ്സിനെ ഇന്നും ഞാൻ സബ്‌വേയിൽ കണ്ടു.

മുൻപിൽ ഇരിക്കുന്ന തൊപ്പിക്കുള്ളിൽ പതിവില്ലാതെ വൺപെൻസുൾ മാത്രമേ കാണുന്നുള്ളൂ.

അതിലേ കടന്നുപോകുന്ന ചിലരുടെ കയ്യിൽ ഇരിക്കുന്ന കോസ്റ്റാ കോഫിയുടെ മണം സബ്‌വേയിൽ പരക്കുന്നുണ്ട്.

കോഫിയുടെ കൊതിപ്പിക്കുന്ന മണം ഷെർലോക്കിന്റെ മൂക്കിലും എത്തുന്നുണ്ടാവില്ലേ? അപ്പോൾ ഒരു കോഫി രുചിക്കാനായിട്ട് അയാളുടെ രസമുകുളങ്ങൾ വൃഥാ ഉണരുന്നുണ്ടാവില്ലേ?

ഒരു കോഫി കിട്ടിയിരുന്നെങ്കിൽ എന്ന മോഹം നിർധനനായ അയാളുടെ മനസ്സിൽ യാഥാർഥ്യമാകാതെ മീനമാസത്തിലെ കാർമേഘം പോലെ കടന്നുപോകില്ലേ?

അടുത്ത ദിവസം പോകുമ്പോൾ ഞാൻ വാട്ടർലൂ സ്റ്റേഷനിൽ കോസ്റ്റാ കോഫിഷോപ്പിൽ നിന്നും ഒരു കോഫി കൂടി കൂടുതൽ ഓർഡർ ചെയ്തു. എന്റെ കോഫി കുടിച്ചിട്ട് അടുത്ത കോഫിയും കയ്യിൽ പിടിച്ച് ഞാൻ ജനക്കൂട്ടത്തിലൂടെ നടന്ന് സബ്‌വേയിൽ എത്തി.

അവിടെ ലൈറ്റിന്റെ വെട്ടത്തിൽ പുസ്തകം വായിച്ചുകൊണ്ടിരിക്കുന്ന ഷെർലോക്കിന് നേരെ ഞാൻ കോഫി കപ്പ് നീട്ടി നിന്നു.

മുന്നിൽ എത്തിയ കോഫീയുടെ മണം ഏറ്റിട്ട് അയാൾ ബുക്കിൽ നിന്നും മുഖമുയർത്തി വിടർന്ന മിഴികളോടെ അപരിചിതനായ എന്റെ മുഖത്തേയ്ക്ക് നോക്കി. പിന്നെ നോട്ടം എന്റെ കൈയിൽ നീട്ടി പിടിച്ച കോഫി കപ്പിലേക്കായി.

ഒരു നിമിഷം ആലോചിച്ചിട്ട് അയാൾ പുഞ്ചിരിച്ചുകൊണ്ട് ആ കോഫി എന്റെ കൈയിൽ നിന്നും വാങ്ങി ചെറുതായി തല കുനിച്ചു വന്ദിച്ചു.

അയാളുടെ മുഖത്തു വന്ന സന്തോഷത്തിൽ പങ്കുകൊണ്ട് ഞാൻ നടന്ന് നീങ്ങി. ആനന്ദത്തിന്റെ വില രണ്ട് പൗണ്ട് മാത്രം വിലയുള്ള കോസ്റ്റാകോഫിയേക്കാൾ വളരെ കൂടുതൽ ആണന്നെനിക്ക് അപ്പോൾ മനസ്സിലായി.

അന്നുമുതൽ അയാൾക്കും കൂടി ഒരു കോഫി എന്റെ ചിലവിന്റെ ഭാഗമായി.

എന്നും രാവിലെ ഞാൻ പോകുന്നവഴി വാങ്ങിക്കൊണ്ട് ചെല്ലുന്ന കോ

ഫി കുടിച്ച് അയാളുടെ ദിവസങ്ങൾ കടന്ന് പൊയ്ക്കൊണ്ടിരുന്നു.

ഇതിനിടയിൽ ഞാൻ ആരെന്നോ അയാൾ ആരെന്നോ ഒരു ചോദ്യം രണ്ടാളുടെയും ഭാഗത്തുനിന്നും ഉണ്ടായില്ല. എങ്കിലും ഒരു ദിവസം സൗകര്യം കിട്ടുമ്പോൾ വിചിത്രൻ എന്ന് തോന്നിയ അയാളോട് സംസാരിക്കണം എന്ന് ഞാൻ തീരുമാനിച്ചിരുന്നു.

എന്റെ തുടർയാത്രയിൽ ഞാൻ അയാളെക്കുറിച്ചുള്ള ജിഗ്സോ പസ്സിൽ സോൾവ് ചെയ്യുന്ന പ്രവർത്തിയിൽ മുഴുകി. വായനാശീലം കൈമുതലായുള്ള ഇയാൾ ഒരു അദ്ധ്യാപകൻ ആയിരുന്നിരിക്കാം. അതോ, ഏതെങ്കിലും ലൈബ്രറിയിൽ ജോലി ചെയ്തിരുന്നതാകുമോ? അതുമല്ലെങ്കിൽ ഏതെങ്കിലും ഓഫീസ് ജോലിക്കാരൻ ഒരുനാൾ ജോലി നഷ്ടപ്പെട്ട് നിവൃത്തി ഇല്ലാതെ തെരുവിൽ ഇറങ്ങിയതാകാം. അല്ലെങ്കിൽ വിഷാദരോഗത്തിന് അടിമപ്പെട്ട് എല്ലാം ത്യജിച്ചു തെരുവിൽ പെട്ടതാകാം.

ഈ ബുക്കുകൾ മിസ്റ്റർ ഷെർലോക് ഹോംലെസ്സിന് എവിടുന്നാകും കിട്ടുന്നത്?

ഇയാൾക്ക് എത്ര നാൾ ഇങ്ങനെ ജീവിക്കാൻ പറ്റും? ജീവിതം ഇത്ര എളുപ്പമാണെങ്കിൽ ഈ കണ്ട ജനമെല്ലാം മഹാനഗരത്തിൽ ദിവസവും തലങ്ങും വിലങ്ങും ധൃതിയിൽ പായുന്നതെന്തിന്?

എനിക്കൊന്നും മനസ്സിലാകുന്നില്ല. ചോദ്യങ്ങൾ എന്നെ കുഴയ്ക്കുകയാണ്.

എനിക്കും ഭാര്യക്കുംകൂടി ജോലി ഉള്ളതുകൊണ്ടാണ് മോർട്ട്ഗേജ് അടച്ച് കടം ഇല്ലാതെ ഞങ്ങൾ കഴിയുന്നത്. ജോലി പോയാൽ എന്താകും എന്ന് ഞങ്ങൾക്ക് ചിന്തിക്കാനേ വയ്യ. അപ്പോൾ ജോലി ഇല്ലാതെ അന്യരുടെ ദയ തേടുന്ന ഇവരുടെ ഗതി എന്താണ്?

ഒരു ദിവസം തോന്നിയ ഉൾവിളിയാൽ ഞാൻ അയാൾക്ക് വാങ്ങി കൊടുത്തു തുടങ്ങിയ കോഫി അയാൾ ദിവസവും ആസ്വദിച്ചുകൊണ്ടിരുന്നു.

ഒക്ടോബർ ഇരുപത്തിയഞ്ചു തിങ്കളാഴ്ച്ച. വീക്കെൻഡിന്റെ ആലസ്യവുമായി ഞാൻ രാവിലെ ഓഫീസിലേയ്ക്ക് യാത്രയായി. വഴിയിൽ പതിവ് തെറ്റാതെ വാട്ടർലൂ സ്റ്റേഷനിൽ നിന്നും രണ്ട് കോഫി വാങ്ങി.

കൂടാതെ അന്ന് എനിക്കും ഷെർലോക്കിനും വേണ്ടി ഒരോ French Croissant ഉം കൂടി വാങ്ങി.

ചെറുചൂടുള്ള ഒരു croissant ഉം തിന്ന് കോഫിയും കുടിച്ച് ഉന്മേഷവാനായി ഞാൻ സബ്‌വേ ലക്ഷ്യമാക്കി നടക്കുകയാണ്.

ഷെർലോക് ഹോംലെസ്സിനുള്ള കോഫിനിറച്ച കോസ്റ്റയുടെ ബർഗ

ണ്ടി നിറമുള്ള പേപ്പർകപ്പും സ്പെഷ്യൽ കടിയായി വാങ്ങിയ മൊരിഞ്ഞ ചീസിന്റെ മണമുള്ള croissant ഉം എന്റെ കയ്യിലുണ്ട്. കപ്പിന്റെ അടപ്പിലെ ചെറിയ സുഷിരത്തിൽ കൂടി ചൂടുള്ള ആവിച്ചുരുൾ അന്തരീക്ഷത്തിലെ തണുപ്പിലേക്ക് കുറേശ്ശേ രക്ഷപെടുന്നുണ്ട്. ഇന്ന് കോഫിയുടെ കൂടെ രുചികരമായ കടിയും കൂടി കാണുമ്പോൾ എന്തായിരിക്കും അയാളുടെ സന്തോഷം, ഞാൻ ചിന്തിച്ചു.

തിരക്കിൽ കൂടി സബ്‌വേയിൽ ഷെർലോക്ക് ഹോംലെസ്സ് ഇരിക്കാറുള്ള സ്ഥലത്ത് ഞാനെത്തിയപ്പോൾ അവിടെ അയാളെ കാണുന്നില്ല.

പകരം ഒരു പോലീസുകാരൻ ഷെർലോക്കിന്റെ സാധനങ്ങൾ നിറഞ്ഞ ബാഗും തറയിൽ ഇരുന്ന മൂന്നാല് ബുക്കുകളും ഓരോന്നായി അവിടുന്ന് എടുത്ത് മാറ്റുന്നതാണ് കണ്ടത്.

അയാൾ എവിടെപ്പോയതായിരിക്കും?

'എക്സ്ക്യൂസ് മീ, ഇവിടെ കാണാറുള്ള ആ മനുഷ്യൻ എവിടെയെന്നറിയാമോ?' ഞാൻ 'യെല്ലോ വെസ്റ്റ്' ധരിച്ച പോലീസുകാരനോട് ചോദിച്ചു.

'അയാൾ രാവിലെ ഇവിടെ ചലനമറ്റ് കിടക്കുന്നതായി യാത്രക്കാർ റിപ്പോർട്ട് ചെയ്തിരുന്നു. മെട്രോ അധികാരികൾ ആംബുലൻസ് വിളിച്ചു. കുറെ നാളായി, എന്നും രാത്രിയിൽ ഇവിടെ ഉറങ്ങാൻ വരാറുള്ള ഇയാൾ വെളുപ്പിന് മരിച്ചതാണ് എന്നാണ് ആംബുലൻസ് സ്റ്റാഫ് പരിശോധിച്ചിട്ടു പറഞ്ഞത്. അല്ല, നിങ്ങൾ ആരാണ്? ഇയാളെ അറിയുമോ?' അയാൾ എന്നോട് ചോദിച്ചു.

'ഇല്ല, ഇവിടെ ഇരിക്കുന്നത് കണ്ട് പരിചയമേ ഉള്ളു.' ഞാൻ പറഞ്ഞു.

'ഇത് അയാളുടെ ബാഗിൽ ഉണ്ടായിരുന്നതാണ്.'

മധ്യവയസ്കയായ ഒരു സ്ത്രീയും ഉദ്ദേശം പത്തു വയസ്സ് തോന്നിക്കുന്ന ഒരു മകനും ഒരു ബംഗ്ലാവിന്റെ മണൽ വിരിച്ച മുറ്റത്ത്, കറുത്ത ലാൻഡ്രോവർ എക്സ്പ്ലോററിന്റെ മുൻപിൽ നിൽക്കുന്ന ഒരു കളർ ഫോട്ടോ കാണിച്ചിട്ട് പോലീസുകാരൻ പറഞ്ഞു.

ഷെർലോക് ഹോംലെസ്സിന്റെ ജംഗമവസ്തുക്കൾ, കീറി തുടങ്ങിയ ഒരു ബാഗ്, നിറം മങ്ങിയ സ്ലീപ്പിങ് ബാഗ്, അഞ്ചാറ് പഴയ ബുക്കുകൾ ഇത്രയും എടുത്ത പോലീസ് വീണ്ടും ബാഗിൽ നോക്കിയപ്പോൾ ഉള്ളിൽ

ഒരു ചെറിയ അറകൂടി ഉള്ളതായി കണ്ടു.

ആ അറയിൽ നിന്നും കിട്ടിയ വിസിറ്റിംഗ് കാർഡുകളിൽ ഇങ്ങനെ എഴുതിയിരുന്നു:

Steven Jones. Private Detective.

Ph. 07730323977.

ആരുമല്ലാത്ത ഒരാൾ എന്തോ കാരണത്താൽ ഭിക്ഷയ്ക്ക് ഇരിക്കുന്നു എന്ന തോന്നൽ ഇവിടെ അവസാനിച്ചു.

വെറുതേ തോന്നിയ ഒരു അടുപ്പം കൊണ്ട് ഒരു ദിവസം അയാളോട് സംസാരിക്കണമെന്നും അയാൾ ആരാണെന്നു കൂടുതൽ അറിയണമെന്നും ഉണ്ടായിരുന്ന എന്റെ ആഗ്രഹം ആ വിസിറ്റിംഗ് കാർഡ് ആണ് നിറവേറ്റിയത്.

ഷെർലോക്കിനു വേണ്ടി വാങ്ങിയ ചൂട് കാപ്പിയും croissantഉം തരിച്ചുനിന്ന എന്റെ കയ്യിലിരിക്കുകയാണ്. അതിൽ നിന്നും പൊങ്ങുന്ന ആവിയും, രുചി പകരുന്ന croissantന്റെ ചീസ് മണവും അയാളെ തേടുന്നതുപോലെ മുകളിലേയ്ക്ക് ഉയർന്നുകൊണ്ടിരുന്നു.

○

സ്ത്രീപീഡനം

അപ്പൻ കൊടുത്ത സ്ത്രീധനം കുറഞ്ഞു പോയതിന്റെ പേരിൽ ശാരദ എന്ന സ്ത്രീയെ പത്തു വർഷമായി പീഡിപ്പിച്ചുകൊണ്ടിരുന്ന ഭർത്താവ് ഗുണശേഖരൻ കുറേ കാലമായി വനിതാ കമ്മിഷന്റെ നോട്ടപ്പുള്ളിയായിരുന്നു. കമ്മീഷന്റെ ഉപദേശങ്ങളോ ഭീഷണികളോ വക വയ്ക്കാത്ത ഒരു മദ്യോപാസകൻ.

പോലീസ് പിടിക്കാൻ വരുന്നതറിഞ്ഞു മാസങ്ങളായി ഒളിവിലായിരുന്ന അയാളെ ഇന്നാണ് ഒരു രഹസ്യവിവരത്തിന്റെ അടിസ്ഥാനത്തിൽ അവർ റെയ്ഡ് ചെയ്ത് പിടിച്ചത്.

വനിതാ കമ്മീഷൻ അദ്ധ്യക്ഷ ശ്രീമതി വാസന്തിയും കൂട്ടുകാരും ഒരു പീഡകനേക്കൂടി അഴിയ്ക്ക് പിന്നിലാക്കിയതിന്റെ സന്തോഷത്തിൽ

ഓഫീസിൽ ഒരു ചായയൊക്കെ കുടിച്ച് ആഹ്ളാദാഭിമാനങ്ങളോടെ ഇരിക്കുമ്പോളാണ് ആ ഫോൺ വിളി വന്നത്.

'ഹലോ.. വനിതാ കമ്മീഷനാണോ ?'

'ഹലോ. അതേ വനിതാ കമ്മീഷനാണ്. ആരാ വിളിക്കുന്നത്?'

'മാഡം, ഞാനാണ് വിളിക്കുന്നത്, അന്തോണി. എനിക്ക് ഒരു കാര്യം പറയാനുണ്ടായിരുന്നു.'

'പറയൂ, എന്താണ് താങ്കളുടെ പ്രശ്നം?'

'മാഡം, അതുവന്നിട്ട് എന്റെ സ്ത്രീ പീഡനത്തെക്കുറിച്ച് അറിയിക്കാനാ.'

'ങ്ങാഹാ. തനിക്ക് ഇത്ര ധൈര്യമോ? പീഡനം നടത്തിയേച്ചു നേരെ ഇങ്ങോട്ട് വിളിക്കാൻ? എടോ, താൻ ഒരു മിനിറ്റ് ഹോൾഡ് ചെയ്യൂ.'

വാസന്തി വിശാലാക്ഷിയുടെ നേരേ നോക്കി

'ദേ, വിശാലാക്ഷി. ഈ ഫോണിൽ ഒരുത്തൻ വിളിക്കുന്നുണ്ട്. സ്ത്രീപീഡനമാണ് വിഷയം. താനാ കാൾറെക്കോർഡിങ് സിസ്റ്റം ഓൺ ചെയ്തേ.'

'ശരി വാസന്തി മാഡം, ഒരു മിനിറ്റ്. ങ്ഹാ, ഇതാ, സിസ്റ്റം റെഡി. തു

ടങ്ങിക്കോ.'

'ങ്ഹാ. ഇനി വേഗം പറഞ്ഞോ, അന്തോണി. താൻ നേരെ ഇങ്ങോട്ട് വിളിച്ചത് നന്നായി. തന്നെപ്പോലെ പലരുടെയും തനിനിറം ഇപ്പോൾ പുറത്ത് വന്നുകൊണ്ടിരിക്കുകയാണല്ലോ. ഓരോരുത്തൻ തന്നത്താനെ മാളത്തിൽ നിന്നും പേടിച്ച് വെളിയിൽ വന്നു തുടങ്ങി. നമുക്ക് അത്രേം പണി കുറയും.

'നിന്നെപ്പോലുള്ളവരെ എല്ലാം ഞങ്ങള് പൊക്കാൻ പോകുവാ. ചവിട്ടി നിന്റെയൊക്കെ എല്ലൂരിക്കും ഞാൻ. തെമ്മാടീ.വേഗം തന്റെ അഡ്രസ്സ് പറഞ്ഞോ. ഞങ്ങൾ ഉടനെ പോലീസിനെ അങ്ങോട്ട് വിടാൻ പോകുവാ.'

'അയ്യോ. മാഡം. ഉടനെ പോലീസിനെ വിടാണോ ? ഞാൻ പറയുന്നത് മുഴുവൻ ഒന്ന് കേട്ടിട്ടുപോരേ? എന്തെങ്കിലും സമാധാനത്തിനുള്ള വഴി നോക്കിയിട്ട് നടക്കുന്നില്ലെങ്കിൽ അന്നേരം പോലീസിനെ ഇടപെടുത്തിയാൽ പോരേ മാഡം?'

'അത് താനല്ല തീരുമാനിക്കുന്നത്. വേഗം അഡ്രസ്സ് പറഞ്ഞോ.'

'അത് മാഡം, കുട്ടപ്പൻ പറങ്ങോട്ട്. ലക്ഷം വീട് കോളനി. ഉപ്പാപ്പിക്കര. പൂവൻതുരുത്ത്. കോട്ടയം.'

'എന്തൊക്കെ ഉപദ്രവങ്ങളാണ് അവിടെ നടക്കുന്നത്?'

'അതിപ്പോ എങ്ങനെയാ മാഡം ഫോണിൽകൂടി പറയുന്നത്? ശരി, ഇനിയിപ്പോൾ ചോദിച്ച സ്ഥിതിക്ക് എല്ലാം പറയാതെയും പറ്റത്തില്ലല്ലോ. ഉപദ്രവം എന്ന് പറഞ്ഞാൽ അടിയും ഇടിയും ചവിട്ടും എല്ലാമുണ്ട്. പുറം ജോലിയും പിന്നെ വീട്ടുജോലി മുഴുവനും ഒറ്റയ്ക്ക് ചെയ്യണം. ഒന്നിനും സഹായിക്കത്തില്ല. ഒരുമിനിറ്റ് എവിടെങ്കിലും ഇരിക്കുന്ന കണ്ടാൽ എന്തെങ്കിലും പണി കണ്ടുപിടിക്കും. വിശ്രമിക്കാൻ സമ്മതിക്കുകേല.'

'ആള് കൊള്ളാവല്ലോ. കണ്ണിൽ ചോര ഇല്ലാത്ത വർഗ്ഗം. കൂസലില്ലാതെ പറയുന്ന കേട്ടില്ലേ! എത്ര നാളായടോ ഇത് തുടങ്ങീട്ട്? സത്യം പറഞ്ഞോണം, അല്ലെങ്കിൽ തന്നെ ഇനി വെളിച്ചം കാണിക്കത്തില്ല. ചവുട്ടിക്കൂട്ടും ഞാൻ.'

'മാഡം, ഞാൻ പറയുന്നത് സത്യമാണേ. ആദ്യം കുറേക്കാലം ഒരു കുഴപ്പോം ഇല്ലാരുന്നു. പരസ്പരം മനസ്സിലാക്കിക്കഴിഞ്ഞപ്പോളാ പതുക്കെ തനിനിറം ഇറക്കിത്തുടങ്ങിയത്.'

'താൻ മണിമണി പോലെ എല്ലാം പറയുന്നുണ്ടല്ലോ. ഇതുതന്നെയാണെടോ എല്ലാടത്തും നടക്കുന്നത്. ആദ്യം പമ്മിയിരിക്കും, പിന്നെ പതുക്കെ ശല്യം തുടങ്ങും. ആട്ടെ കല്യാണം കഴിഞ്ഞിട്ട് എത്ര നാളായെടോ?'

'അത് വന്നിട്ട്, രണ്ടായിരത്തി പത്ത് എപ്രിൽ. ഇപ്പോൾ പതിനൊന്നു കൊല്ലം.'

'എന്നിട്ട് ഇതുവരെ എന്താടോ സ്ത്രീ പീഡനം താൻ റിപ്പോർട്ട് ചെയ്യാഞ്ഞത്?'

'അത് പോലീസിനെ പേടി ആയതുകൊണ്ടാ, മാഡം.'

'തന്റെ പേടി ഞാൻ തീർത്തുതരാം. തനിക്ക് മക്കൾ ഉണ്ടോടോ?'

'അതിനൊന്നും നേരം കിട്ടീട്ടില്ല. മാഡം, ഈ ടീവി സീരിയലുകൾ ഒന്ന് നിരോധിക്കാൻ പറ്റുമോ? അതാണ് ഇതിനൊരു പ്രധാന കാരണം. അന്നേരം പുരയ്ക്ക് തീപ്പിടിച്ചാൽ പോലും വീട്ടിൽ ആരും അറിയത്തില്ല.'

'മിണ്ടിപ്പോകരുത് താൻ! ടീവി സീരിയല് നിരോധിക്കണം പോലും. പാവം പെണ്ണുങ്ങൾക്ക് ആകെയിരുന്നു ആസ്വദിക്കാൻ അതേയുള്ളു. അതും കാണാൻ സമ്മതിക്കത്തില്ല തന്റെ വർഗ്ഗം അല്ല്യോ?'

'അങ്ങനെയല്ല മാഡം, ഈ ടീവിയും സീരിയലും കാരണമാണ് അവൾ വീട്ടിൽ ഒരു പണിയും ചെയ്യാത്തത്.'

'അതിനാണോടോ താൻ അവളെ അടിക്കുകയും ഇടിക്കുകയും ഒക്കെ ചെയ്യുന്നത്? പെണ്ണിനെ തല്ലുന്ന തനിക്ക് മന:സാക്ഷി എന്നൊരു സാധനമൊണ്ടോടോ? കെട്ടിയ പെണ്ണിനെ ഉപദ്രവിക്കാൻ തനിക്കാരാണെടോ ലൈസൻസ് തന്നത്?'

'അയ്യോ, ഞാനല്ല മാഡം വഴക്കുണ്ടാക്കുകയും ഇടിക്കുകയും ചവിട്ടുകയും ചെയ്യുന്നത്. അവൾ എന്നെയാ പൊതിരെ തല്ലുന്നത്.'

'എന്ത് ? ഭാര്യ തന്നെയാ തല്ലുന്നതെന്നോ? ശ്ശേ .... സംഗതി ഒരു നല്ല ഫ്ളോയിൽ വരികാരുന്നു. താൻ അത് നശിപ്പിച്ചുകളഞ്ഞല്ലോ. ങ്ഹാ എന്നിട്ട്?'

'സീരിയൽ കണ്ടേച്ച് വരുമ്പോഴേയ്ക്കും ഞാൻ കഞ്ഞിയും കറിയും ഒരുക്കിയില്ലേൽ എനിക്കാണ് ഇടിയും തല്ലും കിട്ടുന്നത്, മാഡം. കൂലിപ്പണി എടുത്ത് കിട്ടുന്ന കാശില് പകുതി എനിക്ക് കുഴമ്പ് മേടിക്കാൻ മാത്രം ഇപ്പോൾ ചെലവാകുന്നുണ്ട്.

'ഞാൻ മടുത്തു. എന്തെല്ലാം പ്രതീക്ഷയോടെയാ ഞാൻ കല്യാണം കഴിച്ചത്. എന്നെ രക്ഷിക്കണം മാഡം. നാണക്കേട് ഓർത്തിട്ടാ ഇതുവരെ ഇത് ആരോടും പറയാഞ്ഞത്.

'മാഡം തന്നെ അവളെ വിളിപ്പിച്ച് ഒന്ന് ഉപദേശിക്കണം. പോലീസിനെ ഇടപെടുത്തരുതേ. അല്ലാതെ ശരിയാകുവെന്നു ഒന്ന് നോക്കാം മാഡം.'

'എടോ കുട്ടപ്പാ, ഇതെങ്ങനെയാ സ്ത്രീപീഡനംമാകുന്നത്?

'സ്ത്രീയല്ലേ മാഡം പീഡിപ്പിക്കുന്നത്? അതുകൊണ്ട് ഇതല്ലേ ശരിക്കും സ്ത്രീപീഡനം? പുരുഷൻ പീഡിപ്പിച്ചാൽ അത് ശരിക്കും പുരുഷപീഡനം എന്നല്ലേ പറയേണ്ടത്?'

'ശരി.. ശരി... താൻ വല്ല്യ വകുപ്പൊന്നും എന്നെ പഠിപ്പിക്കേണ്ട. പക്ഷെ, ഈ കേസ് വനിതാ കമ്മിഷന്റെ പരിധിയിൽ വരില്ലെടോ. ഇങ്ങനേം ഉണ്ടോ പീഡനം. ആരറിഞ്ഞു ഇതൊക്കെ. ഏതായായാലും ഇതും പറഞ്ഞ് മേലാൽ ഇങ്ങോട്ടു വിളിക്കേണ്ട. ഇത് വനിതാ കമ്മീഷനാ. മനസ്സിലായല്ലോ. ഇപ്പോൾ താൻ പരിധിക്ക് പുറത്താണ്.'

'സർക്കാര് ഒരു പുരുഷ കമ്മീഷൻ ഉണ്ടാക്കട്ടെ. അന്നേരം നോക്കാം തന്റെ കേസ്.'

'മാഡം, അതുവരെ ഞാൻ ...?'

'അതുവരെ താൻ അനുഭവിച്ചോ.'

'ശരി മാഡം, നന്ദി. അവടെ പേരിൽ കേസൊന്നും എടുക്കണ്ട മാഡം.'

'ഇല്ലെടോ എടോ എടോ, പിന്നൊരു കാര്യം പറഞ്ഞേക്കാം. ഇവളെയെങ്ങാനും ഉപേക്ഷിച്ച് വേറെ ആരെയെങ്കിലും കല്യാണം കഴിക്കാൻ തനിക്ക് പ്ലാനുണ്ടെങ്കിൽ അതിന് മുൻപ് മര്യാദയ്ക്ക് എന്നെ വിളിച്ചറിയിച്ചേക്കണം. കേട്ടോടൊ?'

'ശരി മാഡം.'

വാസന്തിയുടെ കാർക്കശ്യസ്വരത്തിന് തീരെ ചേരാത്ത ഒരു ചുവപ്പ് അവരുടെ കവിളിണകളിൽ പടരുന്നത് വിശാലാക്ഷി മാത്രം കണ്ടു.

○

ചെറിയവർ വലിയവർ

ശാന്തി രാവിലെ കിടക്കപ്പായിൽ നിന്ന് എഴുന്നേറ്റ് ഇത്തിരി കാപ്പി തിളപ്പിക്കാൻ അടുക്കളയിലേക്ക് പോകുമ്പോഴാണ് അവൾക്ക് ഒരു തല കറക്കം പോലെ തോന്നിയത്.

അത് ഇന്നലെ രാവിലെയും ഉണ്ടായിരുന്നു. എന്നാൽ ഇത്തിരി കഴിഞ്ഞപ്പോൾ അത് മാറിയിരുന്നു. എന്തെങ്കിലും മാരകരോഗമാണോ ഈ പാവപ്പെട്ടവളെ കാത്തിരിക്കുന്നത്.

ഇന്നിപ്പോൾ അവൾക്ക് തലയ്ക്കു ഒരു മന്ദത കൂടി തോന്നുന്നുണ്ട്. ഇങ്ങനെ എത്ര ദിവസം മുന്നോട്ട് പോകുവാൻ പറ്റുമോ ആവോ? എന്ത് ചെയ്യാനാ.... പ്രഷറിന് കഴിക്കേണ്ട ഗുളിക തീർന്നിട്ട് ഒരാഴ്ചയോളമായി. അതിന്റെത് വല്ലതുമാണോ. ആയിരിക്കാം.

അവൾക്ക് തീർച്ചയില്ല.

ഭർത്താവ് ശിവേട്ടനോട് പറയണമെന്ന് അറിയാഞ്ഞിട്ടല്ല. പറഞ്ഞാൽ അങ്ങേര് എന്ത് ചെയ്യാനാ!

പെയിന്റിംഗ് പണി ഇല്ലാഞ്ഞിട്ട് കുറേ കാലമായില്ലേ. മരുന്ന് മേടിക്കാൻ കാശ് എവിടിരുന്നിട്ടാ.

സർക്കാരിന്റെ കിറ്റ് കിട്ടുന്നത് കൊണ്ട് കഞ്ഞി വെച്ച് കുടിക്കാം. അത് മരുന്നിനു പകരമാവില്ലല്ലോ.

ശാന്തിയ്ക്ക് കൂലിപ്പണി ഉണ്ടായിരുന്നപ്പോൾ ഗുളികയൊക്കെ അവൾ തന്നെ മേടിച്ചോണ്ടിരുന്നതാ. അത്യാവശ്യം വന്നാൽ വല്ലപ്പോഴും ഇത്തിരി കടം മേടിക്കുന്നത് അവളുടെ സുമതി അമ്മായിയോടാണ്. അവരോട് മൂന്ന് മാസം മുൻപ് മേടിച്ച ആയിരം രൂപ ഇതുവരെ കൊടുക്കാനും പറ്റിയിട്ടില്ല.

ജോലിയും കൂലിയും ഇല്ലാതിരിക്കുന്ന അവരോട് ഇനിയും എങ്ങനെ കടം ചോദിക്കും? ഈ ദുരിതം പിടിച്ച കാലം ഒന്ന് കടന്ന് പോയിരുന്നെങ്കിൽ, അവൾ ആഗ്രഹിച്ചുപോവുകയാണ്.

കാപ്പിക്കലത്തിൽ വെള്ളം തിളച്ചപ്പോൾ അവൾ ഭിത്തിയിലെ തട്ടിൽ

ഇരുന്ന കാപ്പിപ്പൊടിയുടെ മുഷിഞ്ഞ ടിൻ എടുത്തു. കയ്യിട്ട്, ടിന്നിൽ കിടന്ന വാലുമുറിഞ്ഞ പ്ലാസ്റ്റിക് സ്പൂൺ കൊണ്ട് കാപ്പിപ്പൊടി കോരിയപ്പോൾ സ്പൂൺ ടിന്നിന്റെ അടിയിൽ തട്ടുന്നത് അവൾ അറിഞ്ഞു. പൊടി തീരാൻ പോകകയാണ്.

അവൾ കട്ടനുണ്ടാക്കി ശിവന് ഒരു ഗ്ലാസ് കൊണ്ടുപോയി കൊടുത്തപ്പോൾ രണ്ടാം ക്ലാസ്സിൽ പഠിക്കുന്ന മകൾ സുമി പായയിൽ കിടന്ന് അപ്പോഴും ഉറക്കമായിരുന്നു. ഒരു ദരിദ്രന്റെ വീട്ടിലാണ് ദൈവം ആ കുഞ്ഞിനേയും സൃഷ്ടിച്ചിരിക്കുന്നത്.

ആര്, എവിടെ, എന്ന് പിറക്കണം എന്ന് തീരുമാനിക്കുന്ന സ്രഷ്ടാവിന്റെ മാനദണ്ഡങ്ങൾ നമ്മുടെ അറിവുകൾക്കും അപ്പുറമാണല്ലോ.

'എന്താ ശാന്തി നിന്റെ മുഖത്ത് ഒരു ക്ഷീണം പോലെ?' കട്ടൻ ഒരുകവിൾ ഇറക്കിയിട്ടു ശിവൻ ചോദിച്ചു.

'ഓ... രാത്രിയിൽ തലവേദന ഉണ്ടാരുന്നു. ഉറക്കം ശരിയായില്ല.'

'എടീ, നിന്റെ പ്രഷറിന്റെ ഗുളിക കഴിഞ്ഞോ?'

'അതുകഴിഞ്ഞിട്ട് നാലഞ്ച് ദിവസമായി ചേട്ടാ.'

ഗുളിക മുടക്കാൻ പാടില്ല എന്ന് ഹെൽത്ത് സെന്ററിലെ ഡോക്ടർ പറഞ്ഞിട്ടുള്ളത് അയാളോർത്തു.

എന്നാൽ ഗുളിക മേടിക്കാൻ കയ്യിൽ പൈസ ഇല്ലാത്തതുകൊണ്ട് അയാൾ അവളോട് പിന്നെ ഒന്നും ചോദിയ്ക്കാൻ മുതിർന്നില്ല.

കിറ്റ് കിട്ടുന്നതുകൊണ്ട് കഞ്ഞി കുടിക്കുന്നുണ്ട്. എന്നാൽ പൈസയ്ക്ക് പൈസ തന്നെ വേണ്ടേ.

കാലി ഗ്ലാസ്സും വാങ്ങി ശാന്തി അടുക്കളയിലേക്ക് പോകുമ്പോൾ കട്ടിലിൽ വിരിച്ച തഴപ്പായിൽ ഇരുന്ന അയാളോർത്തു.

വലിയവീട്ടിലെ ജോർജ് സാറ് അവിടുത്തെ പുറംമതിലിനും ഔട്ട് ഹൗസിനും പെയിന്റ് അടിക്കുന്ന കാര്യം രണ്ടാഴ്ച മുൻപ് പറഞ്ഞിരുന്നതാണ്. എന്നാൽ കൊറോണ വീണ്ടും മുറുകിയപ്പോൾ സാറ് വിളിച്ചു പറഞ്ഞത്, 'ശിവാ, നമുക്ക് വൈറസ് ഒന്നൊതുങ്ങിയിട്ട് മതി പെയിന്റ് പണി.'

ശാന്തിക്ക് മരുന്ന് മേടിക്കാൻ കുറച്ചു പൈസ വേണമല്ലോ. കൈയിൽ കാശില്ല എന്നറിയാവുന്നതു കൊണ്ടാണ് അവൾ മരുന്നിന്റെ കാര്യം തന്നോട് പറയാത്തത് എന്ന് അയാൾക്കറിയാം.

എന്നാലും എന്തെങ്കിലും വഴി ഉണ്ടാക്കണമല്ലോ. അല്ലെങ്കിൽ അവൾക്ക് എന്തെങ്കിലും അപകടം പറ്റിയാൽ!

അയാൾക്കത് ഓർക്കാൻ കൂടി വയ്യ.

ജോർജ് സാറിനോട് പല പ്രാവശ്യം കടം വാങ്ങിയിട്ടുള്ളതാണ്. എ

പ്പോഴും എങ്ങനെയാ കടം ചോദിക്കുന്നത്!

പണയം വയ്ക്കാനാണെങ്കിൽ ആകെ ഉള്ളത് ശാന്തിയുടെ കാതിൽ കിടക്കുന്ന ചെറിയ മൊട്ടുകളാ. അതവളൊട്ട് തരികയുമില്ല. തിരിച്ചും മറിച്ചുമൊക്കെ ആലോചിച്ച് അയാൾ എന്തോ തീരുമാനത്തിലെത്തി.

'ശാന്തീ.' ശിവൻ വിളിച്ചു, 'ഞാൻ പുറത്തേയ്ക്കൊന്ന് പോകുവാ.'

എന്ന് പറഞ്ഞിട്ട് അയയിൽ കിടന്ന നിറം മങ്ങിയ മുറിക്കൈയ്യൻ ഷർട്ടും എടുത്തിട്ട് കൈലിയും മടക്കിക്കുത്തി അയാൾ പുറത്തേക്കിറങ്ങി.

നിത്യവൃത്തിയ്ക്ക് വകയില്ലാത്തവർക്ക് അത്യാവശ്യങ്ങൾക്ക് വേണ്ട പണം എങ്ങിനെ ഉണ്ടാക്കും എന്ന ഒരേ ചിന്തയേ രാത്രിയും പകലും ഉള്ളു. അപ്പോൾ പണക്കാരനാകട്ടെ അവന്റെ പണം എങ്ങനെ ഇരട്ടിപ്പിക്കും എന്നായിരിക്കും ചിന്തിച്ചുകൊണ്ടിരിക്കുക.

ശ്വസിക്കാൻ ഓക്സിജൻ പോലെ ജീവിക്കാനുള്ള പണവും എല്ലാവർക്കും ഒരു പോലെ സൗജന്യമായി കിട്ടിയിരുന്നെങ്കിൽ.

ഒരു പുതിയ പ്രഭാതം കൂടി വിടർന്നു. പക്ഷികൾ ഉണർന്ന് ഇരതേടി പറന്നു.

വൃക്ഷലതാദികൾ സൂര്യരാംശു തേടി ഇലകൾ നീട്ടി ഒരുങ്ങി നിന്നു. ഭൂമി അതിന്റെ ഭ്രമണം തുടരുകയാണ്.

രാവിലെ എവിടൊക്കെയോ കറങ്ങിയ ശിവൻ വലിയവീട്ടിൽ ജോർജ് സാറിന്റെ ഗേറ്റിൽ എത്തുമ്പോൾ അയാളുടെ കയ്യിൽ ഒരു സഞ്ചിയിൽ എന്തോ കരുതിയിട്ടുണ്ടായിരുന്നു.

ജോർജ്ജ് സാറും ഭാര്യ റോസക്കുട്ടിയും കുറേ വർഷത്തെ ഗൾഫ് വാസവും കഴിഞ്ഞ് നാട്ടിൽ തിരികെ വന്ന് സെറ്റിൽ ആയവരാണ്. അവരുടെ മകൾ മിനിയും ഭർത്താവും ദുബായിൽ ആണ്.

കൊറോണ, മറ്റെല്ലാവരുടെയും എന്ന പോലെ, ജോർജ് സാറിന്റെയും ഭാര്യയുടെയും ഊരുചുറ്റലിനെ ബാധിച്ചിട്ടുണ്ട്.

അടച്ച വീട്ടിൽ ഇരിക്കുന്ന അവർക്ക് മക്കളുടെ ഫോൺ വിളിയാണ് ഒരാശ്വാസം.

ശിവൻ വീട്ടിലേയ്ക്ക് ഗേറ്റ് കടന്ന് വന്നുകൊണ്ടിരുന്നപ്പോൾ ജോർജ് സാർ ദുബായിലുള്ള മകൾ മിനിയുമായി ഫോണിൽ സംസാരിക്കുകയായിരുന്നു.

ആ സംസാരം കേട്ടുകൊണ്ട് ഭാര്യ റോസക്കുട്ടിയും അടുത്തുണ്ട്. ഇപ്പോൾ ഫോണും കൂടി ഇല്ലായിരുന്നെങ്കിൽ ഈ ലോകത്തിന്റെ അവസ്ഥ എന്താകുമായിരുന്നു.

'ഡാഡീ, കൊറോണ ഇങ്ങനെ പോയാൽ ഈ വർഷവും ഞങ്ങൾക്ക് നാട്ടിൽ വരാൻ പറ്റില്ലല്ലോ. ഉടനെ നാട്ടിൽ വരേണ്ട ഒരു ആവശ്യം ഉ

ണ്ടായിരുന്നു.'

'എന്തു പറ്റി മോളേ. ഇവിടെ ഞങ്ങളും എങ്ങും പോകാതെ കൂട്ടിൽ അടച്ച കിളികളെപ്പോലെ വീട്ടിൽ ഇരുന്ന് മടുത്തു.' മറുപടി പറഞ്ഞത് മമ്മി റോസക്കുട്ടിയാണ്.

ശിവൻ, മുറ്റത്ത് അകലം പാലിച്ചു വന്ന് നിന്നതു കണ്ടപ്പോൾ ജോർജ് സാർ പറഞ്ഞു, 'മോളേ. നീ ഒരു മിനിറ്റ് ഹോൾഡ് ചെയ്യ്. മുറ്റത്തൊരാള് വന്നിട്ടുണ്ട്. എന്താണെന്ന് ചോദിക്കട്ടെ.'

'ശിവാ, പെയിന്റടിക്കാൻ സമയമാകുമ്പോൾ ഞാൻ വിളിക്കാം എന്നല്ലേ പറഞ്ഞത്... പിന്നെ?'

'അയ്യോ. അതിനല്ല ഞാൻ വന്നത്. ഒരു സഹായം ചോദിക്കാനാ, സാറെ.

ഇത്തിരി പൈസയുടെ ആവശ്യം ഉണ്ടാരുന്നു. സാറിനോട് എപ്പോഴും എങ്ങനെയാ കടം ചോദിക്കുന്നത്. അതുകൊണ്ട് സാറ് ഈ സഞ്ചിലേത് അങ്ങോട്ട് മേടിച്ചോണ്ട് ഒരു അഞ്ഞൂറ് രൂപാ തരാമോ?' ശിവൻ ചോദിച്ചു.

'ഇതെന്താ ശിവാ സഞ്ചിയില്?'

'അത് ഈ മാസം എനിക്ക് കിട്ടിയ കിറ്റാണ്, സാറെ. പൈസക്ക് പകരം വേറെ ഒന്നും തരാനില്ല, അതുകൊണ്ടാ.'

'എടാ. ശിവാ, ഇതിവിടേം കിട്ടുന്നുണ്ട്. ദേ, അവിടെ വെറുതെ ഇരിപ്പുണ്ട് എന്റെ കിറ്റ്. അതുകൊണ്ട് ഇതെനിക്ക് വേണ്ട. പെയിന്റ് പണി കഴിഞ്ഞാൽ അതിന്റെ കാശ് തരാരുന്നു. അതിപ്പോൾ കൊറോണ കാരണം ചെയ്യാൻ പറ്റത്തില്ലല്ലോ.' ജോർജ് സാർ പറഞ്ഞു.

ഇത്രയുമായപ്പോൾ, സംഭാഷണം ഫോണിൽ കൂടി കേട്ടുകൊണ്ടിരുന്ന മകൾ മിനി ഇടപെട്ടു.

'അതാരാ ഡാഡി പൈസയുടെ കാര്യം പറയുന്നത്?'

'മോളേ, അതിവിടെ പണിക്ക് വരുന്ന ശിവനാ.'

'ഡാഡി അയാളോട് ചോദിച്ചേ എന്താണ് അത്യാവശ്യമെന്ന്.'

'ശിവാ, പൈസക്ക് എന്താണ് ഇത്ര അത്യാവശ്യമെന്ന് മോള് ചോദിക്കുന്നു.'

'സാറെ, ഭാര്യയ്ക്ക് ഇത്തിരി പ്രഷറിന്റെ അസുഖമുണ്ട്. തുടങ്ങീട്ട് ഒരു കൊല്ലമാകുന്നതേയുള്ളു. കഴിക്കാനുള്ള ഗുളിക തീർന്നിട്ട് അഞ്ചാറായി.

ഞങ്ങൾക്ക് രണ്ടാൾക്കും പണി ഇല്ലാതായതുകൊണ്ട് ഒരു പൈസയും കയ്യിലില്ല. ഇപ്പോം ആരോട് കടം ചോദിച്ചാലും കിട്ടത്തുമില്ല. രാവിലെ ആലോചിച്ചപ്പോൾ ഇത്തിരി പൈസയ്ക്ക് ഈ ഒരു വഴിയേ എനി

ക്ക് തോന്നിയുള്ളു, സാറേ.' അയാൾ പറഞ്ഞു നിർത്തി.

അയാളുടെ മനസ്സിലെ ആധി മുഴുവനും ആ ക്ഷീണിച്ച കണ്ണുകളിൽ കാണാം.

ശിവൻ പറയുന്നത് കേട്ട മിനി ഒരു നിമിഷം നിശ്ശബ്ദയായി. ഡാഡിക്ക് പറ്റുമെങ്കിൽ എന്തെങ്കിലും കൊടുക്കട്ടെ, അവൾ കരുതി.

'ഡാഡി, മമ്മി, എന്നാൽ ഞാൻ നിർത്തട്ടെ, ഇനി പിന്നെ വിളിക്കാം.' എന്നുപറഞ്ഞു മിനി ഫോൺ കട്ട് ചെയ്തു.

'ശിവാ, ഒരുകാര്യം ചെയ്യ്. നിനക്ക് അത്യാവശ്യമായതുകൊണ്ട് പുറം മതിലിനു പെയിന്റടിക്കാം. നാളെത്തന്നെ പോരെ. ഇന്നാ, അഞ്ഞൂറു രൂപ മുൻ പറ്റ്. പോയി ഭാര്യക്ക് ഗുളിക മേടിക്ക്.'

ജോർജ് സാർ കൊടുത്ത പൈസയും കൊണ്ട് ശിവൻ നേരേ മെഡിക്കൽ സ്റ്റോറിലേയ്ക്ക് പോയി.

അതേ സമയം, സാറിന്റെ മകൾ മിനിക്ക് കലശലായ കിഡ്നി രോഗം ഉണ്ടെന്ന് കണ്ടുപിടിച്ചിട്ട് അഞ്ചാറ് മാസമായി താമസിയാതെ കിഡ്നി മാറ്റി വയ്ക്കണം എന്ന് ഡോക്ടർ പറഞ്ഞ് കഴിഞ്ഞു. മാച്ച് ചെയ്യുന്ന ഒരു കിഡ്നി ഡോണറെ ഇതുവരെ കിട്ടിയിട്ടുമില്ല.

ഈ വിവരം ഇതുവരെ അവൾ ഡാഡിയോടും മമ്മിയോടും പറഞ്ഞിട്ടില്ല. ഒരു കിഡ്നി ഡോണറെ കണ്ടുപിടിക്കുന്നതിനു മുൻപേ എന്തിനാ അവരെ വിഷമിപ്പിക്കുന്നത് എന്ന് കരുതി ഇരിക്കുകകയായിരുന്നു.

ഇനിയിപ്പോൾ മമ്മിയോടും ഡാഡിയോടും വിളിച്ച് വിവരം പറയണം എന്ന് വിചാരിച്ച് അവൾ പല പ്രാവശ്യം ഒരുങ്ങിയതാണ്. അത് ഇന്നും നടന്നില്ല.

എന്തുകൊണ്ടോ മറ്റുവിശേഷങ്ങൾ പറഞ്ഞുവരുമ്പോൾ ഈ കാര്യം പറയാൻ തോന്നുന്നില്ല.

ഈയ്യിടെ മിനിയുടെ ഭർത്താവ് സന്തോഷും പറഞ്ഞു മമ്മിയെയും പപ്പയെയും കൂടി വിവരം അറിയിക്കൂ. അവരും കൂടി അന്വേഷിക്കുമല്ലോ എന്ന്.

അന്ന് വൈകിട്ടുതന്നെ മിനിയുടെ കാൾ ദുബൈയിൽ നിന്നും വീണ്ടും വന്നു.

'ഡാഡ്, മം, ഞാൻ കുറച്ചുനാളായി രണ്ടാളിനോടും ഒരു കാര്യം പറയാൻ ആലോചിക്കുന്നു.'

'എന്താ മോളേ.' ജോർജ് സാർ ഗൗരവത്തിലായി.

അരികെ നിന്ന ഭാര്യ റോസക്കുട്ടിയും കണ്ണിമയ്ക്കാതെ കാതുകൂർപ്പിച്ചു.

'ഡാഡീ, എന്റെ കിഡ്നിയ്ക്ക് കുറച്ച് നാളായി പ്രോബ്ലം ഉണ്ട്, ഞാൻ

പറഞ്ഞില്ലെന്നേയുള്ളു. ഇപ്പോൾ ഡോക്ടർ പറയുന്നു എത്രയും വേഗം മാറ്റി വയ്ക്കണമെന്ന്. ഒരു ഡോണറെ കിട്ടുന്നുമില്ല.'

ആ മാതാപിതാക്കളുടെ മുഖം വിവർണ്ണമായി. ജോർജ് സാർ ഒരുനിമിഷം ഓർത്തിട്ടു പറഞ്ഞു, 'മോളേ വിഷമിക്കാതെ. നീ നിന്റെ ബ്ലഡ് ഗ്രൂപ്പും ഡോക്ടേർസ് റിപ്പോർട്ടും എല്ലാം എനിക്ക് ഉടനെ ഫാക്സ് ചെയ്യൂ.

ഞാനും മമ്മിയും നാളെ അതുകൊണ്ട് ഇവിടെ ഹോസ്പിറ്റലിൽ പോകാം. അവിടെ നമ്മൾ അറിയുന്ന ഡോക്ടർ വിപിൻ ഉണ്ടല്ലോ. ഞങ്ങളുടെ കിഡ്നി മാച്ച് ആകുമോ എന്ന് ചെക്ക് ചെയ്തു പറയാം. നീ സമാധാനം ആയിരിക്കു. എന്നാലും എന്തേ ഇത് നേരത്തെ മോള് അറിയിച്ചില്ലല്ലോ. സന്തോഷിനോട് അന്വേഷണം പറ കേട്ടോ.' കൂടുതലൊന്നും പറയാൻ അന്നേരം അയാൾക്ക് തോന്നിയില്ല.

'ശരി ഡാഡി.' എന്ന് പറഞ്ഞു അവൾ ഫോൺ വെച്ചു.

ഓർക്കാപ്പുറത്ത് ആ രോഗവിവരം കേട്ട് ആ വീട് മൂകമായി.

'മോളുടെ ഫാക്സ് ഉടനെ വരും, നമുക്ക് രാവിലെ തന്നെ അതും കൊണ്ട് ഹോസ്പിറ്റലിൽ പോകണം.' ജോർജ് സാർ ഭാര്യയോട് പറഞ്ഞു.

രാവിലെ അവർ ഗ്ലോറി ഹോസ്പിറ്റലിൽ പോകാൻ റെഡിയായിക്കൊണ്ടിരുന്നപ്പോൾ പണിക്കാരൻ ശിവൻ വന്ന് മതിലിൽ പെയിന്റ് അടിക്കാനുള്ള ക്ലീനിങ് പണി തുടങ്ങിയിരുന്നു. രണ്ടുമൂന്ന് ദിവസത്തെ വേല കാണും.

'ഞാൻ രാവിലെ തന്നെ പണി തുടങ്ങി. രണ്ടാളും കൂടി എങ്ങോട്ടാ രാവിലെ?'

പോർച്ചിൽ നിന്നും കാറിൽ കയറുന്ന സാറിനെയും ഭാര്യയെയും കണ്ട ശിവൻ ചോദിച്ചു.

'ങ്ഹാ... ഞങ്ങൾ ഒരു വഴി വരെ. കുറച്ച് കഴിഞ്ഞു വരും. വീടും പരിസരോം ഒന്ന് ശ്രദ്ധിച്ചോണം കേട്ടോ ശിവാ.'

'ആയിക്കോട്ടെ സാറേ,' ഭിത്തിയിലെ പായൽ ഉരച്ചുകൊണ്ട് ശിവൻ പറഞ്ഞു.

വൈകുന്നേരമായി. ശിവന്റെ അന്നത്തെ പണി നിർത്താറായി. അപ്പോഴേയ്ക്കും ജോർജ് സാറും ഭാര്യയും തിരികെ വന്നു. തീരെ പ്രസന്നമല്ലാത്ത അവരുടെ മുഖങ്ങൾ ശിവന്റെ ശ്രദ്ധയിൽപ്പെട്ടു.

'എന്ത് പറ്റി സാറേ? ഒരു വിഷമം പോലെ?'

കാര്യം ശിവനോട് പറയണോ വേണ്ടയോ എന്ന് ഒരു നിമിഷം അയാൾ ശങ്കിച്ചു.

എന്നിട്ട് പറഞ്ഞു, 'ഇനിയിപ്പോൾ നിന്നോട് പറയാതിരിക്കുന്നില്ല. മിനി മോളുടെ കിഡ്നി മാറ്റി വയ്ക്കേണ്ടി വരും എന്നവൾ ഇന്നലെ വിളിച്ചപ്പോൾ പറഞ്ഞാരുന്നു. ഞങ്ങൾ രണ്ടാളും രാവിലെ Dr. വിപിന്റെ അടുത്ത് ഗ്ലോറി ആശുപത്രിയിലേക്കാ പോയത്. ഞങ്ങളുടെ കിഡ്നി ശരിയാകുമോ എന്നറിയാൻ.'

എന്നിട്ടെന്തായി സാറേ?'

'അത് രണ്ടാളുടെയും ശരിയാവില്ല എന്നാണ് ഡോക്ടർ ടെസ്റ്റ് ചെയ്തിട്ട് പറഞ്ഞത്. ഇനിയിപ്പോൾ പറ്റിയ വേറെ ആരെയെങ്കിലും കണ്ടുപിടിക്കണം.'

'എല്ലാം ശരിയാകും സാറെ. എന്നാൽ ഞാൻ നാളെ വരാം.' എന്നുപറഞ്ഞു ശിവൻ തോളത്തുകിടന്ന തോർത്തുകൊണ്ട് മുഖം തുടച്ചുകൊണ്ട് നടന്നു പോയി.

അയാൾ വീട്ടിൽ ചെന്ന് അത്താഴം കഴിച്ചു കൊണ്ടിരുന്നപ്പോൾ ഈ വിവരം ഭാര്യ ശാന്തിയോട് പറഞ്ഞു.

'കഷ്ടമായിപ്പോയല്ലോ. എന്തെല്ലാം അസുഖങ്ങളാ ഇന്നത്തെ കാലത്ത്.'

പ്രഷറിന്റെ ഗുളിക കഴിച്ചു തുടങ്ങിയപ്പോൾ ഉന്മേഷം വീണ്ടെടുത്ത ശാന്തി പറഞ്ഞു.

'എന്നാലും ശിവേട്ടാ, കിഡ്നി മാറ്റി വയ്ക്കുക എന്നൊക്കെ പറഞ്ഞാൽ ഒരുപാട് പൈസ ചിലവുള്ള കാര്യമല്ലേ.' പാത്രങ്ങൾ എടുത്തു കൊണ്ട് അടുക്കളയിലേയ്ക്ക് പോകുമ്പോൾ അവൾ ചോദിച്ചു.

'പിന്നെയല്ലേ, ശാന്തി. ഇതൊക്കെ നമ്മളെപ്പോലുള്ളവർക്ക് വന്നാൽ എന്തോ ചെയ്തേനെ ഭഗവാനെ,' എന്ന് പറഞ്ഞു കൊണ്ട് അയാൾ എഴുന്നേറ്റ് കൈകഴുകിയിട്ടു കിടക്കാൻ പോയി.

രാവിലെ പണിക്ക് പോകേണ്ടതാണല്ലോ. എന്നാലും മിനി മോളുടെ കാര്യം കേട്ടിട്ടാണോ എന്നറിയില്ല ശിവന് ഉറക്കം വരുന്നില്ല. ആ കൊച്ചിനെ ചെറുപ്പം മുതൽ കണ്ടിട്ടുള്ളതാണല്ലോ.

ജോർജ് സാറ് എന്ത് പണിയുണ്ടെങ്കിലും ശിവനെയാണ് വിളിക്കാറ്. ആ കുടുംബത്തോട് ശിവന് ഒരു മാനസിക അടുപ്പമുണ്ട്. അതുകൊണ്ട്

അവർക്ക് ഒരു വിഷമം വന്നപ്പോൾ അത് ശിവനിലും വിഷാദം പടർത്തി.

രാവിലെ അയാൾ എഴുന്നേറ്റ് ശാന്തി കൊടുത്ത കട്ടനും കുടിച്ചിട്ട് മാസ്ക്കും വച്ച് ജോർജ് സാറിന്റെ വീട്ടിലേയ്ക്ക് പോവുകയാണ്. കണ്ടൈൻമെന്റ് സോൺ അല്ലെങ്കിലും വഴിയിലൊന്നും അങ്ങനെ ആൾത്തിരക്കില്ല. ഇന്ന് ജോർജ് സാറിന്റെയും ഭാര്യയുടെയും മൂഡ് എന്തായിരി

ക്കുമോ ആവോ, അയാൾ ചിന്തിച്ചികൊണ്ട് നടന്നു.

കിഡ്നി കൊടുക്കാൻ പറ്റിയ ആളെ കിട്ടിയില്ലെങ്കിൽ ആ കൊച്ചിന്റെ കാര്യം അപകടമാണല്ലോ ദൈവമേ.

സാറിന്റെ കാർഷെഡ്ഡിന്റെ മൂലയ്ക്ക് വച്ചിരുന്ന പണി സാധനങ്ങൾ എടുത്ത് അയാൾ ഇന്നലത്തേതിന്റെ ബാക്കി ഭിത്തി ഉരച്ചു കഴുകാൻ തുടങ്ങി. അന്നേരമെല്ലാം അയാളുടെ മനസ്സിൽ കിഡ്നിയെക്കുറിച്ചുള്ള ചിന്തകൾ കയറി വന്നുകൊണ്ടിരുന്നു.

നേരം ഒരു എട്ടുമണി കഴിഞ്ഞപ്പോഴേയ്ക്കും ജോർജ് സാർ കയ്യിൽ കാപ്പിയുമായി പൂമുഖത്ത് നിൽക്കുന്നതു അയാൾ കണ്ടു.

ശിവൻ കൈ കഴുകിയിട്ടു ജോർജ് സാറിന്റെ അടുത്ത് ചെന്ന് അകലം പാലിച്ചു നിന്നു.

അയാൾക്ക് എന്തോ പറയാനുള്ളപോലെ.

'എന്താ ശിവാ, പണിക്കു സാധനം വല്ലതും കുറവുണ്ടോ, അമരിപ്പേപ്പറൊ മറ്റോ? അതോ ഇനിയും കടം ചോദിക്കാനാണോ?'

'അതല്ല സാർ. നാളെ എനിക്ക് പണിക്ക് വരാൻ പറ്റില്ല. അത്യാവശ്യമായി ഒരു സ്ഥലം വരെ പോകണം, നാളെ കഴിഞ്ഞു വന്നോളാം,' അയാൾ തന്റെ വലതു കൈകൊണ്ട് ഇടത് കൈത്തണ്ട തിരുമിക്കൊണ്ട് പറഞ്ഞു.

ഇതാണ് നിങ്ങളുടെ ഒക്കെ സ്വഭാവം. കുറച്ചു കാശുകിട്ടിയാൽ പിന്നെ പണി ഇഴയും. ശരി, ശരി,' എന്ന് പറഞ്ഞു ജോർജ് സാർ അത്ര ഇഷ്ടപ്പെടാതെ റൂമിലേക്ക് കയറി പോയി.

പിറ്റേ ദിവസം വൈകുന്നേരം ജോർജ് സാറിന് ഗ്ലോറി ഹോസ്പിറ്റലിൽ നിന്നും

Dr. വിപിന്റെ ഫോൺ വന്നു.

'സാറെ, ഒരു സന്തോഷ വാർത്തയുണ്ട്. മോളുടെ ബ്ലഡ് ഗ്രൂപ്പിൽ ഉള്ള ഒരാളെ കിഡ്നി ഡോണർ ആയി കിട്ടിയിട്ടുണ്ട്. അയാൾ മൂന്ന് ദിവസം കഴിഞ്ഞു വീണ്ടുമുള്ള ടെസ്റ്റുകൾ നടത്താൻ വരാം എന്ന് ഏറ്റിട്ടുണ്ട്. അതുകൊണ്ട് സാറന്ന്, അടുത്ത ബുധനാഴ്ച, ഹോസ്പിറ്റൽ വരെ വരണം, ഡോണറെ കാണുകയും ടെസ്റ്റ് വിവരം അറിയുകയും ചെയ്യാം. ടെസ്റ്റ് ഒത്തുവന്നാൽ അയാൾ എത്ര പണം ചോദിക്കും എന്ന് അറിയത്തില്ല. സാറിന് പിന്നെ പണം ഒരു പ്രശ്നമല്ലല്ലോ.'

ദൈവത്തിനു സ്തുതി പറഞ്ഞു കൊണ്ട് ജോർജ് സാർ ഫോൺ വച്ചു. കിഡ്നിക്ക് എന്ത് തുക ആണെങ്കിലും കൊടുത്തേയ്ക്കാം, ആളെ കിട്ടിയല്ലോ.

എല്ലാം ശരിയായിട്ടുവേണം മോളെ വിളിച്ചു പറയാൻ, അദ്ദേഹം ആ

ശ്വസിച്ചു.

പറഞ്ഞിരുന്നതുപോലെ അടുത്ത ദിവസം ശിവൻ പണിക്ക് വന്നില്ല. പിന്നത്തെ രണ്ട് ദിവസവും വന്ന് പെയിന്റ് പണി തീർത്തു ബാക്കി പൈസയും വാങ്ങി പോയി. അതിന് മുൻപേ തന്നെ ആ മതിലിലുണ്ടായിരുന്ന പായലും പൂപ്പലും അവർക്ക് പറ്റിയ വേറെ മതില് തപ്പി പൊയ്ക്കഴിഞ്ഞിരുന്നു.

കാത്തിരുന്ന ബുധനാഴ്ചയായി. ജോർജ് സാറും ഭാര്യയും രാവിലെ തന്നെ ഗ്ലോറി ഹോസ്പിറ്റലിലേയ്ക്ക് Dr. വിപിനെ കാണാൻ പോയി. അവർ നേരെ കൺസൽടിങ് റൂമിലേയ്ക്ക് കയറിച്ചെന്നു.

'ങ്ഹാ, സാറെ, ഇരിക്കണം. കിഡ്നി ഡോണർ വന്നിട്ടുണ്ട്. വാർഡിലുണ്ട്. ബാക്കി ടെസ്റ്റുകൾ അനുകൂലമായി പുരോഗമിച്ചുകൊണ്ടിരിക്കുകയാണ്.

സാറിന്റെ മോൾക്ക് ഭാഗ്യമുണ്ട്. ഡോണർ ഇന്ന് എന്താ പറഞ്ഞതെന്നറിയാമോ?' Dr. വിപിൻ സന്തോഷത്തോടെ ചോദിക്കുന്നു...

'എന്താ പറഞ്ഞത്?' ജോർജ് സാറും ഭാര്യയും ഒരേ സ്വരത്തിൽ ചോദിച്ചു.

'അയാൾക്ക് കിഡ്നിക്ക് പൈസയൊന്നും വേണ്ടെന്ന്. കേട്ടപ്പോൾ എനിക്കും അത്ഭുതം തോന്നി. ഒരപരിചിതനിങ്ങനെ പറയാൻ? ആളെ കണ്ടിട്ട് സാധാരണക്കാരനാ. മനസ്സ് നല്ലതായിരിക്കും.

നാല് ദിവസം മുൻപാണ് ഇവിടെ വന്ന് എന്നെ അന്വേഷിച്ചു കണ്ടുപിടിച്ച് അയാളുടെ കിഡ്നി കൊടുക്കാനുണ്ടെന്ന് പറഞ്ഞത്.

അന്നു തന്നെ ആദ്യത്തെ ടെസ്റ്റ് നടത്തിയപ്പോഴാണ് ഇതു നമുക്ക് മാച്ച് ആകുന്ന ലക്ഷണം കണ്ടത്.

'ങ്ഹാ, ആളിന്റെ പേര് ശിവൻ ചെറുമൂലയിൽ. ജോലി പെയിന്റിംഗ് ആണെന്നാ പറഞ്ഞത്. വാ, നമുക്ക് വാർഡിലോട്ട് ചെന്ന് ആളിനെ പരിചയപ്പെടണ്ടേ?' പറഞ്ഞു നിർത്തിയിട്ടു Dr. വിപിൻ സീറ്റിൽ നിന്നും എഴുന്നേറ്റു.

ശിവൻ! സാറും ഭാര്യയും വിശ്വാസം വരാതെ പരസ്പരം നോക്കി.

അടുത്ത നിമിഷം ജോർജ് സാറിന്റെയും ഭാര്യ റോസാക്കുട്ടിയുടെയും മിഴികൾ വിടർന്നതും അവ നിറഞ്ഞു തുളുമ്പിയതും ഡോക്ടർ കണ്ടില്ല.

ഠ

എവെരി ഹസ്ബൻഡ് ഹാസ് ഹിസ് ഡേ

സാമ്പത്തിക മാന്ദ്യം വന്നു. ജോലി പോയി.

ഒന്ന് വരുമ്പോൾ ഒന്ന് പോകണം എന്നായിരിക്കും പ്രകൃതി നിയമം.

അയാളുടെ കൈയിൽ ജോലിയിൽ നിന്നും പിരിഞ്ഞപ്പോൾ കിട്ടിയ പതിനയ്യായിരം രൂപ ഉണ്ടായിരുന്നു.

അതുകൊണ്ട് എന്തെങ്കിലും ബിസിനസ്സ് തുടങ്ങിയാലോ എന്ന് അയാൾ ആലോചിച്ചു.

'പതിനയ്യായിരം കുളുവാ, അതുകൊണ്ട് ബിസിനസ് നടത്താൻ പോകുന്നു, ആ കാശിന് ഇന്നത്തെ കാലത്ത് നാല് നാടൻ കോഴിയെ പോലും കിട്ടില്ല, അന്നേരമാ അതുകൊണ്ട് ബിസിനസ്സ്.' അവന്റെ ഭാര്യ കളിയാക്കി.

ലോക്ഡൗൺ ഇല്ലായിരുന്നെങ്കിൽ വഴിയോരത്ത് ഒരു തട്ടുകട തുടങ്ങി നോക്കാരുന്നു, അയാൾ ഓർത്തു.

കറിപൗഡർ ഉണ്ടാക്കി വിറ്റാലോ?

ഒരു കൂട്ടുകാരനോട് അഭിപ്രായം ചോദിച്ചു.

'അതിന് ഈ കാശ് ഒന്നും പോരടോ, തന്നെയുമല്ല ഇപ്പോൾ എവിടെ നോക്കിയാലും കറിപ്പൌഡറാ. കൂടാതെ അറക്കപ്പൊടി തീരെ കിട്ടാനുമില്ല അതുകൊണ്ട് വിജയിക്കാൻ പാടാ.' എന്നാണ് അവൻ പറഞ്ഞത്.

അങ്ങനെ എന്ത് ചെയ്യണം എന്നറിയാതെ ഇരിക്കുന്ന നേരത്താണ് അയാളോട് റേഷൻകടേൽ പോയി അരി വാങ്ങിച്ചോണ്ട് വാ. എന്നു ഭാര്യ പറഞ്ഞത്.

അതിൻ പ്രകാരം ടിയാൻ സഞ്ചിയുമെടുത്തു റേഷൻ കടയിലേക്ക് നടക്കുന്ന വഴിയാണ് ഒരു വോക്സ് വാഗൺ പസ്സാറ്റ് കാർ റോഡ് സൈഡിൽ വന്ന് നിന്നത്. അതിൽ നിന്നും ഭംഗിയായി വസ്ത്രധാരണം ചെയ്ത ഒരു സുന്ദരി അടുത്ത മെഡിക്കൽ സ്റ്റോറിലേക്ക് കയറിപ്പോകുന്നത് അയാൾ കണ്ടു.

അവൾക്ക് ഭംഗിയായി ബോബ് ചെയ്ത മുടിയും മുഖത്ത് കൂളിംഗ് ഗ്ലാസും ഉണ്ട് . മഞ്ഞ നിറത്തിൽ കറുത്ത ചെറിയ പൂക്കൾ ഉള്ള ടോപ്

അവൾ അണിഞ്ഞിരിക്കുന്നു.

പക്ഷേ ഇട്ടിരിക്കുന്ന ജീൻസ് മാത്രം അവിടവിടെ കീറിയിരിക്കുന്നു ! വോക്സ് വാഗൺ കാറിൽ നിന്നും ഇറങ്ങിപ്പോയത് ധർമ്മക്കാരത്തി അല്ല എന്ന് തീർച്ച.

അപ്പോൾ ഫാഷന് വേണ്ടി കീറിയ ജീൻസ് ഇട്ടിരിക്കുന്നതാണെന്ന് വ്യക്തം. പത്തോ ആയിരത്തഞ്ഞൂറോ കൊടുത്താൽ കീറാത്ത ജീൻസ് കിട്ടും. പക്ഷെ അത് ഫാഷന് പോരത്രേ.

ജീൻസ് ചപ്പറംചിപ്പറം കീറിയത് ഇട്ടാലേ ഫാഷൻ ആകത്തൊള്ളൂ. കാശുള്ളവർ അതിന് എന്ത് വില കൊടുത്തും വാങ്ങിക്കോളും.

ഇങ്ങനെയൊക്കെ ചിന്തിച്ചുകൊണ്ട് റേഷൻ കടയിലേക്ക് നടന്നുകൊണ്ടിരുന്ന അയാൾക്ക് മനസ്സിൽ എന്തോ ഒരു ഐഡിയയുടെ മിന്നലാട്ടം പോലെ.

അയാൾ കടയിൽ നിന്നും അരിയും വാങ്ങി വേഗം വീട്ടിലേക്ക് നടന്നു. വഴിയിൽ കണ്ട ആരോടും അധികം വർത്തമാനം പറയാൻ നിന്നില്ല. മനസ്സിൽ ഒരാശയം രൂപം കൊള്ളുന്നു. അത് വർക്ക് ചെയ്യുമോ എന്ന് നോക്കട്ടെ. അത് മനസ്സിൽ നിന്നും മാഞ്ഞു പോകുന്നതിനു മുൻപേ വീട്ടിൽ എത്തണം, അയാൾ കരുതി.

വീടിന്റെ മുറ്റത്ത് എത്തുന്നതിനു മുൻപേ തന്റെ യജമാനൻ വരുന്നത് കണ്ട് അയാളുടെ പട്ടി വാലും ആട്ടി അയാളെ എതിരേൽക്കാൻ ചെന്നു. അയാൾ അവന്റെ തലയിൽ സ്നേഹപൂർവ്വം തലോടിയിട്ടു പറഞ്ഞു, ‘മോനേ ടോമി, നിന്നെക്കൊണ്ട് എനിക്ക് ഒരു വലിയ കാര്യം സാധിക്കാനുണ്ട്. എല്ലാം വഴിയേ ഞാൻ പറയാം.’

അയാൾ അടുക്കള ഭാഗത്ത് ചെന്ന് അരി ഭാര്യയെ ഏൽപ്പിച്ചു. എന്താണ് യജമാനൻ തന്നോട് പറഞ്ഞത് എന്ന് ടോമിക്ക് അപ്പോഴും പിടികിട്ടിയില്ല.

എല്ലാം അവന് വഴിയെ മനസ്സിലായിക്കോളും.

‘അരി നല്ലതാണോ ചേട്ടാ.’ എന്ന് ഭാര്യ ചോദിച്ചപ്പോൾ അയാൾ ‘നീ എടുത്ത് നോക്ക്.’ എന്ന് പറഞ്ഞു ധൃതിയിൽ പൂമുഖത്തേയ്ക്ക് പോയി.

അയാളുടെ മനസ്സിൽ ഒരു ബിസിനസ്സ് പ്ലാൻ ഉരുത്തിരിയുകയാണ്. എന്താണ് ആ പ്ലാൻ എന്ന് ഭാര്യയ്ക്ക് ഇതുവരെ അറിയില്ല.

അയാൾ ടോമിയെ വിളിച്ച് തുടലിലാക്കി വീടിന്റെ പുറകുവശത്ത് കൊണ്ടുപോയി കെട്ടി. പ്ലാനനുസരിച്ച് ഇനി ഒരു പട്ടിയെക്കൂടി വേണം എന്ന് അയാൾക്ക് മനസ്സിലായി. അത് പണം മുടക്കാതെ സാധിക്കാനയാൾക്കറിയാം.

ചുട്ടെടുത്ത കുറച്ച് തേങ്ങാപ്പൂളുകൾ കയ്യിൽ കരുതി അയാൾ അടുത്ത കവലയിലെത്തി. അവിടെ അലഞ്ഞു നടക്കുന്ന കൂട്ടത്തിൽ നിന്ന് നല്ല തീറ്റ കൊടുത്താൽ മിടുക്കനാകുമെന്ന് തോന്നിയ ഒരു തെണ്ടിപ്പട്ടിയെ അയാൾ കയ്യിൽ ഇരുന്ന ചുട്ട തേങ്ങാ മണപ്പിച്ചു കൂടെ വീട്ടിലേയ്ക്ക് കൊണ്ടുപോന്നു.

അവനേം കൂടി കണ്ട മാത്രയിൽ അയാളുടെ ഭാര്യ ഇടഞ്ഞു.

'നിങ്ങളെന്തിന്റെ പുറപ്പാടാ? ഇവിടെ ഒരു പട്ടിയുള്ളപ്പോൾ ഇനി ഒന്നിനെക്കൂടി കൊണ്ടുവന്നിരിക്കുന്നു.'

'എടീ നീ സമാധാനപ്പെട്. ഒക്കെ പുറകേ നിനക്ക് മനസ്സിലായിക്കോളും.'

'ഓ... പട്ടിക്കച്ചവടം തുടങ്ങാനാരിക്കും. വിനാശകാലത്ത് ഓരോന്ന് തോന്നിക്കോളും. ശരി. എല്ലാം തന്നേ ഏറ്റെടുത്തോണം, എന്നൊക്കൊണ്ട് പറ്റത്തില്ല.' അവൾ നായയോടുള്ള നയം വ്യക്തമാക്കി.

എന്താണ് ഇയാളുടെ പരിപാടി എന്ന് അവൾക്കും അത്ര പിടികിട്ടിയില്ല. അയാൾ അടുക്കളയിൽപ്പോയി കുറച്ച് ചോറെടുത്ത് കുറച്ചു കറിയും ഒഴിച്ച് കവലയിൽ നിന്നും കൊണ്ടുവന്ന പട്ടിക്കു കൊണ്ട് കൊടുത്തു.

അയാൾ അവന് 'കൈസർ' എന്ന് പേരിട്ടു. അതിനെ ഒരു തുടലിൽ ബന്ധിച്ചു. ഒരു പുതിയ യജമാനനെ കിട്ടിയ പട്ടി എതിർപ്പ് കാണിക്കാതെ ചോറും തിന്ന്, വാലും ചുരുട്ടി അവിടെ കിടന്ന് വിശ്രമിച്ചു.

വഴിയേ വിശന്ന് തെണ്ടി നടക്കുന്നതിലും ഭേദമല്ലേ എന്ന് അവൻ വിചാരിച്ചു കാണും.

'എടീ രമേ . ഞാൻ ടൗണിലോട്ട് ഒന്ന് പോകുവാ. താമസിയാതെ വരും.' എന്ന് ഭാര്യയോട് വിളിച്ചു പറഞ്ഞിട്ട്, അയാൾ ടൗണിലെ ഒരു തുണിക്കടയിലേയ്ക്ക് തിരിച്ചു.

അവിടുന്ന് അയാൾ 1000 രൂപയുടെ മൂന്നു ലേഡീസ് ജീൻസ് വാങ്ങി. വീട്ടിൽ തിരിച്ചു ചെന്ന അയാളുടെ കൈയിൽ നിന്നും ബാഗ് വാങ്ങി നോക്കിയിട്ട് ഭാര്യ ചോദിച്ചു, 'ഇതാർക്കാ ഈ ജീൻസ്?'

'അതൊക്കെ ഉണ്ടെടീ. ഞാൻ ഒരു പരിപാടി പ്ലാൻ ചെയ്തിട്ടുണ്ട്. അത് നടന്നാൽ നമ്മൾ രക്ഷപെടും. നടക്കും എന്നാണ് എന്റെ മനസ്സ് പറയുന്നത്.'

'നീ നല്ല രണ്ട് ചായയെടുക്ക്. നമുക്ക് അത് കുടിച്ചിട്ട് തുടങ്ങാം.' മൂന്ന് ജീൻസ് കൊണ്ട് ഇങ്ങേര് എന്ത് കാണിക്കും എന്നാ പറയുന്നത് എന്ന് വിചാരിച്ചുകൊണ്ട് അടുക്കളയിലേക്ക് പോയ അവൾ രണ്ടു ചായയും കടിക്കാൻ പാർലെ ബിസ്ക്കറ്റും കൊണ്ട് വന്നു.

ചൂട് ചായയും ബിസ്ക്കറ്റും കഴിച്ചുകൊണ്ടിരുന്നപ്പോളും തന്റെ ഭർത്താവിന്റെ പ്ലാൻ എന്തായിരിക്കും എന്ന് അവൾ ചിന്തിച്ചുകൊണ്ടിരുന്നു.

ചായകുടി കഴിഞ്ഞു. അയാൾ ഭാര്യയെയും കൂട്ടി ടോമിയെന്ന പട്ടിയെയും തുടലിൽ പിടിച്ച് കൈസർ എന്ന പട്ടിയുടെ അടുത്തേയ്ക്ക് ചെന്നു തുടലുകൾ പരസ്പരം എത്താത്ത ദൂരത്തിൽ പിടിച്ചു.

രണ്ടു പട്ടികൾ കണ്ട മാത്രയിൽ രാഷ്ട്രീയ പാർട്ടികളുടെ ഗുണ്ടകളെപ്പോലെ അങ്ങോട്ടും ഇങ്ങോട്ടും ആക്രോശിച്ചു കൊണ്ട് പല്ലും ഇളിച്ചു മുൻകാലിൽ ചാടി പൊങ്ങി.

ടെസ്റ്റ് വിജയിച്ചിരിക്കുന്നു!

'സോ ഫാർ സോ ഗുഡ്.' അയാൾ പറഞ്ഞു.

എന്നിട്ടും അവൾക്ക് ഒന്നും മനസ്സിലായില്ല.

'എടീ ഇനി നീ ചെന്ന് ഞാൻ മേടിച്ചു കൊണ്ടുവന്ന ഒരു ജീൻസ് ഇങ്ങെടുത്തോണ്ടുവാ.' അയാൾ ഭാര്യയോട് പറഞ്ഞു.

അന്ന്, അവിടെ, അയാൾ ജീൻസും പട്ടികളെയും ഉപയോഗിച്ചു നടത്തിയ പരീക്ഷണം അത്യന്തം വിജയകരമായിരുന്നു എന്ന് കാലം തെളിയിച്ചു.

ഒരു വർഷത്തിനിപ്പുറം അയാൾ മാസം അൻപതിനായിരം രൂപ ആദായമുള്ള ഓൺലൈൻ ലേഡീസ് റിപ്പ്ഡ് ജീൻസ് കച്ചവടം നടത്തുന്നു.

വെറും പതിനയ്യായിരം രൂപയും രണ്ട് പട്ടികളും ആയിരുന്നു മൂലധനം.

ആയിരം രൂപയ്ക്ക് പുതിയ ലേഡീസ് ജീൻസ് വാങ്ങി കടിപിടി കൂടുന്ന പട്ടികളുടെ ഇടയിൽ ഇട്ടുകൊടുക്കും.

പട്ടികൾ അത് പല രീതിയിൽ കടിച്ചു കീറിയിടും.

ആ ജീൻസ് എടുത്ത് കഴുകി തേച്ചു രണ്ടായിരം രൂപയ്ക്ക് കീറിയ ജീൻസ് ആയി ഓൺലൈനിൽ വിൽക്കും. സംഗതി സിംപിൾ. നല്ല ഡിമാൻഡ്. നല്ല കച്ചവടം.

'ടോമീസ്റിപ്പ്ഡ്ജീൻസ്.' എന്നാണ് ഇവരുടെ ബ്രാൻഡ് നെയിം.

'മാൻസ് ബെസ്റ്റ് ഫ്രണ്ട്.' ആണല്ലോ ഇതിന്റെ ഡിസൈനേഴ്സ്. അതുകൊണ്ട് ഡിസൈൻ ആർക്കും ഇഷ്ടപ്പെടാതെ വരില്ല.

ഇപ്പോൾ ഭർത്താവിന്റെ ബുദ്ധിയിൽ ഭാര്യക്കും നല്ല മതിപ്പ്.

'എവെരി ഹസ്ബൻഡ് ഹാസ് ഹിസ് ഡേ' അല്ലേ?

○

മാൾട്ടയിലെ മൂട്ടകൾ

അഞ്ചാം വിവാഹ വാർഷികം ആഘോഷിക്കാൻവേണ്ടി രാജ്മോഹനും മായയും തിരഞ്ഞെടുത്തത് മെഡിറ്ററേനിയൻ സമുദ്രത്തിൽ കടൽത്തിരകൾ താലോലിക്കുന്ന മാൾട്ടാ ദീപുകളാണ്.

ഉദ്ദേശം 6000 ബിസിയോളം നീളുന്ന സാംസ്കാരിക പൈതൃകം അവകാശപ്പെടാനുള്ള ഈ നാട്ടിലേയ്ക്ക് അവർ ചെന്നിറങ്ങിയത് ബഡ്ജറ്റ് എയർലൈൻ ആയ ഈസി ജെറ്റിലാണ്. എന്നാൽ എല്ലാ യാത്രകളും അത്ര 'ഈസി' ആകണമെന്നില്ലല്ലോ.

ദൈനം ദിന ജീവിതത്തിലെ പിരിമുറുക്കങ്ങളിൽ നിന്നും മോചനം നേടി മനസ്സിനും ശരീരത്തിനും പുതു ഊർജ്ജം നിറയ്ക്കാനാണ് മനുഷ്യർ ആനിവേഴ്സറികൾ ആഘോഷിക്കാൻ പോകുന്നത്.

വിവാഹ വാർഷികം ആഘോഷിക്കാൻ ഇറങ്ങിത്തിരിച്ചിട്ട് വിദേശത്ത് ആശുപത്രിയിൽ പോയി കുത്തിയിരിക്കേണ്ടിവന്നാലോ?

മാൾട്ടായിലെ മനോഹരമായ തീരദേശ പട്ടണമാണ് വലെറ്റ. ഇന്ദ്രനീലാഭ ഒന്നാകെ വാരിയണിഞ്ഞ കടൽ മെല്ലെ തഴുകുന്ന വലേറ്റയിലാണ് 'എയർ ബിഎൻബി' വഴി അവരുടെ ഫ്ളാറ്റ് ബുക്ക് ചെയ്തത്.

എയർപോർട്ടിൽ ചെന്നിറങ്ങിയ അവരെ കാത്തു പ്രീപെയ്ഡ് ടാക്സി ഡ്രൈവർ 'രാജ്മോഹൻ & മായ' എന്നെഴുതിയ കാർഡും ഉയർത്തിപ്പിടിച്ച് അവിടെ കാത്ത് നിൽപ്പുണ്ടായിരുന്നു.

അവർ ആ ടാക്സിയിൽ ലഗേജ് എടുത്തുവച്ച് അവരുടെ ഫ്ളാറ്റ് ലക്ഷ്യമാക്കി വലേറ്റയിലേക്ക് യാത്രയായി.

രാജ്മോഹനും മായയും ത്രില്ലിൽ ആണ്. അവർ മാൾട്ടയിൽ ആദ്യമായി പോവുകയാണല്ലോ. സുഹൃത്തുക്കൾ പറഞ്ഞു കേട്ടുള്ള അറിവേ ഉള്ളു. അടുത്ത അഞ്ചു ദിവസങ്ങൾ മാൾട്ടയുടെ മനോഹരമായ ബീച്ചുകളിൽ നീന്തിക്കുളിച്ചു റെസ്റ്റോറന്റ് കളിൽ ഉണ്ട്, ഉല്ലസിച്ചു റിലാക്സ് ചെയ്യാനാണ് അവരുടെ ഉദ്ദേശം.

എത്ര നേരത്തെ ഡ്രൈവ് ഉണ്ട് രാജ് നമ്മുടെ ഫ്ളാറ്റിലെത്താൻ?

'നാവിഗേറ്റർ കാണിക്കുന്നത് ഒരു മണിക്കൂറാണ് മായേ.' ഓടിക്കൊണ്ടിരുന്ന കാറിലിരുന്ന് പുറത്തേയ്ക്കു നോക്കിക്കൊണ്ടിരുന്ന രാജ്മോഹൻ പറഞ്ഞു.

'ദേ നോക്കിക്കേ... ഇവിടെ മഴ തീരെ കുറവാണെന്ന് തോന്നുന്നു അല്ലേ... പച്ചപ്പ് തീരെ കുറവ്.' പുറത്തെ വരണ്ട് ഉണങ്ങിയ മഞ്ഞ നിറമുള്ള മണ്ണ് ചൂണ്ടിക്കൊണ്ട് രാജ് തന്നോട് ചേർന്നിരുന്ന ഭാര്യയോട് പറഞ്ഞു. മനസ്സിൽ നിന്നും ജീവിതഭാരങ്ങൾ ഇറക്കി വയ്ക്കുമ്പോഴാണല്ലോ നമ്മുടെ കണ്ണുകൾ ചുറ്റും കാണുന്നവയെ അർത്ഥവത്തായി മനനം ചെയ്യുന്നത്.

'രാജ്.. അതുകണ്ടോ നമ്മുടെ അപ്പുറത്തെ ലെയിനിൽ കൂടി പോകുന്ന രണ്ട് കുഞ്ഞൻ മൂട്ടക്കാറുകൾ....യൂറോപ്പിൽ സാധാരണ കണ്ടിട്ടില്ലാത്ത അവയെ മറ്റെവിടെയോ കണ്ടിട്ടുള്ളതുപോലെ.'

ഇത് കേട്ടപ്പോൾ അങ്ങോട്ട് തിരിഞ്ഞു നോക്കിയ രാജിനും അതു തന്നെ തോന്നി.

ട്രാഫിക് സ്ലോ ആയപ്പോൾ അവൻ വലിയ കാറുകളുടെ ഇടയിൽ ആ മൂട്ടക്കാറുകൾ അടുത്തു കണ്ടു.

'എടീ.. ഇതു നമ്മുടെ മാരുതി 800 ആണല്ലോ.'

'മാൾട്ടയിൽ മാരുതിയോ....?'

അതേ അതു തന്നെ. 1990കളിൽ ഇന്ത്യയിൽ നിന്ന് പോയ ആ 'മൂട്ടകളെ' മാൾട്ടയിൽ കണ്ടപ്പോൾ അവർക്ക് അഭിമാനവും അത്ഭുതവും ഒരുപോലെ.

'രാജ്.. ഫ്ളാറ്റിൽ ചെന്ന് സാധനമെല്ലാം വച്ചിട്ട് നമുക്ക് നല്ലൊരു റെസ്റ്റോറന്റ് കണ്ട് പിടിച്ച് ലഞ്ച് കഴിക്കാം, അല്ലേ'

'ഒഫ്കോഴ്സ്.. നമുക്ക് രണ്ടാൾക്കും വേണ്ടത് സീഫുഡ് അല്ലേ... അതീനാട്ടിൽ വേണ്ടുവോളം ഉണ്ടല്ലോ.' രാജ് ഭാര്യയെ പിന്തുണച്ചു.

അഡ്രസ്സ് പ്രകാരം ഡ്രൈവർ വണ്ടി ഒരു മൂന്ന് നില ഫ്ലാറ്റിന്റെ ചുവട്ടിൽ കൊണ്ടുപോയി നിർത്തി..

ദിസ് ഈസ് യുവർ ഫ്ളാറ്റ്..സാർ.. ഡ്രൈവർ പറഞ്ഞു.

അവർ സൂട്ട്കേസുകൾ എടുത്ത് ഇറക്കി ഡ്രൈവർക്ക് നന്ദി പറഞ്ഞു. ഫ്ലാറ്റിന്റെ ഒന്നാം നിലയിൽ എത്തി ബെൽ അടിച്ചു.

നേരെത്തേ അറിയിച്ചിരുന്നതുപോലെ ലാൻഡ് ലേഡി ഫ്ളാറ്റിൽ അവരെയും കാത്ത് നിൽപ്പുണ്ടായിരുന്നു.

അവർ രാജിനെയും മായയെയും സ്വീകരിച്ചു. ഫ്ളാറ്റിലെ സൗകര്യങ്ങൾ കാട്ടിക്കൊടുത്തു, കീയും കൈമാറി.

'ഹാവ് എ നൈസ് സ്റ്റേ...

യു ഹാവ് മൈ നമ്പർ ഇൻകേസ് ഓഫ് എനിതിങ്.'

എന്ന് പറഞ്ഞ് ഒരു മന്ദഹാസത്തോടെ ലാൻഡ് ലേഡി യാത്രയായി.

ഭംഗിയായി ഷീറ്റ് വിരിച്ച ഡബിൾ ബെഡ്. അതിന്റെ അരികിൽ ബെഡ്ലാമ്പും സൈഡ് ടേബിളുകളും. അടുത്ത് തന്നെ ഡ്രസ്സിങ് ടേബിൾ, പിന്നെ വാഡ്രോബ്.

ക്രീം കളർ മാർബിൾ ടൈൽസ് വിരിച്ച ബാത്ത്റൂം.

നല്ല നിലവാരത്തിൽ ക്രമീകരിച്ച കിച്ചൺ ആൻഡ് സിറ്റിംഗ്. ഇറ്റാലിയൻ ലതർ പൊതിഞ്ഞ ചന്തമുള്ള സോഫ.

ഫ്ളാറ്റ് ചുറ്റിനടന്നു നോക്കിയിട്ട് സിറ്റിംഗ് റൂമിലേയ്ക്ക് വന്ന് മായ പറഞ്ഞു.

'ലുക്സ് ഗുഡ്.....അല്ലേ രാജ്...'

'യസ്'...റിമോട്ട് എടുത്ത് എയർ കണ്ടിഷണർ ഓൺ ചെയ്തുകൊണ്ട് രാജ് അത് ശരിവച്ചു. എന്നിട്ട് ബാൽക്കണിയിലേക്കിറങ്ങി പുറത്തേയ്ക്ക് നോക്കിക്കൊണ്ട് അയാൾ പറഞ്ഞു.

'ദേ.. മായേ... ഇതാ ഇവിടെ അടുത്താണ് ബീച്ച്... നമുക്ക് ലഞ്ചിന് അവിടെ എവിടേലും പോകാം, അല്ലേ...'

നിലക്കണ്ണാടിയുടെ മുന്നിൽ മുഖം മിനുക്കിക്കൊണ്ടിരുന്ന അവൾ വേഗം ബാൽക്കണിയിലേക്ക് ചെന്നു പുറത്തേയ്ക്ക് നോക്കി.

അൽപ്പം അകലെ കുഞ്ഞോളങ്ങൾ നൃത്തം വയ്ക്കുന്ന നീലക്കടലോരം 'ഇങ്ങടുത്തുവാ...' എന്ന് അവരെ വിളിക്കുന്നത് പോലെ തോന്നി.

'നാളെ രാവിലെ ബ്രേക്ക് ഫാസ്റ്റിനു വേണ്ട ബ്രെഡ്, മുട്ട, സിറിയൽസ് ഒക്കെ കിച്ചണിൽ ഇരിക്കുന്നുണ്ട്.

നമുക്ക് നാളെ ബ്രേക്ക് ഫാസ്റ്റ് കഴിഞ്ഞിട്ട് സ്ഥലങ്ങൾ കാണാൻ പോകാം ഇന്ന് പോയി ലഞ്ച് കഴിച്ചിട്ട് വിശ്രമിക്കാം. എന്നിട്ട് വൈകുന്നേരം ടൗണിൽ പോയി വലേറ്റ നഗരത്തിന്റെ വിശേഷങ്ങൾ നടന്നു കാണണം . അവിടുന്ന് ഡിന്നറും കഴിഞ്ഞു തിരികെ വരാം...എന്ത് പറയുന്നു ശ്രീമതീ....?' ബാൽക്കണിയിൽ നിന്നും റൂമിലേയ്ക്ക് വന്നുകൊണ്ടിരുന്ന രാജ് അങ്ങനെ പറഞ്ഞപ്പോൾ മായ തലയാട്ടി..

'ഓക്കെ ഡാർലിംഗ്.'

അവൾ അടുത്തു ചെന്ന് അയാളെ പ്രേമാതുരയായി ചേർത്തുപിടിച്ചു അയാളുടെ ചുണ്ടിൽ ഒരു മുത്തം നൽകി.

അപ്പോൾ അവർ പൂർണ്ണമായും ഹോളിഡേ മൂഡിലായിക്കഴിഞ്ഞിരുന്നു.

രാവിലെ അലാറം വച്ച് എഴുന്നേൽക്കേണ്ട, ജോലിയുടെ ടാർഗറ്റുകൾ ഓർത്ത് വറി ചെയ്യേണ്ട. വൈകിട്ട് എന്ത് കുക്ക് ചെയ്യും എന്ന വേവലാതിവേണ്ട. ടൈംറ്റേബിൾ ഇല്ലാതെ കുറേ ദിവസങ്ങളല്ലേ അവരുടെ കലണ്ടറിൽ വന്ന് നിറഞ്ഞിരിക്കുന്നത്!

രണ്ടാളും ബീച്ച് റെസ്റ്റോറന്റിൽ പോകാൻ ഡ്രസ്സ് മാറി. രാജ്മോഹൻ ഡെനിം ജീൻസും മറൂൺ പോളോയും ആണ് അണിഞ്ഞത്.

മായ ഡെനിം ജീൻസും റീബോക്കിന്റെ വൈറ്റ് പോളോയും അണിഞ്ഞു വന്നപ്പോൾ ഒന്നുകൂടി സുന്ദരിയായി.

ബിക്കിനിയും അണിഞ്ഞു,ബീച്ചിലെ തരിമണലിൽ അലസ്സഗമനം നടത്തുന്ന യൂറോപ്യൻ വിലാസിനികളുടെ മെയ്യഴകിനെ വെല്ലാൻ തക്ക സൗന്ദര്യം അവൾക്കുമുണ്ട്.

അവർ റൂം പൂട്ടി പുറത്തിറങ്ങി ബീച്ചിനെ ലക്ഷ്യമാക്കി നടന്നു. അഞ്ചു മിനിറ്റുകൊണ്ട് എത്താവുന്ന ദൂരമേയുള്ളൂ. ബീച്ച് അടുത്തപ്പോൾ കടൽക്കരയിലേക്ക് ആവശ്യമായ വലിയ കുടകൾ, തൊപ്പികൾ, മാറ്റുകൾ, ഫ്ളോട്ടുകൾ എന്നിവയൊക്കെ വിൽക്കുന്ന കടകൾ കണ്ടുതുടങ്ങി.

അവിടെ നിന്ന് നോക്കിയാൽ, വെയിലിൽ തിളങ്ങുന്ന ബീച്ചിലെ വിശാലമായ മണൽപ്പരപ്പിന് ഓരം ചേർന്ന് ചിറ്റോളങ്ങൾ തീർത്തുകൊണ്ട്

പരന്നു കിടക്കുന്ന കടലും, വെള്ളി മേഘങ്ങൾ ഒഴുകിനടക്കുന്ന നീലാകാശവും അങ്ങകലെ സന്ധിക്കുന്നതായി തോന്നും.

ബീച്ചിൽ നിരയായി സെറ്റ് ചെയ്തിട്ടുള്ള ഭക്ഷണ ശാലകളിൽ ആദ്യം കണ്ട ഡോൾഫിൻ റെസ്റ്റോറന്റിന്റെ മുറ്റത്ത് നിരത്തിയ രണ്ടാൾക്കുള്ള ഒരു ടേബിളിൽ അവർ ചെന്നിരുന്നു.

ധാരാളം ആളുകൾ ബീച്ച് വേഷത്തിലും അല്ലാതെയും അവിടെ ഇരുന്ന് ഭക്ഷണം കഴിക്കുകയും മദ്യം നുകരുകയും ചെയ്യുന്നുണ്ട്. അധികവും വെള്ളക്കാർ തന്നെ. ഹോളിഡേയുടെ മധുര നിമിഷങ്ങൾ നിറം ചാർത്തിയ അന്തരീക്ഷമാണവിടെ.

കസേര വലിച്ചിട്ട് ഇരുന്നപ്പോഴേയ്ക്കും വെയ്റ്ററർ ഉപചാരവാക്കുകളുമായി വന്നു.

'ഹലോ....എനി ഡ്രിങ്ക്സ് ടു സ്റ്റാർട്ട് വിത്ത്..സാർ...?'

'എ ചിൽഡ് ബഡ്വൈസർ ഫോർ മി...' എന്ന് പറഞ്ഞിട്ട് രാജ് ചോദിച്ചു, 'യു.. മായ.....?'

'ഓറഞ്ച് ജ്യൂസ് ഫോർ മീ...' എന്ന് അവളും പറഞ്ഞു.

മെനുകാർഡ് നോക്കുമ്പോഴേയ്ക്കും അവരുടെ ഡ്രിങ്ക്സ് എത്തി.

'മായ... ഞാൻ ഒരു ഗ്രിൽഡ് സാൽമൺ വിത്ത് ബേക്കഡ് പൊട്ടാറ്റോ

സ് ഓർഡർ ചെയ്യാൻ പോവുകയാ..നിനക്കെന്താ വേണ്ടത്.....?' രാജ് ചോദിച്ചു.

'എനിക്ക് ഒരു ഗ്രിൽഡ് സീബാസ് വിത്ത് ലെമൺ റൈസ്...നമുക്ക് ഒരു കോണ്ടിനെന്റൽ സാലഡ് കൂടി വാങ്ങാം രാജ്.'

വെയ്റ്റർ വീണ്ടും വന്നപ്പോൾ അവർ ഓർഡർ പ്ലേസ് ചെയ്തു.

അവർ ചുറ്റും ഒന്ന് കണ്ണോടിച്ചു. എല്ലാവരുടെ മുഖങ്ങളിലും സന്തോഷവും പൊട്ടിച്ചിരികളും മാത്രം. അടുത്ത്, ഭാവ്യതയുള്ള ഒരു വെയ്റ്ററെപ്പോലെ ഉപചാരപൂർവ്വം അവരെ കാത്ത് നിൽക്കുന്ന കടൽ. പ്രകൃതി കനിഞ്ഞനുഗ്രഹിച്ച കാലാവസ്ഥ. ഇഷ്ടപ്പെട്ടവരുടെയും, ഇഷ്ടഭക്ഷണങ്ങളുടെയും,സുലഭ സാമീപ്യം.

മായ അവളുടെ കൈ കൊണ്ട് ഭർത്താവിന്റെ കൈയിൽ മൃദുവായി അമർത്തികൊണ്ട് പറഞ്ഞു, 'ഇറ്റ് ഈസ് സോ നൈസ് ടു ബി ഹിയർ, ഡിയർ.'

'ഐ നോ...' അയാളും രാഗാതുരനായി പ്രതിവചിച്ചു.

അപ്പോൾ അയാൾ മായയുടെ കണ്ണുകളിൽ കളിയാടിയ അനുരാഗ ഭാവങ്ങളുടെ പുതിയ തിരയിളക്കം കണ്ടു.

അൽപ്പസമയത്തിനുള്ളിൽ ആവി പറക്കുന്ന വിഭവങ്ങൾ അവരുടെ ടേബിളിൽ നിരന്നു.

ടേബിളിലിരുന്ന ഒലിവ് ഓയിൽ തൂവി അവർ തങ്ങളുടെ മത്സ്യ വിഭവങ്ങൾ ആസ്വദിച്ചു കഴിച്ചു.

'ദി ഫുഡ് ഈസ്, സോ നൈസ്...' രണ്ടുപേരും അഭിപ്രായപ്പെട്ടു.

അവർ പണവും ടിപ്പും പേ ചെയ്തിട്ട് അല്പസമയം കടൽ തീരത്തോട്ട് ചെന്നു.

കുളിർമ്മയുള്ള കടൽക്കാറ്റ്, പരസ്പരം കൈകോർത്തു നിന്ന, അവരെ തഴുകി കടന്നുപോയി. അപ്പോൾ ചെറിയ കടൽത്തിരകൾ തെറുത്തുകൊണ്ടുവന്ന പതഞ്ഞ തെളിവെള്ളം അവരുടെ പാദത്തോളം എത്തിയിട്ട് തിരികെപ്പോയി.

'മായാ... നമുക്ക് നാളെ ബോട്ടിൽ കയറി ഗോസ്സോ ഐലൻഡിൽ പോയി കറങ്ങാം. നാളെ കഴിഞ്ഞു അടുത്ത ദിവസം മുതൽ എല്ലാ ദിവസവും നമുക്ക് ഇവിടെ ബീച്ചിൽ ഇറങ്ങാം എന്താ.....?'

'യെസ്, അതുമതി. എന്നിട്ട് എനിക്ക് ഈ കടലിൽ മതിയാവോളം നീന്തിക്കുളിക്കണം.

ഇടയ്ക്ക് കരയിൽ കയറി സൺഡേ ബെഡിൽ കിടന്നു വെയിൽ കായണം.

ഇടവേളകളിൽ ഇവിടുന്നു ഭക്ഷണം. ഐ ആം ലവിങ് ഇറ്റ് രാജ്.....'

'മീ ടൂ മായാ....' പ്രേമപൂർവ്വം അവളെ ചേർത്തു പിടിച്ചുകൊണ്ടു അവൻ അവളോട് പറഞ്ഞു.

അവർ തിരികെ ഫ്ളാറ്റിലേയ്ക്ക് നടന്നു.

വൈകുന്നേരമായപ്പോൾ അവർ വലേറ്റ നഗരം ചുറ്റാൻ പോയി. കാഴചകൾ കണ്ട്, ഭക്ഷണവും കഴിച്ച്, ഫ്ളാറ്റിൽ തിരികെ എത്തിയപ്പോൾ രാത്രി പത്തുമണി കഴിഞ്ഞിരുന്നു.

രാജ്മോഹനും മായയ്ക്കും ഉല്ലാസത്തിന്റെ രാഗോന്മാദ നിമിഷങ്ങൾ ആവോളം സമ്മാനിച്ചുകൊണ്ട് മോഹാവേശത്തിന്റെ തിരകൾ ഉയർത്തി ആ രാത്രി കടന്നുപോയി.

അന്നത്തെ രാത്രി മുഴുവൻ ഉണർന്നിരുന്ന ചന്ദ്രനും പുലർച്ചെ മാനത്തുനിന്നും മറഞ്ഞു.

നേരം വെളുത്ത് എഴുന്നേറ്റപ്പോൾ കാണുന്നു, മായയുടെ ദേഹത്ത് അവിടവിടെ ചുവന്ന പാടുകളും തടിപ്പുകളും.

'ഇതെന്താണ്...... വല്ല ഫുഡ് അലർജിയുമാണോ.....?' മയക്കം വിടാതെ കിടന്ന രാജിനെ ഉൽകണ്ഠയോടെ വിളിച്ച് അവൾ ചോദിച്ചു.

'ദേ.. ഇതുകണ്ടോ.. എന്റെ ദേഹത്തെല്ലാം ചുവന്ന പാടുകൾ.. ചെറിയ ചൊറിച്ചിലുമുണ്ട്...'

അവൻ ബെഡ്ഡിൽ നിന്നും എഴുന്നേറ്റ് അവളുടെ ദേഹം പരിശോധിച്ചു.

ശരിയാണ് അവളുടെ ദേഹത്ത് അവൻ ഇന്നലെയൊന്നും കാണാഞ്ഞ പാടുകൾ.

'ഇന്നലെത്തെ ഫുഡിന്റെ അലർജി വല്ലതും ആയിരിക്കും. ഇവരൊക്കെ എന്തൊക്കെയാണ് ഫുഡിൽ ചേർക്കുന്നതെന്ന് ആർക്കറിയാം! ഏതായാലും ഇനി ആ റെസ്റ്റോറന്റ്കളിൽ പോകണ്ട.

ഞാൻ ഉടനെ ലാൻഡ് ലേഡിയെ വിളിക്കാം. നമുക്ക് ഒരു ഹോസ്പിറ്റലിൽ.'

അയാൾ സമാധാനിപ്പിച്ചു.

ബ്രേക് ഫാസ്റ്റ് കഴിഞ്ഞ് അവർ ലാൻഡ് ലേഡിയെ കൂട്ടി അടുത്തുള്ള ക്ലിനിക്കിൽ പോയി. പരിശോധനയ്ക്ക് ശേഷം ഇത് ഫുഡ് അലർജി ആണെന്ന് അവിടുത്തെ ഒരു വിദഗ്ധ ഡോക്ടർ അഭിപ്രായപ്പെട്ടു.

അതിനുള്ള ഒരു ഇൻജെക്ഷനും പിന്നീട് കഴിക്കാൻ ഗുളികകളും കൊടുത്തു.

അവർ തിരികെ ഫ്ളാറ്റിൽ എത്തി.

ബെഡ്റൂമിൽ നിന്ന് തുണി മാറുമ്പോൾ മായ രാജ്മോഹനോട് പറഞ്ഞു, 'ഇന്ന് നമുക്ക് ഗോസ്സോയിൽ പോകുമ്പോൾ കുറേക്കൂടി മുന്തിയ റെസ്റ്റോറന്റിൽ പോയാൽ മതി. ഇനി എനിക്ക് ഇങ്ങനെ ചൊറിയാൻ വയ്യ.'

'ഫുഡ് അലർജിക്ക് ഡോക്ടർ മരുന്ന് തന്നല്ലോ, നാളെ ശരിയാകും മായെ.' രാജ് സമാധാനിപ്പിച്ചു.

അന്ന് വൈകുന്നേരം റെസ്റ്റോറന്റിൽ പോയ അവർ സീ ഫുഡ് ഒന്നും കഴിച്ചില്ല. ദേഹത്ത് ചൊറിച്ചിൽ വന്നത് സീഫൂഡിന്റെ അലർജി കൊണ്ടാണ് എന്ന് കരുതി രണ്ടാളും ഒരോ ചിക്കൻ സാലഡ് വാങ്ങി കഴിച്ചു.

മായ തന്റെ കൈതണ്ടകളിലെ ചുവന്നു തടിച്ച പാടുകൾ തടവി നെടുവീർപ്പിട്ടുകൊണ്ടിരുന്നപ്പോൾ രാജ് വെയ്റ്റർ കൊണ്ടുവന്ന ബില്ല് സെറ്റിൽ ചെയ്യുന്ന തിരക്കിലായിരുന്നു. അവർ തിരികെ റൂമിൽ വന്നു. ഡ്രസ്സ് മാറി.

'മായേ, നമുക്ക് ലാപ്ടോപ്പിൽ ഒരു ഇംഗ്ലീഷ് മൂവി കണ്ടാലോ.' രാജോമോഹൻ ഭാര്യയെ നോക്കിച്ചോദിച്ചു.

'ഉറങ്ങാനിനിയും സമയമുണ്ടല്ലോ. ശരി കണ്ടുകളയാം.' അവൾ കഴുത്തിൽ കിടന്ന മാലയൂരി പെട്ടിയിൽ വച്ചുകൊണ്ട് പറഞ്ഞു.

നെറ്റ്ഫ്ളക്സ് ൽ നല്ല റിവ്യൂ കണ്ട Life of Pi എന്ന പടമാണ് രാജ് തെരഞ്ഞെടുത്തത്.

കപ്പലപകടത്തിൽ പെട്ട് ഒരു കടുവയുമായി ഒരു ബോട്ടിൽ പെട്ടുപോയ ചെറുപ്പക്കാരന്റെ കഥ.

അത്യന്തം ഉദ്വേഗജനകമായിരുന്ന ആ പടം തീർന്നപ്പോഴേയ്ക്കും ഉറക്കം അവരുടെ കൺകോണുകളിൽ അവരെ കാത്ത് നിൽപ്പുണ്ടായിരുന്നു.

'ഇന്ന് ദേഹം ചൊറിയാതെ ഉറങ്ങാൻ പറ്റുമല്ലോ അലർജിയ്ക്കുള്ള മരുന്ന് എടുത്തിട്ടുണ്ടല്ലോ' എന്ന് പറഞ്ഞ് അവർ രണ്ടാളും ചിരിച്ചുകൊണ്ട് ഉറങ്ങാൻ കിടന്നു.

രാവിലെ എഴുന്നേറ്റ് ഗോസോയ്ക്ക് പോകണ്ടേ എന്ന് പറഞ്ഞ് ചേർന്നു കിടന്നപ്പോൾ രാജിന്റെ കൈകൾ അവളുടെ അരയിൽ പറ്റി കിടന്നു. നാളെ നേരം വെളുക്കുമ്പോഴേയ്ക്കും

Dr. പറഞ്ഞപോലെ ഫുഡ് അലർജി കൊണ്ട് ഉണ്ടായ ചൊറിച്ചിലും പുകച്ചിലും മാറും എന്ന പ്രതീക്ഷയിൽ അവർ മിഴികളടച്ചു.

അരണ്ട വെളിച്ചത്തിൽ ബെഡിൽ കിടന്ന ദമ്പതികളുടെ ഈ സംഭാ

ഷണം കേട്ട്, അവർ കാണാതെ അവിടെ ഒളിച്ചിരുന്ന ചിലർ പരസ്പരം നോക്കി ഊറിച്ചിരിച്ചു. ചിരിയടക്കാൻ അവർ പാട്പെടുകയാണ്.

. 'ഡോക്ടർ പറഞ്ഞു ഫുഡ് അലർജിയാണെന്ന്', അവർ എങ്ങനെ ചിരിക്കാതിരിക്കും?

ആഫ്രിക്കയിൽ നിന്നും കഴിഞ്ഞ ആഴ്ച, മറ്റൊരു വിസിറ്ററിന്റെ കൂടെ, മാൾട്ടയിൽ എത്തിയവരാണ് അവിടെ പമ്മിയിരിക്കുന്നവർ.

ബെഡിന്റെ അടിയിൽ വിദഗ്ധമായി ഒളിച്ചിരിക്കുന്ന അവർ ഇനി മേൽ ആഫ്രിക്കക്കാരല്ല.

അൽപ്പം കഴിഞ്ഞാൽ അവർ ചിരിയടക്കി അവരുടെ ജോലി തുടങ്ങും, ദമ്പതികളുടെ ഹോളിഡേ കുളമാക്കുന്ന ജോലി.

'മാൾട്ടയിലെ മൂട്ടകൾ' എന്നാണവർ ഇനി മുതൽ അറിയപ്പെടുക.

○

മുത്തും ചിപ്പിയും

ലക്ഷ്മിക്കുട്ടി ഒന്നാം ക്ലാസ്സിൽ ചേരാൻ പോയപ്പോൾ, മറ്റ് കുട്ടികളെപ്പോലെ അവൾക്കും എല്ലാം പുതുമയായിരുന്നു. ഉടുപ്പും പാവാടയും സ്കൂളും കൂട്ടുകാരും എല്ലാം.

എന്നാൽ മറ്റുള്ളവരെപ്പോലെ അവളൊരു സാധാരണ കുട്ടിയായിരുന്നില്ലെന്നാരറിഞ്ഞു! കാലം അത് തെളിയിച്ചു കൊടുക്കാൻ വൈകി.

അമ്മ ജലജയാണ് യൂണിഫോം ഡ്രസ്സ് എല്ലാം അവൾക്ക് വാങ്ങിക്കൊടുത്തത്. അവർ എന്നും രാവിലെ അവൾക്ക് വേണ്ട ടിഫിൻ, വാട്ടർ ബോട്ടിൽ, ബാഗ് എല്ലാം ഒരുക്കി വയ്ക്കും.

വീട്ടിൽ നിന്നും,നിഴലും വെളിച്ചവും ഇടകലർന്ന ഇടവഴിയിലൂടെ അൽപ്പം നടന്നു ലക്ഷ്മിക്കുട്ടിയെ റോഡിൽ കൊണ്ടുപോയി മഞ്ഞനിറമുള്ള സ്കൂൾ ബസ്സിൽ കയറ്റി വിടുന്നത് അവളുടെ വല്യച്ചനാണ്.

അന്നേരം വല്യമ്മ അടുക്കളയിൽ ചുട്ടുകൊണ്ടിരിക്കുന്ന ചൂട് ദോശയുടെ കൊതിപ്പിക്കുന്ന മണം ആ വീട് മുഴുവൻ പരക്കും.

ലക്ഷ്മിക്കുട്ടിയുടെ അമ്മ ജലജയ്ക്ക് പഞ്ചായത്ത് ഓഫീസിൽ തിരക്കിട്ടു ജോലിയ്ക്ക് പോകേണ്ടത് കൊണ്ടാണ് വല്യച്ഛൻ കുട്ടിയെ ബസ്സിൽ കയറ്റി വിടാൻ പോകുന്നത്.

സ്കൂളിൽ ലക്ഷ്മിക്കുട്ടിയുടെ അടുത്ത കൂട്ടുകാരിയാണ് മഞ്ജു. രണ്ടുപേരും നല്ല വായാടികളാണ്.

'ക്ലാസ്സിൽ അവളുമായിട്ട് എപ്പോഴും വർത്തമാനം പറഞ്ഞുകൊണ്ടിരുന്നാൽ പഠിക്കാൻ നേരം ഉണ്ടാവില്ല കേട്ടോ.' എന്ന് ഓമന ടീച്ചർ ലക്ഷ്മിക്കുട്ടിയോട് പറയാറുണ്ട്.

ഒരു ദിവസം രാവിലെ അവൾ സ്കൂൾ ബസിൽ നിന്നിറങ്ങുമ്പോൾ അതാ മഞ്ജു വന്നിറങ്ങുന്നു ഒരു സ്കൂട്ടറിൽ. ഒരു അങ്കിൾ ആണത് ഓടിക്കുന്നത്.

മഞ്ജു ഓടി വന്ന് സ്കൂളിന്റെ കറുത്ത ഗേറ്റ് കടന്നു ലക്ഷ്മിക്കുട്ടിയുടെ അടുത്തു ചെന്നു.

ചിത്ര ശലഭങ്ങളെപ്പോലെ നിർമ്മലരായ രണ്ട് പെൺകുട്ടികൾ. ലോകത്തിന്റെ കാപട്യങ്ങളോ കന്മഷങ്ങളോ കലരാത്ത പ്രായം.

'മഞ്ജൂ, അതാരാ നിന്നെ സ്കൂട്ടറിൽ കൊണ്ടുവരുന്ന അങ്കിൾ?'കൂടെ നടന്നുകൊണ്ട് ലക്ഷ്മി ചോദിച്ചു.

'അതോ, അതാണെന്റെ അച്ഛൻ.' മഞ്ജു ചിരിച്ചു കൊണ്ടു പറഞ്ഞു.

അച്ഛൻ എന്ന നാമം കുറച്ചുനാളായി ലക്ഷ്മിയുടെ കുഞ്ഞു മനസ്സിനെ മഥിച്ചുകൊണ്ടിരിക്കുകയാണ്. ആ വാക്ക് കേട്ടപ്പോൾ അവളുടെ മുഖത്തു മ്ലാനത പരന്നു. അതിന് പിന്നിൽ ഉള്ളുനുറുങ്ങുന്ന നോവിന്റെ നിഴലുണ്ട്.

ലക്ഷ്മിയ്ക്ക് പിന്നെ ഒന്നും അവളോട് ചോദിക്കാൻ തോന്നിയില്ല.

അവളുടെ അമ്മ, ജലജ, മോൾക്ക് ഉത്തരം കൊടുക്കാത്ത ഒരു ചോദ്യമാണത്. ഇന്നാളും ഒരു ദിവസം അവൾ അമ്മയോട് ചോദിച്ചതാണ്,

'അമ്മേ, എന്റെ അച്ഛനെവിടെ, എനിക്ക് അച്ഛനില്ലേ?' എന്ന്. ഒരു ദിവസം സ്കൂളിൽ പോകാൻ ഉടുപ്പിട്ടുകൊണ്ടിരുന്നപ്പോഴായിരുന്നത്.

'മോളേ, പിന്നെ പറയാം, ഇപ്പോൾ നേരമില്ല, സ്കൂളിൽ പോകാൻ നേരം പോകില്ലേ.' എന്നാണ് അന്ന് അമ്മ പറഞ്ഞത്.

അങ്ങനെ പല പ്രാവശ്യമായി കുട്ടി ചോദിക്കുന്നുണ്ട് . ഇതുവരെ അമ്മ ഒരു ശരിയുത്തരം മകൾക്ക് കൊടുത്തിട്ടില്ല.

കുട്ടികൾ പലപ്പോഴും പലതിനെക്കുറിച്ചും സംശയം ചോദിച്ചുകൊണ്ടിരിക്കും. അവരുടെ പ്രായമതാണ്. സംശയങ്ങൾക്കെല്ലാം ഉടനേ ഉത്തരം കൊടുത്തില്ലേലും കുഴപ്പമില്ല. എന്നാൽ മോളുടെ ഈ ചോദ്യത്തിന് ഒരുനാൾ ഉത്തരം കൊടുത്തല്ലേ പറ്റൂ.

'മോളുടെ അച്ഛൻ ദൂരെ ഒരു സ്ഥലത്തു ജോലിയാണ്, ഒരു ദിവസം മോളുടെ അച്ഛൻ വരും.'

ഇങ്ങനെയാണ് കുഞ്ഞിനോട് മുത്തശ്ശനും മുത്തശ്ശിയും പറഞ്ഞിരിക്കുന്നത്.

കുട്ടി മുതിർന്നു വരുന്നതോടെ ഇത്തരം മുട്ടുശാന്തി ഉത്തരങ്ങൾ പോരാതായിരിക്കുന്നു.

ലക്ഷ്മിമോളോട് എങ്ങിനെയാണ് അവളുടെ അച്ഛനെക്കുറിച്ച് പറഞ്ഞു മനസ്സിലാക്കേണ്ടത് എന്ന് ജലജക്ക് നിശ്ചയമില്ല. മോൾക്ക് അറിവായി വരികയാണ്. അവൾക്ക് മനസ്സിലാകുന്നതുപോലെ ഇനി പറയാതിരിക്കാനും പറ്റില്ല.

വീടിന്റെ പൂമുഖത്ത് ജലജയുടെ ഭർത്താവ് സുദേവന്റെ ഒരു ഫോട്ടോ ഉണ്ടായിരുന്നു. ലക്ഷ്മിക്കുട്ടിയുടെ ദൃഷ്ടി ഉറയ്ക്കുന്നതിനു മുൻപേ

ജലജ ആ ഫോട്ടോ എടുത്ത് അവളുടെ പെട്ടിയിലേയ്ക്ക് മാറ്റി. മോൾക്ക് അറിവായി വരുമ്പോൾ ഭിത്തിയിൽ ആ പടം നോക്കി, 'അതാരാമ്മേ?' എന്ന് ചോദിച്ചാൽ?

അവൾക്ക് അന്നത് സഹിക്കുമായിരുന്നില്ല.

മോളുടെ അച്ഛൻ സുദേവൻ ആണത്, എന്നാൽ ഇന്ന് അച്ഛൻ ഭൂമിയിൽ ജീവിച്ചിരിപ്പില്ല എന്ന് കൊച്ചു കുഞ്ഞിനോട് എങ്ങിനെ പറയും? അതിന്റെ കുഞ്ഞു മനസ്സ് നോവില്ലേ. എന്നാൽ എങ്ങിനെ പറയാതിരിക്കും? ഇനി ഒരു നാൾ അവൾ ഇത് അറിയണ്ടേ.

എങ്കിലും ആ ഒരു നാൾ അവൾക്ക് കുറച്ച് അറിവായിട്ടു മതി. ഇതായിരുന്നു ജലജയുടെ തീരുമാനം.

ആറു വർഷങ്ങൾക്ക് മുൻപ് ജലജയെ പ്രസവത്തിന് അവളുടെ വീട്ടിൽ കൊണ്ടുപോയാക്കിയതാണ് സുദേവൻ. തന്റെ വെസ്പ സ്കൂട്ടറിൽ തിരികെ പോകുന്നവഴി എതിർദിശയിൽ ഓവർ ടേക്ക് ചെയ്ത് പാഞ്ഞു വന്ന ടിപ്പർ.

അതിന്റെ അടിയിൽപ്പെട്ടാണ് ആ ജീവൻ പൊലിഞ്ഞത്. അതോടെ ജീവിതത്തിന്റെ മുന്നിൽ പകച്ചുനിന്ന ജലജ ഇന്നും സമനില വീണ്ടെടുത്തു വരുന്നതേയുള്ളു.

എങ്ങിനെയാണ് ഈ ദുരന്തം കുഞ്ഞിനെ പറഞ്ഞു മനസ്സിലാക്കുക. ആത്മസംഘർഷത്താൽ ജലജയുടെ മനസ്സിൽ ഏറ്റ മുറിവ് ആജീവനാന്തം ഉണങ്ങാത്തതാണ്.

കതിർ മണ്ഡപത്തിൽ തുടങ്ങി ദീർഘസുമംഗലം പ്രതീക്ഷിച്ചു താലി കെട്ടിയവന്റെ കൈപിടിച്ച് അഗ്നിക്ക് ചുറ്റും വലം വച്ചവൾ. മുപ്പതു വയസ്സിൽ ഇത്രയും ദുരാനുഭവങ്ങളാണ് വിധി അവൾക്ക് സമ്മാനിച്ചത്.

ജലജയുടെ അമ്മയും അച്ഛനും അവൾക്ക് പുനർവിവാഹത്തിനു പല ആലോചനകൾ കൊണ്ടുവന്നതാണ്. പക്ഷേ, ഇനിയൊരു വിവാഹം വേണ്ട എന്നായിരുന്നു അവളുടെ നിലപാട്. ചൂടുവെള്ളത്തിൽ വീണ പൂച്ച തണുത്ത വെള്ളം കണ്ടാലും പേടിക്കും.

അവളെ കുറ്റം പറയാൻ പറ്റില്ല.

ലക്ഷ്മിക്കുട്ടി അന്ന് വൈകുന്നേരം സ്കൂളിൽ നിന്നും ഒരു കാര്യം മനസ്സിൽ ഉറപ്പിച്ചാണ് വീട്ടിൽ വന്നത്. സ്കൂളിലെ തിമിർപ്പുകൊണ്ടും ബാല്യസഹജവുമായ ഊർജ്ജസ്വലതകൊണ്ടും അവളുടെ മുഖം സന്ധ്യാംബരം പോലെ തുടുത്തിരുന്നു.

അവളുടെ യൂണിഫോം മാറ്റി ഉടുപ്പ് ഇട്ടുകൊടുത്തിട്ട് ജലജ കാപ്പിയും അവല് നനച്ചതും എടുത്ത് കൊണ്ട് വന്നപ്പോൾ മോള്

പറഞ്ഞു, 'അമ്മേ, ഇന്ന് ഞാൻ മഞ്ജുവിന്റെ അച്ഛനെ കണ്ടു. അച്ഛന്റെ സ്കൂട്ടറിലാണ് അവൾ സ്കൂളിൽ വരുന്നത്. എന്താ, എന്റെ അച്ഛനെവിടെ എന്ന് അമ്മ പറയാത്തത്?'

സുദേവനെക്കുറിച്ച് മകൾക്ക് പറഞ്ഞു കൊടുക്കാൻ ഈശ്വരൻ നിശ്ചയിച്ച സമയം ഇതായിരിക്കും. ജലജയ്ക്ക് തോന്നി. അവൾ ലക്ഷ്മിയെ അടുത്ത് ചേർത്ത് പിടിച്ചു അവളുടെ നെറുകയിൽ ഒരു മുത്തം കൊടുത്തിട്ടുപറഞ്ഞു, മോളുടെ അച്ഛൻ മോള് ഉണ്ടാകുന്നതിനു മുൻപേ സ്കൂട്ടറപകടത്തിൽ മരിച്ചു. ഈശ്വരൻ അച്ഛനെ സ്വർഗ്ഗത്തിലോട്ട് കൂട്ടിക്കൊണ്ടുപോയി. സ്വർഗ്ഗത്തിലിരുന്ന് മോളുടെ അച്ഛൻ നമ്മളെ കാണുന്നുണ്ട്. ഇവിടെ മോൾക്ക് അമ്മയും മുത്തച്ഛനും വല്യമ്മയും ഉണ്ടല്ലോ. വാ,ഇതുകണ്ടോ. ഇതാണ് അച്ഛന്റെ പടം.

അവൾ ചെന്ന് പെട്ടി തുറന്നു. സുദേവന്റെ ഫോട്ടോ എടുത്ത് തുടച്ചിട്ട് മോളേ കാണിച്ചു കൊടുത്തു.

'മോളേ കണ്ടാൽ അച്ഛനെപ്പോലിരിക്കുന്നു കണ്ടോ.' അവൾ പറഞ്ഞു.

ലക്ഷ്മിക്കുട്ടി ആ ഫോട്ടോയിൽ കയ്യോടിച്ച് അച്ഛനെ നോക്കി. ഇളം മനസ്സിൽ ഒരു നിർവികാരത പടർന്നു.

ഫോട്ടോ അല്ലാതെ അച്ഛനെ കാണാൻ പറ്റുകയില്ലല്ലോ.

'വാ, നമുക്ക് മോളുടെ അച്ഛന്റെ പടം പൂമുഖത്ത് ഭിത്തിയിൽ തൂക്കിയിടാം. ഇനി എന്നും മോൾക്ക് അച്ഛനെ കാണാവല്ലോ.'

അവൾ മോളെയും കൂട്ടിക്കൊണ്ട് പോയി സുദേവന്റെ ഫോട്ടോ പൂമുഖത്ത് മുൻപ് തൂക്കിയിരുന്ന അതേ സ്ഥലത്തു തൂക്കിയിട്ടു.

ഇതു കണ്ട് അവിടെ വർത്തമാനം പറഞ്ഞു കൊണ്ടിരുന്ന വല്യച്ഛനും വല്യമ്മയും മുഖത്തോട് മുഖം നോക്കി നിശ്വസിച്ചു.ആ നിശ്വാസം കുറച്ചൊരു ആശ്വാസത്തിന്റെ ബഹിർഗമനം കൂടി ആയിരുന്നു.

പിറ്റേ ദിവസം രാവിലെ ജലജ മുറ്റത്തെ അയയിൽ, അലക്കി പിഴിഞ്ഞ തുണികൾ വിരിച്ചുകൊണ്ടിരുന്നപ്പോഴാണ് അയൽപക്കത്തെ ഭാഗീരഥി അവിടേയ്ക്ക് കയറി വന്നത്.

'മോളേ, എന്തുണ്ട് വിശേഷങ്ങൾ ?'

'അല്ല, ഭാഗീരഥി ചേച്ചി വീട്ടിൽ പോയിട്ട് എന്ന് വന്നു?' ജലജ കയ്യിൽ ഇരുന്ന തുണി നിവർത്തി കുടഞ്ഞുകൊണ്ട് ചോദിച്ചു.

'ഇന്നലെ വന്നു മോളേ. കുറെ നാളുകൂടി അച്ഛനേം അമ്മേം കാണാൻ പോയതാ. ഇവിടെ നിന്നും ഒരാഴ്ചയിൽ കൂടുതൽ മാറി നിൽക്കാൻ പറ്റുമോ? കെട്ടിച്ചുവിട്ട, പെൺമക്കളുടെ അവസ്ഥ അതല്ലെ.'

അവർ പറഞ്ഞു.

'ഞാൻ മോളുടെ അമ്മേം അച്ഛനേം ഒന്ന് കാണട്ടെ.' എന്നും പറഞ്ഞു ഭാഗീരഥി മുറ്റത്തുനിന്നും ജലജയുടെ വീട്ടിലോട്ട് കയറി.

അകത്തു അടുക്കളയിൽ തയ്യാറായിക്കൊണ്ടിരുന്ന അവിയലിന്റെ സുന്ദര ഗന്ധം ഭാഗീരഥിയുടെ രുചി മുകുളങ്ങളെ ഉണർത്തി.

അന്ന് സന്ധ്യയോടുകൂടി പെയ്ത വേനൽ മഴയിൽ തപിച്ചുകിടന്ന ഭൂമിയുടെ മനം തണുത്തു. ഉയർന്ന് പൊങ്ങിയ നീരാവി വീണ്ടും മേഘങ്ങളാകാൻ കൊതിച്ചു.

രാത്രിയായപ്പോൾ ജലജ ലക്ഷ്മിമോൾക്ക് അത്താഴം കൊടുത്ത് ഉറങ്ങാൻ കിടത്തി. ഊണുമേശയ്ക്ക് ചുറ്റുമിരുന്ന് അവർ ചോറും സാമ്പാറും, പപ്പടവും കൂട്ടി കഴിച്ചുകൊണ്ടിരുന്നപ്പോൾ ജലജയുടെ അമ്മയാണത് പറഞ്ഞത്.

'മോളേ ജലജേ,നേരത്തെ ഇവിടെ വന്ന ഭാഗീരഥി ഞങ്ങളോട് ഒരു കാര്യം പറഞ്ഞു. കേട്ടപ്പോൾ നല്ലതാണ് എന്ന് എനിക്കും അച്ഛനും തോന്നി.'

'എന്താണമ്മേ.' പാത്രത്തിൽ നിന്നും ദൃഷ്ട്ടി ഉയർത്തിക്കൊണ്ട് ജലജ ചോദിച്ചു.

'അവര് നിനക്കൊരു രണ്ടാം വിവാഹലോചന പറഞ്ഞു. അവൾ വീട്ടിൽ പോയപ്പോൾ അറിഞ്ഞതാണ്. ഭാഗീരഥിയുടെ നാട്ടുകാരൻ ഒരാളുണ്ടത്രേ, സോമൻ എന്നാണ് പേര്. അഞ്ചാറ് വർഷം മുൻപ് അയാളുടെ ഭാര്യ മരിച്ചു പോയതാണ്. നമുക്ക് ആലോചിക്കാം. നീ ഇനീം തടസ്സം ഒന്നും പറയരുത്. ഞങ്ങൾക്കും വയസ്സായി വരികയല്ലേ. ഞങ്ങൾ സോമന്റെ വീട്ടുകാരോട് അടുത്ത ഞായറാഴ്ച ഇങ്ങോട്ട് വരാൻ പറഞ്ഞിട്ടുണ്ട്.

അമ്മ പറഞ്ഞത് കേട്ടിട്ട് എന്തുകൊണ്ടോ ജലജയ്ക്ക് എതിരൊന്നും പറയാൻ തോന്നിയില്ല.

ഊണ് കഴിഞ്ഞു പാത്രം കഴുകിക്കൊണ്ടിരുന്നപ്പോൾ അവൾ സ്വയം അത്ഭുതപ്പെട്ടു. ആലോചനകൾ വന്നാൽ എതിര് പറഞ്ഞു കൊണ്ടിരുന്ന തനിക്ക് എന്താണ് പറ്റിയത്?

അമ്മയോട് ഇക്കുറി എതിര് പറയാതിരിക്കാൻ ആരാണ് തന്നെ പ്രേരിപ്പിക്കുന്നത്? ഒരു വേള, സുദേവൻ തന്നെയായിരിക്കുമോ?

നീ ഒറ്റയ്ക്ക് അനുഭവിച്ചത് മതി എന്നാവുമോ?

ഓരോന്നാലോചിച്ചു അന്നുരാത്രി അവൾക്ക് ഉറക്കാം വരാൻ വൈകി.

ഞായറാഴ്ച്ചയായി. അന്ന് ഉച്ചകഴിഞ്ഞു പെരിങ്ങോട്ടുകരയിൽ നിന്നും ജലജയെ കാണാൻ വന്നത് ചെറുക്കൻ സോമനും അച്ഛൻ രാജശേഖ

രനും ആണ്.

അവർ അവളുടെ വീടിന്റെ പൂമുഖത്തിരുന്നു ജലജ കൊണ്ടുപോയി കൊടുത്ത ബ്രൂ കാപ്പികുടിച്ചുകൊണ്ടിരിക്കുകയാണ്.

സോമന്റെ ഭാര്യ സുമ മരിച്ചിട്ടു ആറു വർഷമായി. ആദ്യ പ്രസവത്തിൽ അമ്മയും കുഞ്ഞും മരണപ്പെടുകയാണുണ്ടായത്. ഒരു രണ്ടാം വിവാഹത്തിന് സോമന്റെ മനസ്സ് പാകപ്പെട്ട് വരുന്നതേയുള്ളു.ജലജയും സോമനും പ്രായം കൊണ്ടും കാഴചയിലും ചേരുന്നുണ്ട്. ജലജയുടെ അമ്മയും അച്ഛനും മനസ്സുകൊണ്ട് ഒരേപോലെ വിലയിരുത്തി.

സ്കൂളിൽ പോയിട്ടുവന്ന ലക്ഷ്മിക്കുട്ടി കണ്ടത് വീട്ടിൽ രണ്ട് ആളുകൾ കാപ്പികുടിച്ചു കൊണ്ടു സംസാരിച്ചിരിക്കുന്നതാണ്.

അവൾ വീട്ടിലേയ്ക്ക് കയറി വന്നപ്പോൾ മുത്തച്ഛൻ പറഞ്ഞു.

'ഇതാണ് മോള്, പേര് ലക്ഷ്മിക്കുട്ടി.'

മോളുടെ പേര് കേട്ടപ്പോൾ സോമന്റെ മനസ്സിൽകൂടി ഒരു മിന്നൽ പിണർ കടന്നുപോയി.

ലക്ഷ്മിക്കുട്ടി.

അയാളും ഭാര്യ സുമയും ആദ്യജാതയ്ക്ക് ഇടാൻ കരുതിയിരുന്ന അതേ പേര്. മോൾ ഉണ്ടായിരുന്നെങ്കിൽ ഇത്രയും കണ്ടേനെ.

'മോളിങ്ങു വന്നേ, അങ്കിളിനെ അറിയുമോ?'

സോമൻ മോളേ അടുത്തേയ്ക്ക് വിളിച്ച് ചേർത്തു നിർത്തി. അവൾ നിഷ്കളങ്കമായ ലജ്ജയിൽ ചെറുതായി അനങ്ങിക്കൊണ്ട് അയാളുടെ അടുത്ത് നിന്നു. തല ചെരിച്ചു നിന്ന് അവൾ കാര്യമറിയാതെ, അമ്മയെ നോക്കികൊണ്ടിരുന്നു.

ഇതുവരെ അനുഭവിക്കാത്ത അജ്ഞാത സുരക്ഷിതത്വം ആ കുഞ്ഞിനെ വലയം ചെയ്തു.

'ഈ മാസം പതിനാറാം തിയതി ലക്ഷ്മി മോളുടെ ബർത്ത് ഡേ ആണ്, ആറു വയസ്സാകും.' വല്യമ്മ ചിരിച്ചുകൊണ്ട് പറഞ്ഞു.

അപ്പോൾ ഇവൾ ജനിച്ചത് 2014 ഡിസംബർ പതിനാറിന്? മനസ്സിൽ കണക്കുകൂട്ടിയ സോമൻ വീണ്ടും ഞെട്ടി. തന്റെ ഭാര്യ പ്രസവത്തിൽ മരിച്ച അതേ ദിവസമാണല്ലോ അത്. അന്നാണ് ഇവൾ ജനിച്ചതെന്നോ? എന്തൊരാശ്ചര്യം !

അയാളുടെ ഹൃദയം തുടിച്ചു. എന്തൊരു മായയാണിത് ?

ഇത് അവൾ തന്നെയല്ലേ. എനിക്ക് ജനിക്കേണ്ട എന്റെ ലക്ഷ്മിമോൾ. അയാളുടെ മനസ്സ് പറയുകയാണ്. അവളെ എനിക്ക് ഈശ്വരൻ കൊണ്ടുതന്നിരിക്കുന്നു.

സോമൻ പോക്കറ്റിൽ കരുതിയിരുന്ന മഞ്ച് ചോക്ലേറ്റ് മോളുടെ കൈയിൽ കൊടുത്തിട്ടു അവളെ തന്നോട് ഒന്നുകൂടി ചേർത്ത് പിടിച്ചു. കുട്ടിയുടെ മൂർദ്ധാവിൽ ചുംബിച്ചു, ജലജയെ ഒളികണ്ണിട്ടുനോക്കിക്കൊണ്ട് പറഞ്ഞു, 'ഇത് ഞാൻ മോൾക്ക് വേണ്ടി കൊണ്ടുവന്നതാ.'

കളഞ്ഞുപോയ വിലപിടിപ്പുള്ളതെന്തോ തിരിച്ചുകിട്ടിയ ആഹ്ലാദമായിരുന്നയാളുടെ മുഖത്ത് അപ്പോൾ.

○

കഥയറിയാതെ

'ദാ ഒരാൾ കാത്തുനിൽപ്പുണ്ട്.ഡോക്ടറെ കാണാൻ. ഒരു സദാശിവൻ. കുറച്ചു നേരമായി റിസെപ്ഷനിൽ വന്നിട്ട്. പേഷ്യന്റ് അല്ല. അതുകൊണ്ടാണ് ഞാൻ കുറച്ച് വെയിറ്റ് ചെയ്യാൻ അയാളോട് പറഞ്ഞത്.

Dr.ജോൺ വർഗീസിന്റെ ക്ലിനിക്കിലെ നേഴ്സ് നിർമ്മല രാജൻ, കോൺസൽടിങ് റൂമിന്റെ വാതിൽ പകുതി തുറന്നു പിടിച്ച് അകത്തേയ്ക്ക് നോക്കിക്കൊണ്ട് ഡോക്ടറോട് പറഞ്ഞു.

'എന്നെക്കാണാനോ ? അകത്തോട്ടു വരാൻ പറയൂ.'

ആരായിരിക്കും ഈ സദാശിവൻ എന്നാലോചിച്ചുകൊണ്ട് ഡോക്ടർ ജോൺ പറഞ്ഞു.

മധ്യവസ്കനായ ആഗതൻ കൺസൽടിങ് റൂമിലേക്ക് കടന്ന് ഡോക്ടറുടെ മേശയുടെ അടുത്തേയ്ക്ക് വന്നു.

പച്ചനിറമുള്ള വിരിയിട്ട ആ മേശപ്പുറത്തു ഒരുസൈഡിൽ ചില മെഡിക്കൽ ഗ്രന്ഥങ്ങൾ ഇരിപ്പുണ്ട്. അതിനോട് ചേർന്ന് സിൽവർ നിറമുള്ള പെൻഹോൾഡർ . അടുത്ത് തന്നേ ഒരു ടേബിൾ കലണ്ടർ. വലതു സൈഡിൽ ഫ്ളവർവാസിൽ കടും നിറത്തിലുള്ള പൂക്കൾ വച്ചിരിക്കുന്നു. അതിനു താഴെ ചുവന്ന നിറമുള്ള ഒരു ഫാൻസി ഫോണും കാണാം.

ഡോക്ടറുടെ കസേരയ്ക്ക് മുകളിൽ ഭിത്തിയിൽ മനുഷ്യരൂപത്തിന്റെ അനാട്ടമി അടയാളപ്പെടുത്തിയ ഒരു വലിയ കളർ പിക്ചർ ഫ്രെമിൽ തൂങ്ങുന്നുണ്ട്.

വൃത്തിയുള്ള ആ റൂമിലേയ്ക്ക് കയറിയ ഉടനെ ഇതെല്ലാം സദാശിവന്റെ കണ്ണിൽപ്പെട്ടു എങ്കിലും ഒന്നിലും അയാളുടെ ദൃഷ്ടി ഉറച്ചില്ല. കാരണം അയാളുടെ മനസ്സ് പ്രക്ഷുബ്ധമാണ്.

ശരീരഭാഷ കണ്ടിട്ട് അയാൾക്ക് ഡോക്ടറെക്കൊണ്ട് എന്തോ സാധിക്കാനുണ്ട് എന്ന് തോന്നുന്നു.

'സദാശിവനാണല്ലേ?'

മുൻപ് കണ്ടിട്ടില്ലല്ലോ. ഇരിക്കണം. കസേര കാണിച്ചിട്ട് ഡോക്ടർ ത

ന്റെ കഴുത്തിൽ കിടന്നിരുന്ന സ്തേതസ്കോപ്പ് എടുത്ത് മേശപ്പുറത്തു വച്ചു.

'ഡോക്ടർ, കോളനീലെ ജാനകി ചേച്ചിയെ അറിയുവല്ലോ അല്ലേ ?' അയാൾ കസേരയിലേയ്ക്ക് ഇരുന്നുകൊണ്ട് ചോദിച്ചു.

'പിന്നെ കോളനിയിൽ താമസിക്കുന്ന ജാനകിയല്ലേ. എന്റെ വീട്ടിൽ അവർ വളരെ നാൾ ജോലി ചെയ്തിട്ടുണ്ട്. നല്ല സ്ത്രീ ആണ്. പ്രായമായപ്പോൾ കുറെ നാളായി ജോലി നിർത്തി എന്നേയുള്ളു.'

'അവർക്ക് ഒരു മകനല്ലേയുള്ളൂ. അശോകൻ. അപ്പോൾ നിങ്ങൾ സദാശിവൻ ജാനകിയുടെ ആരാണ്, സഹോദരനോ മറ്റോ ആണോ ?'

'ഡോക്ടറെ ഞാൻ അവരുടെ അയൽ വാസിയാണ്. സാറിന് ജാനകി ച്ചേച്ചിയെ നല്ലതുപോലെ അറിയാം എന്ന് എനിക്കറിയാം. അതുകൊണ്ടാണ് ഞാൻ ഇവിടെ വന്നത്. ഡോക്ടർ വിചാരിച്ചാൽ അവരെ ഒന്ന് സഹായിക്കാൻ പറ്റിയേക്കും.'

'ശരി. വന്ന കാര്യം പറഞ്ഞില്ല. ഇപ്പോൾ എനിക്ക് പേഷ്യന്റ് ഇല്ല എന്നാലും ആരെങ്കിലും പേഷ്യന്റ് ഇനിയും വന്നാൽ വീണ്ടും തിരക്കാവും. നിങ്ങൾ കുറച്ചു നേരമായി എന്നെ കാണാൻ കാത്തുനിൽക്കുന്നു എന്ന് കേട്ടതുകൊണ്ടാണ് ഞാൻ വിളിപ്പിച്ചത്. അതുകൊണ്ട് പറഞ്ഞോളൂ നിങ്ങൾ വന്ന കാര്യം?'

സദാശിവൻ അപ്പോൾ തന്റെ രണ്ട് കൈകളും നെഞ്ചിൽ ചേർത്തുവച്ച് ശബ്ദം താഴ്ത്തികൊണ്ട് പറഞ്ഞു.

'അത് ഡോക്ടറെ, ജാനകിച്ചേച്ചി മരിച്ചുപോയി, കുറച്ചു മുൻപ്.'

'ങ്ഹേ നേരോ? എന്തു പറ്റി?'

'രാവിലെ അവര് ഒരു പരവേശം പോലെ കാണിച്ചു. മുറ്റത്തോട്ടു വീഴുന്നതുകണ്ടുകൊണ്ടാ എന്റെ ഭാര്യയും പിള്ളേരും അങ്ങോട്ട് ഓടിച്ചെന്നത്. അപ്പോഴേ ചേച്ചീടെ ബോധം പോയി. ഞാൻ ഉടനെ അടുത്ത വീട്ടിലെ സന്തോഷിന്റെ ഓട്ടോയിൽ കേറ്റി ഹെൽത്ത് സെന്ററിൽ കൊണ്ടുപോയി. അവിടെ ചെന്നപ്പോഴേയ്ക്കും ജീവൻ പോയിരുന്നു. അവിടുത്തെ ഡോക്ടർ പറഞ്ഞത് ഹാർട്ട് അറ്റാക്ക് ആയിരുന്നു എന്നാണ്.'

'ഹോ, വലിയ കഷ്ടമായിപ്പോയല്ലോ. എപ്പോഴാ അടക്കം? ഞാൻ അങ്ങോട്ട് വരുന്നുണ്ട്. 'ഡോക്ടർ ആ സ്ത്രീയെ സ്മരിച്ചു കൊണ്ടു ദീർഘനിശ്വാസം ഉതിർത്തു.

'ഡോക്ടറെ പക്ഷെ ഒരു പ്രശ്നം ഉണ്ടല്ലോ. ജാനകി ചേച്ചിയുടെ മകൻ അശോകൻ ബോംബയിലെങ്ങാണ്ട് ആണല്ലോ. അവനെ ഉടനെ വിവരം അറിയിച്ചിട്ട് അവൻ വന്നിട്ടു വേണ്ടേ കർമ്മങ്ങൾ ഒക്കെ ചെ

യ്യാൻ. അവന്റെ വിവരങ്ങൾ അറിയാതായിട്ട് അഞ്ചാറു മാസങ്ങൾ ആയല്ലോ ഡോക്ടറെ. കത്തുമില്ല, ഫോൺ വിളിയുമില്ല. മാസം തോറും അവൻ അമ്മയ്ക്ക് അയച്ചുകൊണ്ടിരുന്ന പണം മാത്രം മുടക്കിയിട്ടില്ല ഇതുവരെ. ഒരു ദിവസം അതും മുടങ്ങും എന്ന് ജാനകിച്ചേച്ചി പറയുവാരുന്നു. വിധവയായ അവര് വല്ലവരുടെയും വീട്ടുജോലി ചെയ്ത് വളർത്തിയതല്ലേ ഇവനെ. മക്കൾ ഇങ്ങനെ തുടങ്ങിയാൽ എന്തു ചെയ്യും? ഞങ്ങൾ ആലോചിച്ചു നോക്കിയിട്ട് ഡോക്ടർ മനസ്സുവച്ചാൽ അവനെ ഈ മരണവിവരം അറിയിക്കാൻ വല്ല മാർഗ്ഗവും ഉണ്ടാകും. ഈ പ്രതീക്ഷയിലാണ് ഞാൻ ഡോക്ടറെ കാണാൻ വന്നത്. അശോകൻ വേണ്ടേ ചിതയ്ക്ക് കൊള്ളി വയ്ക്കാൻ.

സദാശിവൻ ഒരുമിനിറ്റ്, എന്ന് പറഞ്ഞിട്ട് ഡോക്ടർ ജോൺ, നേഴ്സ് നിർമ്മലയെ ഇന്റർകോമിൽ കണക്ട് ചെയ്തു.

'ഹലോ, നിർമ്മലെ, ഇന്നിനി വരുന്ന പേഷ്യന്റ്സിന്റെ അപ്പോയ്ന്റ്മെന്റ് Dr.സഹദേവന് ഡൈവേർട്ട് ചെയ്തേരെ. എനിക്കൊന്നു പുറത്ത് പോകണം.'

'ശരി ഡോക്ടർ.' എന്ന് പറഞ്ഞു റിസെപ്ഷനിൽ ഇരുന്ന നിർമ്മല റിസിവർ താഴെ വച്ചു.

ഡോക്ടർ തന്റെ സീറ്റിലേയ്ക്ക് ചാഞ്ഞിരുന്നു. എന്നിട്ട് സദാശിവനോടായി പറഞ്ഞു തുടങ്ങി.

'ഞാൻ നേരത്തെ പറഞ്ഞാരുന്നല്ലോ ജാനകി ഞങ്ങളുടെ വീട്ടിൽ സഹായത്തിനായി കുറെ വർഷങ്ങൾ ജോലിക്ക് നിന്നിരുന്നു എന്ന്. അതുകൊണ്ട് അവരുടെ മകൻ അശോകനെയും കുട്ടിയായിരിക്കുമ്പോൾ മുതൽ അറിയാം. അവനെ ജോലിയ്ക്കു വേണ്ടി ബോംബയിൽ ആക്കിയത് ഡോക്ടർ ആണെന്നാണല്ലോ ജാനകിച്ചേച്ചി പറഞ്ഞു കേട്ടിട്ടുള്ളത്.

'അതേ. ശരിയാണ്. അവൻ പത്താം ക്ലാസ്സ് പലതവണ തോറ്റപ്പോൾ അവനു ബോംബയിൽ ഉള്ള എന്റെ സഹോദരി സുശീലവഴി അവിടെ എന്തെങ്കിലും ജോലി മേടിച്ചു കൊടുക്കാമോ എന്ന് ജാനകി ഞങ്ങളോട് ചോദിച്ചിരുന്നു.'

അങ്ങിനെയാണോ ഡോക്ടർ അവൻ ബോംബെക്ക് പോയത് ?

'അതേ, രണ്ടു കൊല്ലം മുൻപാണത്. എന്റെ സഹോദരിയും ഭർത്താവും നാട്ടിൽ വന്നപ്പോഴാണ് അശോകന്റെ കാര്യം ഞാൻ എന്റെ സഹോദരി സുശീലയോട് പറഞ്ഞത്. അവർ രണ്ടാളും ബോംബെ താർദേവ് ൽ ഇൻകം ടാക്സ് ഓഫീസിൽ ജോലിയാണ്. ജാനകി ഞങ്ങൾക്ക് വലിയ സഹായം ആയിരുന്നതുകൊണ്ട് പ്രത്യുപകാരമായി സുശീല അ

വനെ ബോംബെക്ക് കൊണ്ടുപോകാൻ സമ്മതിച്ചു. മകന് ഒരു ജോലിയായാൽ വയസ്സായി വരുന്ന ജാനകിക്കും ഒരു സഹായമാകുമല്ലോ എന്നു കരുതി.

'എന്നിട്ട് അശോകന് ഉടനെ അവിടെ ജോലി കിട്ടിയോ ഡോക്ടറെ?'

'ഇല്ല. കുറെ നാൾ അവൻ അവരുടെ വീട്ടിൽ സഹായി ആയി നിന്നു. അതിന് ഒരു മാസശമ്പളം അവർ അവന് കൊടുത്തിരുന്നു. കുറെ ഹിന്ദി ഒക്കെ പഠിച്ചു കഴിഞ്ഞപ്പോൾ അവനെ അവർ ഡ്രൈവിംഗ് പഠിപ്പിച്ചു. അതിന് ശേഷം ഒരു ചെറിയ കമ്പനിയിൽ ഡ്രൈവർ ആയി ജോലിക്ക് കയറ്റുകയും ചെയ്തു. അക്കാലത്തു അവൻ അമ്മയ്ക്ക് മുടങ്ങാതെ ഫോൺ വിളിക്കുകയും പൈസ അയക്കുകയും ഒക്കെ ചെയ്തിരുന്നു.രണ്ടാളും ഹാപ്പിയുമായിരുന്നു.

'അതേ, ജാനകി ചേച്ചി പറഞ്ഞത് അഞ്ചാറ് മാസമേ ആയുള്ളൂ അശോകന്റെ വിളി മുടങ്ങിയിട്ട്, പൈസ അയക്കുന്നത് മാത്രം അവൻ മുടക്കിയില്ല എന്ന്. മകൻ കൈവിട്ടു പോയെന്നും അവനെപ്പറ്റി ഇപ്പോൾ ജോൺ ഡോക്ടർക്കും വിവരമില്ല എന്ന് പറഞ്ഞു ഇന്നാളൊരിക്കൽ ജാനകി ചേച്ചി കണ്ണീർ വാർത്തത് എന്റെയും ഭാര്യയുടെയും മുൻപിൽ വച്ചാണ് ഡോക്ടർ. പെറ്റ തള്ളയ്ക്ക് മകന്റെ സ്വരം കേക്കാൻ ആഗ്രഹം ഉണ്ട് എന്ന് ഇവനൊക്കെ അറിയാമ്മേലാതെ പോയല്ലോ. ബോംബെപ്പട്ടണം കണ്ടതോടെ നന്ദികെട്ടവൻ ചുവട് മറന്നുപോയി. സദാശിവൻ തന്റെ അതൃപ്തി മറച്ചുവച്ചില്ല.

അശോകനെ ഓർത്ത് ഡോക്ടറുടെ മനസ്സും അസ്വസ്ഥമായി. അയാൾ പറഞ്ഞു.

'സദാശിവാ ഈ സാഹചര്യത്തിൽ ഇനി നിങ്ങളോട് എനിക്ക് സത്യം പറയാതെ വയ്യ. നിങ്ങൾ അവനെ കാക്കണ്ട. അവൻ ഇങ്ങോട്ട് വരില്ല.'

'എന്ത് ഡോക്ടർ, അവൻ വരില്ലെന്നോ? അപ്പോൾ അവൻ എവിടെയുണ്ട് എന്ന് നിങ്ങൾക്ക് അറിയാം അല്ലേ? എന്നിട്ട് അവൻ ഇപ്പോൾ എവിടാണെന്ന് അറിയില്ലെന്ന് ജാനാകിച്ചേച്ചിയോട് കള്ളം പറഞ്ഞത്?'

സദാശിവന് വിശ്വസിക്കാൻ കഴിയുന്നില്ല. ആ സ്ത്രീ എത്ര കഷ്ടപ്പെട്ടു വളർത്തിയതാണ് അശോകനെ. ഗുരുത്വദോഷി, അവനു ഗുണം പിടിക്കില്ല. ഈ കൊള്ളരുതായ്മയ്ക്ക് ഡോക്ടറും കുടപിടിക്കുന്നത് എന്തിനാണ്? നിങ്ങൾക്ക് അവനെ ഒന്നുപദേശിച്ചുകൂടെ ? ഡോക്ടറെ നിങ്ങൾക്കുമില്ലേ മക്കൾ? അവർ നിങ്ങളോട് ഇങ്ങനെ കാണിച്ചാൽ ? മാതാപിതാക്കളെ നോക്കാത്ത മക്കൾ.

ഇതിപ്പോൾ ഒറ്റപ്പെട്ട സംഭവമൊന്നുമല്ല എന്നു പറയാം. എന്നാലും ഇതൊക്കെ കണ്മുൻപിൽ കാണുമ്പോളല്ലേ അതിന്റെ തീവ്രത നമ്മൾ അറിയുന്നത്. എന്നാലും നിങ്ങളെപ്പോലെ വിവരം ഉള്ളവർ ഇതിനു കൂട്ടു നിന്നല്ലോ.

ഇനി ഇരുന്നിട്ട് കാര്യമില്ലെന്നു തോന്നിയ സദാശിവൻ എഴുന്നേൽക്കാൻ ഭാവിച്ചപ്പോൾ ഡോക്ടർ പറഞ്ഞു.

'നിങ്ങൾ ഇരിക്കണം.'

ഞാൻ പറഞ്ഞു കഴിഞ്ഞില്ല.

'അശോകൻ അഞ്ചാറ് മാസം മുൻപ് വരെ അമ്മയെ ഫോൺ വിളിക്കുകയും ഒക്കെ ചെയ്തിരുന്നു എന്നല്ലേ പറഞ്ഞത്.'

'അതെ, ആ തള്ളേ വിളിക്കുകയും പറയുകയും ചെയ്യാത്തവന്റെ പണം കൊണ്ട് മാത്രം എന്ത് ഗുണം ഡോക്ടർ.'

'സദാശിവാ, നിങ്ങളുടെ വികാരം എനിക്ക് മനസ്സിലാകും. എന്നാൽ അശോകനിപ്പോൾ ബോംബയിൽ ഇല്ല. എവിടെയാണെന്ന് പറയാനും എനിക്ക് അറിയില്ല.'

'ങ്ഹാ ഹാ, അപ്പോൾ അവൻ അവിടുന്നും കടന്നോ ഡോക്ടറെ?'

'ങ്ഹാ, അവൻ അവിടുന്നും പോയി.'

'അവൻ കഴിഞ്ഞ മാർച്ചുമാസം പത്താം തിയതി ഉച്ചകഴിഞ്ഞ് ചെമ്പൂർ നിന്ന് വി.ടി.യ്ക്ക് പോകാൻ രണ്ട് കൂട്ടുകാരുമൊത്തു റെയിൽവേ സ്റ്റേഷനിൽ എത്തിയതാണ്.'

'എന്നിട്ട്, എന്നിട്ടവൻ എങ്ങോട്ട് പോയി?'

'പ്ലാറ്റ്ഫോമിൽ നിന്നും ഓടി തുടങ്ങിയ ഇലക്ട്രിക് ട്രെയിനിൽ അവനും കൂട്ടുകാരും ഓടിച്ചെന്ന് കയറി. പക്ഷേ ചാടി കയറിയ അശോകന് മാത്രം കമ്പിയിൽ പിടുത്തം കിട്ടിയില്ല. അവൻ പുറകോട്ട് മറിഞ്ഞു ട്രെയ്നിന്റെ അടിയിൽ പെട്ട് പോയി. ബോംബയിൽ ഇതുപോലെ ഉള്ള മരണങ്ങൾ സാധാരണമാണ്.എന്റെ സഹോദരിയാണ് അന്ന് എന്നെ വിളിച്ച് ഈ ദുഃഖവാർത്ത അറിയിച്ചത്.'

അശോകന്റെ നെറികേട് ഓർത്ത് കോപം ജ്വലിച്ചുനിന്ന സദാശിവൻ അയ്യടാ എന്നായിപ്പോയി. ഈ വിവരം കേട്ട അയ്യാൾ കസേരയിൽ മരച്ചിരുന്നു.

എന്നിട്ടും അയാൾ ചോദിച്ചു.

'നിങ്ങൾ എന്നിട്ട് ഇതുവരെ ഈ വിവരം ആ ചേച്ചിയെ അറിയിക്കാഞ്ഞതെന്താണ് ?'

ഡോക്ടർ തുടർന്നു.

'ഞങ്ങൾ ആലോചിച്ചപ്പോൾ ചതഞ്ഞരഞ്ഞ അവന്റെ ബോഡി ഇവിടെ കൊണ്ടുവന്നു ജാനകിയെ കാണിച്ചിട്ട് അവരുടെ ഹൃദയം തകർക്കാം എന്നല്ലാതെ ഒരു പ്രയോജനവും ഇല്ല എന്ന് തോന്നി. അവൻ ഫോൺ വിളിക്കുന്നില്ലെങ്കിലും എവിടെയെങ്കിലും സുഖമായിരിക്കുന്നു എന്ന് അവർ വിശ്വസിക്കുന്നതാണ് അതിലും നല്ലത് എന്ന് ഞങ്ങൾ കരുതി. അതുകൊണ്ട് ഈ ദുരന്തം ജാനകിയെ അറിയിക്കാതെ അവന്റെ ബോഡി അവിടെ അടക്കി. അന്നാണ് ഞാനും സുശീലയും അശോകന്റെ പേരിൽ അവന്റെ മരണശേഷവും അമ്മ ജാനകിയ്ക്ക് അവർ ഉള്ള കാലമത്രയും എല്ലാമാസവും പണം അയച്ചുകൊണ്ടിരിക്കാൻ തീരുമാനിച്ചത്.'

സദാശിവൻ എന്ത് പറയണം എന്നറിയാതെ വാക്കുകൾ പരതിക്കൊണ്ടിരുന്നു.

'കേട്ടോ സദാശിവാ, നിങ്ങളുടെ ആചാരം അനുവദിക്കുമെങ്കിൽ ഞാൻ വന്ന്, അവരുടെ മകന്റെ സ്ഥാനത്ത് നിന്ന്, ജാനകിയമ്മയുടെ ചിതയ്ക്ക് തീ കൊളുത്താം.'

സദാശിവൻ സീറ്റിൽ നിന്നെഴുന്നേറ്റു കൈകൂപ്പി നിന്നു.

'ഡോക്ടർ എന്നോട് ക്ഷമിക്കണം. ഞാൻ കാര്യമറിയാതെ എന്തൊക്കെയോ പറഞ്ഞുപോയി.'

നിങ്ങളുടെ മനസ്സ് വളരെ വലുതാണ്.എന്നാൽ ജാനകിച്ചേച്ചിയ്ക്ക് വേണ്ടി ഞാനും എന്തെങ്കിലും ചെയ്യണ്ടേ. ഇനി ഞാനാണ് അവരുടെ അശോകൻ.

ഞാൻ അങ്ങോട്ട് ചെല്ലട്ടെ ഡോക്ടർ. നമ്രശിരസ്ക്കനായി അയാൾ അവിടുന്നിറങ്ങി.

○

വഴിയരികിലെ കൊച്ചുവീട്

ഗതികേടുകൊണ്ട് ക്ഷമ നശിച്ചിട്ടാണ് അവർ പറഞ്ഞത്.

'മനുഷേനെ, പുരയുടെ മേൽക്കൂര ചോർന്നൊലിക്കുന്നേനു പടുതാ ഇട്ടു മൂടീട്ട് നാളെത്രയായി? ആ പഞ്ചായത്തിലെങ്ങാനും ചെന്ന് ചോയിക്കിന്. ഈ കൂര മനുഷൻമാർക്ക് കിടക്കാൻ കൊള്ളുന്ന തരത്തിലാക്കി തരാവോന്നു.'

കൂരയിൽ നിന്നും മുഖം കറുപ്പിച്ചുകൊണ്ട്, ഉമ്മറത്തേക്ക് ഇറങ്ങി, മുറ്റത്തെ കാന്താരിക്ക് വെള്ളമൊഴിക്കാൻ വന്ന ചിരുതയമ്മ കെട്ടിയവൻ കുഞ്ഞിറുക്കന്റെ നേരെ ഇങ്ങനെ രോഷം കൊണ്ടു.

അവരുടെ വിചാരം ഭർത്താവിന്റെ അലംഭാവം കൊണ്ടാണ് ആ വീട് നനഞ്ഞൊലിച്ചു കിടക്കുന്നതെന്നാണ്.

ഒരു സമ്പാദ്യവും ഇല്ലാത്ത കുഞ്ഞിറുക്കൻ എന്ന വൃദ്ധത്തൊഴിലാളി പഞ്ചായത്തിലും പൈസയുള്ളവരുടെ മുൻപിലും സഹായം തേടിനടന്നിട്ട് ആരും തിരിഞ്ഞു നോക്കുന്നില്ലേൽ ആ പാവം എന്ത് ചെയ്യും?

പണ്ട് സർക്കാര് ഉണ്ടാക്കിക്കൊടുത്ത വീടാണ്. സർക്കാരിന്റെ പണിയിപ്പീരല്ലേ? അതിന്റെ ആയുസ്സ് എത്ര കാണും!

കാറ്റിലും മഴയിലും മേൽക്കൂര കേടായിട്ട് വർഷങ്ങളായി.

ഒരോ മഴക്കാലത്തും ചോർച്ച കൂടിവന്നപ്പോൾ ഭിത്തികളിലും നനവിറങ്ങി അതും വിണ്ടുപൊട്ടിയിരിക്കുന്നു. നനവ് തടുക്കാൻ ആരോ നീല നിറമുള്ള ഒരു പ്ലാസ്റ്റിക് പടുത വീടിന്റെ ഒരു ഭാഗത്തു വലിച്ചു കെട്ടിക്കൊടുത്തിരിക്കുകയാണ്.

കാറ്റും മഴയും വന്നാൽ അത് പടപടാ ശബ്ദം ഉണ്ടാക്കി ഇളകിമറിയും.

ആ ശബ്ദം കേൾക്കുമ്പോൾ കുഞ്ഞിറുക്കന്റെ നെഞ്ചിടിപ്പ് അതിലും ഉച്ചത്തിലാകും. എങ്ങാനും എല്ലാം കൂടി ഇടിഞ്ഞു തലയിൽ വീണാലോ?

ഇനിയൊരു മഴക്കാലം കൂടി ഈ വീട് നേരെ നിൽക്കുമോ?

എൺപതു വയസ്സ് കടന്ന ആ വൃദ്ധ ദമ്പതികളുടെ ഒറ്റമുറി വീട്ടിൽ,ര

ണ്ടു നാല് ചളുങ്ങിയ അലുമിനിയം പാത്രങ്ങൾ, വക്കുപൊട്ടിയ രണ്ടുചട്ടി, നിറം മങ്ങിയ തുണികൾ തൂങ്ങുന്ന ഒരു അയ, പഴകി പരുവം കെട്ട രണ്ട് തഴപ്പായ, തുരുമ്പ് കയ്യടക്കിയ ഒരു ഇരുമ്പുപെട്ടി, ഒരു നരച്ച ശീലക്കുട ഇത്രയൊക്കെയേ കാണാനുള്ളു.

വല്ലപ്പോഴും കിട്ടുന്ന കർഷക പെൻഷൻ കൊണ്ട് വിശപ്പടക്കാൻ പറ്റുന്നുണ്ട്. അത്ര മാത്രം. പഞ്ചായത്തുകാരോട് വീട് ശരിയാക്കി തരാമോ എന്നു ചോദിക്കുമ്പോൾ 'നോക്കട്ടെ, നോക്കട്ടെ' എന്ന് പറയുന്നതല്ലാതെ ഒന്നും നടക്കുന്നില്ല.

അല്ലേലും പണവും സ്വാധീനവും ഇല്ലാത്തവന്റെ ശബ്ദം ആര് കേൾക്കാൻ. ഇലക്ഷൻ വരുമ്പോൾ മാത്രം കൂര തേടി വരുന്നവരെ പിന്നെ അടുത്ത ഇലക്ഷനേ കാണൂ.

'ചിരുതേ. ഇത്തിരി കാപ്പി ഇങ്ങെടുത്തെ, ആ സഞ്ചിയും കൂടെ.'

'കാപ്പി കുടിച്ചിട്ട് ഞാൻ കവലയിൽ പോയി റേഷൻ മേടിച്ചോണ്ടു വരട്ടെ. കൂട്ടത്തിൽ പഞ്ചായത്തിലും ഒന്ന് കേറിയേക്കാം. ആർക്കെങ്കിലും ഒരുനാൾ ദയ തോന്നിയാലോ.' അയാൾ ഭാര്യയോട് അതും പറഞ്ഞ് നെടുവീർപ്പിട്ടു.

ദൈവം പാവപ്പെട്ടവന്റെ കൂടെ അല്ല എന്നാണ് കുഞ്ഞിറുക്കന്റെ പക്ഷം. ആണെങ്കിൽ പത്താം ക്ലാസ്സിൽ പഠിച്ചോണ്ടിരുന്ന തന്റെ ഏക ആൺതരി സർപ്പദംശം ഏറ്റു മരിക്കാൻ അനുവദിക്കുമോ?

മുപ്പത്തിയഞ്ചു കൊല്ലം മുൻപ് ഉണ്ടായിരുന്ന ഓലക്കുടിൽ. അന്നൊരു ദിവസം കഞ്ഞിയും കുടിച്ച് കിടന്നുറങ്ങിയ അവരുടെ മകൻ മണിയൻ രാത്രിയിൽ എഴുന്നേറ്റു കാലിൽ എന്തോ കടിച്ചു എന്ന് പറഞ്ഞപ്പോൾ 'വല്ല എലിയും ആയിരിക്കും സാരമില്ല,കിടന്നുറങ്ങ്.' എന്ന് പറഞ്ഞ കുഞ്ഞിറുക്കനും ചിരുതയും നേരം വെളുത്തപ്പോൾ കാണുന്നത് മരിച്ചു കിടക്കുന്ന മകനെയാണ്. മണിയന്റെ ഓർമ്മ മനസ്സിലേക്ക് വന്ന അയാൾക്ക് ചിരുത കൊടുത്ത കട്ടൻ മുഴുവൻ ഇറക്കാൻ കഴിഞ്ഞില്ല.

അയാൾ റേഷൻ കട ഇരിക്കുന്ന കവലയിലേക്ക് പോവുകയാണ്. മുക്കാൽ മൈൽ നടക്കണം. ഉടുത്തിരിക്കുന്ന നരച്ചു കീറാറായ കൈലിമുണ്ടും തോളിൽ ചെമ്മണ്ണു നിറമായ ഒരീരിഴത്തോർത്തും ആ വൃദ്ധന്റെ ചുളുങ്ങി വരണ്ട ദേഹത്തിലേയ്ക്ക് പതിക്കുന്ന സൂര്യതാപത്തിന് ഒരു ശമനവും നൽകുന്നില്ല. അധ്വാനിച്ചു ജീവിച്ചതിന്റെ മേനിബലം മാത്രമാണ് പ്രതിരോധം. അതിനെ ഇന്ന് പ്രായം വെല്ലുവിളിച്ചു കൊണ്ടിരിക്കുകയാണ്.

കഷ്ടപ്പാടുകളെക്കുറിച്ച് ആലോചിച്ചു കൊണ്ടുനടക്കുന്ന അയാളുടെ

പ്രതീക്ഷകൾ മങ്ങുകയാണ്. ചോർച്ച ഇല്ലാത്ത കൂരയിൽ കിടക്കാം എന്ന ആഗ്രഹം ഈ വയസ്സുകാലത്തു നടക്കുമെന്ന് തോന്നുന്നില്ല. വഴിയോരങ്ങളിലൊക്കെ ലക്ഷങ്ങളുടെയും കോടികളുടെയും വീടുകൾ കാണുന്നുണ്ടല്ലോ .

അപ്പോൾ സഹായിക്കാൻ ആളുകളുടെ കയ്യിൽ പണം ഇല്ലാഞ്ഞിട്ടല്ല. എല്ലാവർക്കും അവരവരുടെ കാര്യം. അത്രേയുള്ളൂ. കൂലിപ്പണിക്കാരൻ ആയുസ്സ് മുഴുവൻ പണിതാലും എന്ത് സാമ്പാദിക്കാനാ.

പല വിധ ചിന്തകളാൽ ഹതാശനായി നടന്നുപോകുമ്പോഴാണ് കുഞ്ഞിറുക്കൻ പുറകേ നടന്നുവരുന്ന രണ്ടാളുടെ സംസാരം കേട്ടത്.

ഇംഗ്ലീഷും മലയാളവും ഇടകലർന്ന സംസാരം.

അയാൾ ഒന്ന് തിരിഞ്ഞു നോക്കി. ഒരു അപ്പനും മകനും ആണ് എന്ന് തോന്നുന്നു. മാന്യമായി വേഷധാരണം ചെയ്ത അവർ പതിയെ നടന്നു നീങ്ങുന്ന കുഞ്ഞിറുക്കന്റെ അടുത്തെത്തി.

'കാർണവർ ഏതാ...പാത്തിക്കൽ കുഞ്ഞിറുക്കൻ ആണോ?' മൂപ്പിലെയോട് അതിൽ മുതിർന്ന ആള് ചോദിച്ചു.

'അതേ. എന്നേ അറിയുവോ? നിങ്ങൾ ആരാ? എനിക്ക് മനസ്സിലായില്ലല്ലോ!'

കുഞ്ഞിറുക്കന് അത്ഭുതം.

'മോനേ. നമ്മൾ മുൻപേ കണ്ട കൊച്ചുവീട് ഈ അപ്പൂപ്പന്റെയാ,'

കുഞ്ഞിറുക്കനെ ചൂണ്ടിക്കൊണ്ട് അയാൾ കൂടെയുള്ള പയ്യന്റെ നേരെ മുഖം തിരിച്ചു പറഞ്ഞു.

'കുഞ്ഞിറുക്കാ. ഞാൻ ഈട്ടിപറമ്പിൽ സണ്ണിക്കുട്ടി, ചാക്കോച്ചന്റെ മകൻ. എന്നേ മനസ്സിലായില്ല അല്ലേ?'

'അയ്യോ! ഇപ്പോം മനസ്സിലായി. കണ്ണിനു കാഴ്ച കുറവുണ്ട് കേട്ടോ... അല്ലേലും കുഞ്ഞിനെക്കണ്ടിട്ട് കുറേക്കാലം ആയില്ലേ! ഈട്ടിപ്പറമ്പിലെ. പിന്നെ ഞാൻ അറിയുവേലെ. എന്തോരെ കൂലിപ്പണിയാ ഞാൻ അവിടെ ചെയ്തിട്ടുള്ളത്. ചാക്കോ കുഞ്ഞച്ചൻ ഉണ്ടാരുന്ന കാലം. എന്തെല്ലാം കൃഷികൾ.'

കുഞ്ഞിറുക്കൻ ചിരിച്ചു കൊണ്ടു പഴയ കാര്യങ്ങൾ അയവിറക്കി.

'കുഞ്ഞിപ്പോ എവിടാ? എങ്ങാണ്ട് ദൂരെ ദേശത്തല്ലേ?'

'അതേ മൂപ്പാ, വിദേശത്താ.'

'അച്ചായനും അമ്മയും മരിച്ചേ പിന്നെ വല്ലപ്പോഴുമേ നാട്ടിൽ വരാറുള്ളൂ. അതാ കാണാത്തത്. ങ്ഹാ ഇതെന്റെ മകൻ ടോണി. ഞങ്ങൾ വെറുതെ നടക്കാനിറങ്ങിയതാ....മോന് ഇവിടൊക്കെ കാണാൻ ഇഷ്ടമാ.

എന്നാൽ പിന്നെ കാണാം മൂപ്പാ.'

അവർ കുഞ്ഞിറുക്കനെ കടന്നു മുന്നോട്ട് പോയി.

'Tony, you remember the little broken house we saw on our way, with tarpaulin over it?'

'Yes Dad. അത്?'

'അതാണ് ഈ കുഞ്ഞിറുക്കൻ മൂപ്പന്റെ വീട്.'

'ഗോഡ്, ഈസ് ഇറ്റ് ഫിറ്റ് ടു ലിവ് ഇൻ, ഡാഡ്?' അവൻ അത്ഭുതപ്പെട്ടു.

വിദേശത്താണ് താമസമെങ്കിലും മലയാളം എന്ന മാതൃഭാഷയും സംസാരിക്കാൻ സണ്ണിക്കുട്ടി മോനെ പഠിപ്പിച്ചിട്ടുണ്ട്. ടോണിക്ക് പത്തു വയസ്സേ ഉള്ളെങ്കിലും അവൻ ഒരു അന്വേഷണ കുതുകിയാണ്. അതു കൊണ്ടാണല്ലോ നടന്നുവരുമ്പോൾ കുഞ്ഞിറുക്കന്റെ വീടിന്റെ അവസ്ഥ കണ്ട് അതിൽ ആൾതാമസം ഉള്ളതാണോ, പുവർ പീപ്പിൾ ആയിരിക്കും അല്ലേ, എന്താണ് അവരുടെ ഇൻകം എന്നൊക്കെ അവന്റെ ഡാഡിയോട് അന്വേഷിച്ചത്.

സണ്ണിക്കുട്ടിയും ടോണിയും കൂടെ ഓസ്ട്രേലിയയിലെ മെൽബോണിൽ നിന്നും പതിനഞ്ച് ദിവസത്തെ വിസിറ്റിങ്ങിന് അവരുടെ തറവാട്ട് വീട്ടിൽ വന്നതാണ്.

തറവാട്ടിൽ സണ്ണിക്കുട്ടിയുടെ ഇളയ സഹോദരൻ റോയിയും കുടുംബവുമാണ് താമസം. സർക്കാരുദ്യോഗസ്ഥനായ റോയിക്ക് ജോലി, വീട് എന്നതിൽ കവിഞ്ഞ് മറ്റൊരു താല്പര്യവുമില്ല.

സണ്ണിക്കുട്ടിയുടെ മറ്റു രണ്ട് സഹോദരന്മാരും കുടുംബവും അവരുടെ ജോലിയും താമസവുമൊക്കെ മുംബെയിലാണ്. അവർ വല്ലപ്പോഴും ഇതുപോലൊക്കെ തറവാട്ടിൽ വന്നേച്ചും ഓടിപ്പോകും.

അന്ന് രാത്രി അത്താഴം കഴിഞ്ഞ് സഹോദരന്മാർ റോയിയും സണ്ണിക്കുട്ടിയും വീട്ടുകാര്യങ്ങൾ പറഞ്ഞിരിക്കുകയാണ്. റോയിയുടെ ഭാര്യ റിയ അടുക്കളയിൽ പാത്രങ്ങൾ എടുത്ത് വയ്ക്കുന്നു. റോയിയുടെ മകൻ അഞ്ചാം ക്ലാസ്സുകാരൻ ഹോം വർക്ക് തീർത്തിട്ട് ടൈം ടേബിൾ ചെക്ക് ചെയ്തുകൊണ്ടിരിക്കുന്നു. അവനോട് ഗുഡ് നൈറ്റ് പറഞ്ഞിട്ട് ടോണിമോൻ തന്റെ മുറിയിലേക്ക് പോയി.

വായനയിൽ താൽപ്പര്യമുള്ള അവൻ ഒന്നുരണ്ട് പുസ്തകങ്ങളുമായിട്ടാണ് വന്നിരിക്കുന്നത്. ഉറങ്ങുന്നതിനു മുൻപേ വായിക്കാൻ അവൻ തലേ ദിവസം വായിച്ചുകൊണ്ടിരുന്ന 'The Little House on the Prairie' എന്ന പുസ്തകം കയ്യിലെടുത്തു.

അതിന്റെ പുറം ചട്ടയിലെ പടം കണ്ടപ്പോൾ എന്തുകൊണ്ടോ അവന്റെ മനസ്സിൽ തെളിഞ്ഞത് കുഞ്ഞിറുക്കൻ മൂപ്പന്റെ താർപോളിൻ മൂടിയ പൊളിയാറായ കൊച്ചു വീടാണ്.

പുവർ പീപ്പിൾ, നോ മണി ടു ഫിക്സ് ഇറ്റ്.

ഡാഡ് നേരത്തെ പറഞ്ഞ ആ സത്യങ്ങൾ അവനെ അസ്വസ്ഥനാക്കി. അവന് പിന്നെ അന്ന് ബുക്ക് വായിക്കാൻ തോന്നിയില്ല. ബെഡിൽ നിന്നും റൂമിന്റെ തറയിലേക്ക് മിഴി നട്ടിരുന്ന് അവൻ എന്തോ ആലോചനയുടെ ലോകത്താണ്.

ഉറങ്ങുന്നതിന് മുൻപ് മകനുമായുള്ള കുശാലാന്വേഷണത്തിന് സണ്ണിക്കുട്ടി ടോണിയുടെ മുറിയിലേക്ക് വന്നു.

'ഹൈ, ടോണിമോൻ, എന്തെടുക്കുവാ?'

'ഹൈ ഡാഡി, നമ്മൾ രാവിലെ പുറത്ത് പോയപ്പോൾ വഴിയിൽ വച്ച് ഒരു ഓൾഡ് മാനേ കണ്ടില്ലേ, ഡാഡ്?'

'അതേ. കുഞ്ഞിറുക്കൻ മൂപ്പർ.'

'അയാളുടെ വീട് പൊളിഞ്ഞു കിടക്കുന്നത് അയാൾക്ക് അത് റിപ്പയർ ചെയ്യാൻ മണി ഇല്ലാഞ്ഞിട്ടാണ് എന്നല്ലേ ഡാഡി എന്നോട് പറഞ്ഞത്?' അവൻ ചോദിച്ചു.

'അതേ മോനേ'

'ഡാഡ്.'

'എന്താണ് മോനേ, പറയൂ.'

സണ്ണിക്കുട്ടി അവന്റെ അടുത്ത് ചെന്ന് ബെഡിൽ ഇരുന്നു.

'നമുക്ക് ആ അപ്പൂപ്പന് ഒരു പുതിയ കൊച്ചുവീട് പണിത് കൊടുക്കാമോ ഡാഡ്?' ഡാഡിയുടെ കണ്ണുകളിൽ നോക്കിക്കൊണ്ട് ടോണിയുടെ ചോദ്യം വന്നു.

ഉപ്പിട്ട കഞ്ഞി കാന്താരിയും ഉടച്ചു മോന്തിയിട്ട്, ഉറങ്ങാൻ കിടന്ന കുഞ്ഞിറുക്കൻ മൂപ്പർ രാത്രി ഉറക്കത്തിൽ ഒരു നല്ല സ്വപ്നം കണ്ടു. അന്ന് മറ്റൊരിടത്തു നിശ്ചയിക്കപ്പെട്ട യാഥാർഥ്യം മൂപ്പർക്ക് മുന്നിൽ അഴകോടെ പീലി വിടർത്തുകയാണ്.

ഒരു പുതിയ വീടിന്റെ ടൈൽസ് ഇട്ട വരാന്തയിലെ ചാരുമാനത്തിൽ അയാൾ ഇരിക്കുന്നു. അടുത്ത് സന്തുഷ്ടയായി ചിരുതയും.

○

www.ingramcontent.com/pod-product-compliance
Lightning Source LLC
LaVergne TN
LVHW100311051026
849517LV00006B/2253

* 9 7 8 9 3 9 4 4 7 2 2 9 7 *